37

37

அறிவியல் புனைகதை

எம்.ஜி. சுரேஷ்

அடையாளம்

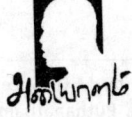

முதல் அடையாளம் பதிப்பு: 2010

© எம்.ஜி. சுரேஷ்

வெளியீடு: அடையாளம், 1205/1 கருப்பூர் சாலை, புத்தாநத்தம் 621 310, திருச்சி மாவட்டம், இந்தியா. தொலைபேசி: 04332 273444.

நூல் வடிவம்: த பாபிரஸ், அச்சாக்கம்: அடையாளம் பிரஸ், இந்தியா.

ISBN 978 81 7720 165 9

விலை: ₹ 180

37 is a Tamil Novel by M.G. Suresh, Published by Adaiyaalam, 1205/1 Karupur Road, Puthanatham 621310, Thiruchirappali Dist., Tamilnadu, India, email: info@adaiyaalam.net

கோவை ஞானிக்கு

1

நூதனத் தன்மையுடன் வந்திருந்த அந்த மனிதனை நான் சந்தித்தது தற்செயலாகத்தான். ஒரு புழுக்கமற்ற பகல் வேளையில் அது நிகழ்ந்தது. முன்தீர்மானமோ திட்டமிடுதலோ ஏதுமின்றி, ஒரு விபத்தைப் போலவே அது நடந்தது. உலோக உடை தரித்தோ, பிரகாசமான ஒளிப்பிழம்பு ஒன்றிலிருந்தோ அவன் வெளிப்பட வில்லை. சரேலென்று ஒரு மின்னலைப்போல் அவன் என் எதிரில் வந்து நின்றான். தனது வலது கையை என்னிடம் விறைப்பாக நீட்டினான். 'ஹலோ' சொன்னான். உடனே அவன் கையைப் பார்த்த நான் அதில் ஆறு விரல்கள் இருப்பதையும் அந்த ஆறு விரல் களும் முள்கரண்டியைப்போல் சமச்சீராக அமைந் திருப்பதையும் கவனித்ததால் பதிலுக்குக் கைநீட்டத் தயங்கினேன். நான் திடுக்கிட்டவனாக அவனையே பார்த்தேன். அவனது கறுப்பு மயிரடர்ந்த புருவங்களை யும், மேலுதட்டின்மேல் ஒட்டிக்கொண்டிருந்த கரிய மீசையையும் கத்தி போன்ற கூரான நாசியையும் குழப்பத்துடன் பார்த்தேன். கண்ணுக்கு இமை இருப்பது போல் அவன் காதுகளுக்கு ஜவ்வாலான மூடிகள் இருந்தன. நொடிக்கொரு தரம் அவை மூடித்திறந்தன. இடது கன்னத்தில் கரும்பச்சை நிறத்தில் மச்சம் போன்ற ஒரு புள்ளி இருந்தது. சில நொடிகள் பரிசீலித்தேன். அவை எதுவுமே எனக்குப் பரிச்சயமானவையாக இருக்கவில்லை, அவன் முகம் உட்பட. பரிச்சயமற்ற ஒரு முகத்தை

வைத்திருக்கும் ஒரு நபர் பரிச்சயமற்ற தன்மைகளுடன் சட்டென்று என் வழியில் குறுக்கிட்டதை நான் விரும்ப வில்லை. எனவே, என்ன செய்வதென்றே புரியாமல் சில கணங்கள் வெட்டியாக நின்றேன். கூரான நாசிக்காரனோ சளைக்காமல் மீண்டும் ஒரு ஹலோ சொன்னான். ஹலோவுக்குப்பின் இணைப்பாக, 'என் பெயர் கா' என்றும் சொன்னான். இப்படியும் ஒரு பெயரா என்று நினைத்து வாயடைத்துப் போனேன். ஒருவேளை, அவன் நக்கல் செய்கிறானா என்பதையறிய அவன் முகத்தைக் கூர்ந்து கவனித்தேன். அப்படி எதையும் என்னால் கண்டுபிடிக்க முடியவில்லை. தன் முகத்தை இயல்பாக வைத்திருந்தான். பரிச்சயமற்ற முகத்தை வைத்திருந்தாலும் ஒருவன் ஹலோ சொல்லும் போது பதிலுக்கு நாமும் ஹலோ சொல்ல வேண்டும் என்று எனக்குள் உறைத்தது. உடனே நான் என் வலது கையை நீட்டி அவனது கையை எதிர்கொண்டேன். ஹலோ என்றேன். அந்தக் கணத்தில் அவன் கை ஏதோ ஒரு விநோத ஜந்துவைப் போல் இருப்பதாக எனக்குப் பட்டது.

அவன் என் முகத்தை ஆவலுடன் பார்த்தான். 'என் பெயர் நரேந்திரன்' என்றேன், அவனது ஆவலைப் பூர்த்தி செய்யும் விதமாக.

'உங்களைப் பார்த்ததில் நான் பெரிதும் மகிழ்ச்சி யடைகிறேன்' என்றான்.

அவனை ஒருவித அவநம்பிக்கையுடன் பார்த்தேன். ஒல்லியான உயரமான இளைஞன் அவன். இன்ன தேசத்தைச் சேர்ந்தவன் என்று அனுமானிக்க முடியாத படி இருந்தான். இந்தியர்களைப் போன்ற கறுப்பு முடியும் (யூதர்களைப் போன்றதென்றும் சொல்லலாம்) கோதுமை நிறத் தோலும், ஐரோப்பியர்களைப் போன்ற செதுக்கப்பட்ட முகவெட்டும் கொண்டிருந்த அவன்,

தனது வித்தியாசமான வெளிறிய கருஞ்சாம்பல் விழிகளால் பயமுறுத்தினான். காற்சட்டையும் மேற்சட்டையும் ஒன்றாகச் சேர்த்துத் தைக்கப்பட்ட பச்சை வண்ண உடை அணிந்திருந்தான். இன்னதென்று ஊகிக்க முடியாத பொருளால் செய்யப்பட்ட காலணிகளை அணிந்திருந்தான். சடைநாய்க் குட்டிகளைப் போல் தோற்றமளித்த அந்தக் காலணிகளை வியப்புடன் பார்த்துக் கொண்டிருந்தபோதே, வலது கையில் அவன் வைத்திருந்த ஒரு கனமான காகித உறையை, இடது கைக்கு மாற்றிக் கொண்டான். அந்த உறையில் என்னத்தையோ திணித்து வைத்திருந்தான்.

ஒருத்தரை ஒருத்தர் அபத்தமாய்ப் பார்த்தபடி சில கணங்கள் கழிந்தன.

'மன்னிக்க வேண்டும். உங்களை இதற்குமுன் பார்த்த மாதிரி எனக்கு ஞாபகம் இல்லை. நீங்கள்....' என்றேன் அசலான குழப்பத்துடன்.

அவனோ தனது உலோக முலாம் பூசப்பட்ட (ஒரு வேளை உலோகப் பற்களோ?) பற்களைக் காட்டிச் சிரித்து என்னைத் திகிலடைய வைத்தான்.

'நிச்சயம் என்னை நீங்கள் பார்த்திருக்க முடியாது தான்' என்று ஒப்புக்கொண்டான். அடுத்த நொடியே,

'ஆதியில் நாம் ஒன்றாக இருந்தோம். நடுவில் பிரிந்ததுபோல் தோன்றினாலும் நாம் ஒன்றாகத்தான் இருந்து கொண்டிருக்கிறோம். ஒருவரை ஒருவர் பார்த்த படி; இருந்தும் நாம் இப்போதுதான் சந்தித்திருக்கிறோம்.'

அவன் குழப்பமாகப் பேசுவதுபோல் தோன்றியதால் நான் பேச்சை மாற்ற முயன்றேன்.

'சரி, கா என்று சொன்னீர்களே அதுதான் உங்கள் பெயரா?'

'ஆமாம்'

'கா என்றால்...'

'கா என்றால் எங்கள் மொழியில் உயிர்த்துடிப்பு என்று அர்த்தம்.'

'அப்படியானால் அது உங்கள் புனைபெயர், அப்படித்தானே?'

'இல்லை, அதுதான் எனது உண்மையான பெயர். நீங்கள் வைத்துக்கொள்ளும் இந்திரன், சந்திரன் போன்றவைதான் புனைபெயர்கள்.'

அவன் முகத்தில் லேசான பரிகாசம் தொனித்த மாதிரி எனக்குத் தோன்றியது.

நரேந்திரன் என்ற என் பெயரைத்தான் கேலி செய்கிறானோ? அவன் தனது வெளிறிய கருஞ்சாம்பல் கண்களைச் சுருக்கி 'மன்னிக்க வேண்டும்' என்றான். 'நான் உங்களைச் சொல்லவில்லை. பொதுவாக ராமன், சீதா, கிருஷ்ணன் என்றெல்லாம் பெயர் வைக்கிறார்கள் இல்லையா? அதைச் சொன்னேன். அவையெல்லாம் புனையப்பட்ட கதைகளில் வரும் பாத்திரங்கள். அந்தப் புனைவுகளை உண்மை என்று நம்பி அந்தப் பெயர்களை வைத்துக்கொள்கிறார்கள். காலத்துக்கும் பெயர்கள் இப்படித்தான் இருக்க வேண்டுமா என்ன? ஒரு பெண்ணுக்கு ''வெளிச்சம்'' என்று ஏன் பெயர் வைக்கக் கூடாது? ஓர் ஆணுக்கு ''செடி'' என்று பெயர் வைப்பதில் தப்பு ஏதும் இருக்கிறதா? இதேமாதிரி இயற்கை, கடல், மரம், ஆகாயம் என்று எத்தனையோ பெயர்கள். இவையெல்லாம் ஒப்பனையற்ற இயல்பான பெயர்கள். இதனால் இவற்றை உங்களுக்குப் பிடிப்பதில்லை. உங்களுக்கு மிகைப்படுத்தப்பட்ட பொய்கள் தேவை. ஒப்பனைகள் தேவை. எனவே, புனையப்பட்ட பெயர்களைத் தேடுகிறீர்கள். இதில் ஒரு வேடிக்கை என்னவென்றால் புனையப்பட்ட பெயர்களை உண்மை என்கிறீர்கள். உயிர்த்துடிப்பு என்ற என் இயற்பெயரை புனைபெயரா என்கிறீர்கள்.'

அதிகம் பேசுகிறான். அவனை அந்த நொடியில் எனக்குப் பிடிக்காமல் போய்விட்டது. உடனடியாக அவனை இடை வெட்டினேன்.

'சரி, நீங்கள் யார்... உங்களுக்கு என்ன வேண்டும்?'

'கண்டிப்பாகச் சொல்கிறேன். ஆனால் ஓரிரு வரி களில் சொல்ல முடியாது. கொஞ்சம் விபரமாகப் பேச வேண்டும்.'

நான் யோசித்தேன். யாரிவன்? இவனிடம் நான் ஏன் விபரமாகப் பேசவேண்டும். இவனைப் பற்றித் தெரிந்து கொண்டு எனக்கு என்ன ஆகப்போகிறது?

நான் யோசிப்பதைப் பார்த்த கருஞ்சாம்பல் நிறக் கண்ணன் பதற்றமடைந்தான்.

'ஒன்றும் யோசிக்க வேண்டாம். ஒரு வரியிலேயே சொல்லி விடுகிறேனே, எனக்கு உங்கள் உதவி தேவைப் படுகிறது. அவ்வளவுதான்.'

'உதவியா... என்னால் உங்களுக்கு என்ன உதவி செய்ய முடியும்?'

விற்பனைப் பிரதிநிதியாக இருப்பானோ... அல்லது நன்கொடை.... நிதி வசூல்... உதவி என்றால் என்ன மாதிரியான உதவியாக இருக்கும்?

'நிச்சயம் முடியும். நீங்கள் உதவத்தான் போகிறீர்கள்.'

இந்தத் தடவை அவன் குரலில் தீர்மானம் இருந்தது. கொஞ்சம் கடுமை கூடியிருந்தது. என்னுள் லேசான பயம் துளிர்த்தது.

அந்த நிமிடத்தில் நாங்கள் இருவரும் பெஸண்ட் நகரின் பிரதான சாலையும், கிளைபிரியும் குறுக்குச் சாலையும் முட்டிக்கொள்ளும் ஒரு புள்ளியில் நின்று கொண்டிருந்தோம். எங்களுக்குப் பக்கத்தில் ஒரு மரமும், மரத்துக்குப் பின்னணியாக கான்க்ரீட் கற்களால் கட்டப்பட்ட காம்பவுண்ட் சுவரும் நின்றிருந்தன. எங்களுக்கு முன்னால் வாகனங்கள் போவதும் வருவது

மாக இருந்தன. வழிப்போக்கர்கள் ஓரிருவர் நடந்து கொண்டிருந்தார்கள். தெருநாய் ஒன்று மரத்தின் மேல் கால்தூக்கி உபாதை தீர்த்துக் கொண்டு ஓடியது.

'உங்கள் வீடு எங்கே இருக்கிறது? அனேகமாகப் பக்கத்தில்தான் இருக்கிறது என்று நினைக்கிறேன். உங்களுக்கு ஆட்சேபணை இல்லையென்றால் உங்கள் வீட்டில் வைத்து நாம் பேசலாம் என்று நினைக்கிறேன்.'

இது கொஞ்சம் அதிகப்படியான பேச்சு என்றே தோன்றியது. முன்பின் தெரியாத என்னிடம் எப்படி இவனால் இத்தனை உரிமையுடன் பேச முடிகிறது. வியப்பில் வாயடைத்துப் போனேன்.

பரிச்சயமில்லாத ஒரு நபரை அதிலும் வெளிறிய கருஞ்சாம்பல் விழிகளை உடைய ஒரு மனிதனை, கப்பல் மாலுமியைப் போல் பச்சை வண்ணச் சீருடை அணிந்துகொண்டு, கூரியர் பையனைப் போலத் தன் கையில் ஒரு காகித உறையை வைத்திருக்கும் ஒரு இளைஞனை எப்படி என் வீட்டுக்கு நான் அழைத்துப் போக முடியும். தயக்கத்துடன் அவனைப் பார்த்தேன்.

'சிரமமாக இருந்தால் வீடு வேண்டாம். எங்காவது பாருக்குப் போய்ப் பேசலாம்.'

'பாரு'க்கு என்றதும் அனிச்சையாக என் இடது கை எனது இடது சட்டைப் பாக்கெட்டைத் தொட்டுப் பார்த்துக் கொண்டது. அதில்தான் என் கிரெடிட் கார்டு இருந்தது. கிரெடிட் கார்டுக்குப் பின்னால் மார்புக் கூட்டுக்குள் இதயம் திடுக்கிட்டது.

எனக்கு வந்த கோபத்தைப் புன்னகைத் திரையிட்டு மறைத்தேன். அப்படியும் கொஞ்சம் கோபம் கட்டு மீறி கசிந்திருக்கக்கூடும். என் முகத்தில் வழிந்த கோபத்தை அவன் கண்டுபிடித்துவிட்டான் போல.

'மன்னிக்க வேண்டும். நான் அத்துமீறி நடந்து கொள்கிறேன்.'

'அது உங்களுக்கே தெரிந்தால் சரி.. அதிருக்கட்டும் உங்களிடம் நான் எதையும் பேச விரும்பவில்லை. எனக்கு நிறைய வேலை இருக்கிறது என்னைப் போக விடுங்கள்.'

'ஐயா... ஒரு நிமிடம்.. தயவுசெய்து...'

அவன் வார்த்தைகள் காற்றில் மிதந்து வந்தன. நான் அவற்றைப் புறக்கணித்தபடியே திரும்பி நடக்கயத்தனித்தேன். முதல் எட்டுக்குப்பின் நான் இரண்டாவது எட்டு எடுத்து வைக்கும் போதுதான் அவன் 'சட்'டென்று என் கையைப் பிடித்துத் தடுத்து நிறுத்த முயன்றான். அது என்னை ஆத்திரமடையச் செய்தது. கோபத்திலும் அவமானத்திலும் என் முகம் ஜிவ்வென்று உஷ்ணமேறி யிருப்பதை நான் உணர்ந்தேன். அவனை முகம் சிவக்கத் திரும்பிப் பார்த்தேன்.

அவன் முகம் இரக்கத்தைக் கோரி மன்றாடுவது போல் தோன்றியது. ஆனாலும் அவன் தன் பிடியை விட்டுவிடவில்லை.

எரிச்சலடைந்தவனாய் என் கையை அவனது பிடியி லிருந்து உதற முயன்றேன். நம்பமுடியாத அளவுக்கு, என் கை உதற முடியாதபடி மாற்றமடைந்து கொண்டி ருந்ததை உணர்ந்தேன். அவன் என் மணிக்கட்டை இறுக்கமாக அழுத்திப்பிடித்த அந்த நொடியிலிருந்தே என் கையில் என்னமோ மாறுதல் ஏற்பட ஆரம்பித் திருந்தது. இளகிய மண்ணுக்குள் புதைகிறமாதிரி அவனது விரல்கள் என் மணிக்கட்டினுள் புதைந்திருந்தன. எனது மணிக்கட்டின் எலும்பில் அவனது விரல்கள் உரசும் கூச்சத்தை சில நொடிகள் நான் உணர்ந்தேன். அடுத்த சில நொடிகளில் அவனது வலது கை எனது இடது கையுடன் இணைந்து ஒரே உறுப்பு மாதிரி மாறி விட்டதை உணர்ந்தேன். ஒரு மரக்கிளையிலிருந்து பிரியும் இன்னொரு கிளை மாதிரி என் கையிலிருந்து

அவன் கை பிரிந்து போய் அவன் தோளில் இணைந்து கொண்டிருந்தமாதிரி பிரமை தட்டியது. அந்த நொடியில் நான் அடைந்த திகிலை வார்த்தைகளால் விவரிக்க இயலாது. அடிப்பாகம் இல்லாத கிணற்றின் ஆழத்தில் நிரந்தரமாக விழுந்து கொண்டிருப்பதைப் போன்ற பீதி என் உடம்பெங்கும் பரவியது. அதீதமாக வியர்த்தது. மூச்சுத் திணறுகிற மாதிரி இருந்தது.

என் கண்களில் துளிர்த்திருந்த திகில் அவனைப் பாதித்திருக்க வேண்டும். அவன் தனது கருஞ்சாம்பல் விழிகளைக் குற்ற உணர்வுடன் தாழ்த்திக்கொண்டு, 'மன்னிக்க வேண்டும்' என்றான். 'பதற்றத்தில் தவறு நேர்ந்துவிட்டது.'

பின்பு தனது கையை உலுக்கி அசைத்து வாகாக உருவினான். என் கையிலிருந்து அவன் கை வெளியேறுவதை என்னால் வலி ஏதுமின்றி இயல்பாக உணர முடிந்தது. அரைத்து வைத்த அரிசி மாவிலிருந்து முக்கிய கையை வெளியே எடுப்பதைப்போல் என் கைக்குள்ளிலிருந்து அவன் கை கத்தியின்றி இரத்தமின்றி சுதந்திரம் பெற்று வெளியேறியது.

நான் விழித்தபடி நின்றேன். என் தொண்டை உலர்ந்திருந்தது. என் மனத்தை ஒரு வெற்றிடம் போல் உணர்ந்தேன். என்னால் ஒருவார்த்தைகூட பேச முடியவில்லை. நான் ஒருவேளை பேசும் சக்தியை இழந்து விட்டேனோ என்று அஞ்சினேன்.

'இதெப்படி சாத்தியம்?' நான் மந்திரம்போல் முணுமுணுத்தேன்.

'சாத்தியம்தான்.'

அந்தச் சூழ்நிலையைப் பரிசீலனை செய்பவனைப் போல் இங்குமங்கும் பார்த்தான். அனிச்சையாக நானும் அவன் பார்த்த இடங்களில் பார்வையைச் செலுத்தினேன். சற்றுத் தொலைவில் ஓர் இளம்பெண்

தனது அழகிய பொமரேனியன் நாய்க்குட்டியுடன் நடந்து போய்க் கொண்டிருந்தாள்.

'அந்தப் பெண்ணின் உடம்புக்குள் அந்த நாய்க்குட்டி நுழைந்து வெளியேற முடியும். அதேபோல் அந்தப் பெண் தனது நாய்க்குட்டியுடன் இந்தக் காம்பவுண்ட் சுவருக்குள் நுழைந்து உள்ளே பிரவேசிக்க முடியும்' என்றான் அவன் படுநிச்சயத்தன்மையுடன்.

கரிய மீசையின்கீழ் அவன் உதடுகள் நெளிந்தன. புன்னகையாக இருக்கலாம்.

'அந்தப் பெண் ஒற்றைப் பொருள் அல்ல. கோடிக் கணக்கான நுண்துகள்களால் ஆனவள். நீங்களும், நானும், இந்த மரமும், காம்பவுண்ட் சுவரும்... எல்லாமே நுண்துகள்களால் ஆன உருவாக்கங்கள்தான். இந்தப் பிரபஞ்சம் வெளியாலும் அணுக்களாலும் ஆனது. இடைவிடாமல் அணுக்கள் இணைகின்றன. பிரிகின்றன. இணையும்போது அவை உருவாக்கும் உருவங்கள்தான் மனிதன், மரம், மலை, ஆறு எல்லாம். அணுக்கள் ஒன்றாகச் சேர்ந்து ஒரு பொருளாக உருவாகும்போது பிறப்பு என்கிறோம். இணைந்த அணுக்கள் மீண்டும் பிரிந்து வருவதை மரணம் என்கிறோம். பெரிய பிரபஞ்ச வெளியில் மிதந்து கொண்டிருக்கும் அணுக்களில் பிரிந்து வந்து ஒருங்கிணைந்திருக்கும் அணுக்களின் தொகுப்புதான் நாம். மேகம், கம்ப்யூட்டர், இளம்பெண் அவளது நாய்க்குட்டி எதுவுமே ஒற்றைப்பொருள் அல்ல. எல்லாமே ஒன்றோடொன்று இணைந்திருக்கும் அணுத்திரள்கள்தான். அந்த அணுத்திரள்களுக்கிடையேயும் இடைவெளி இருக்கிறது. திரளான மக்கள் கூட்டத்தினுள் நுழைந்து பலரை விலக்கிக் கொண்டு போவதைப் போல் இந்த அணுத்திரளைப் பிளந்து கொண்டு நம்மால் போக முடியும். அப்படித்தான் என் கை உங்கள் கைக்குள் நுழைந்தது. அதிருக்கட்டும் நான்

உங்களிடம் பேச வேண்டும் என்றேனே? நீங்கள் பதிலே சொல்லவில்லையே?'

அசாதாரண மனிதனாகத் தோன்றும் அவனை எதிர்த்து நிற்க என்னால் முடியாது என்பதை உணர்ந்து கொண்ட பின் அவனைத் தவிர்ப்பது எப்படிச் சாத்தியம்? அதனால் வேறுவழியின்றி 'கண்டிப்பாக' என்றேன்.

அவனும் கருஞ்சாம்பல் விழிகள் ஒளிர நன்றி சொன்னான்.

2

‘உங்களுக்கு எப்போதாவது தோன்றியதுண்டா, வாழ்க்கையை மீண்டும் ஒருதடவை புதிதாக ஆரம்பித்துப் பார்க்க வேண்டும் என்று? அதாவது, ஒளிநாடாவை ரீ-வைண்ட் செய்து மீண்டும் ஆரம்பத்திலிருந்து காட்சி களைப் பார்ப்பதைப்போல். சீட்டுக்கட்டைக் கலைத்துப் போடுவதைப் போல் வாழ்க்கையைக் கலைத்துப் போட வேண்டும். ஒரு மனிதன் தன் வாழ்க்கையை, ஒரே மாதிரி வாழ்ந்து பார்க்க அனுமதிக்கப்பட்டிருப்பது மாபெரும் அநீதி போல் தோன்றுகிறது.’

மதபோதகரின் பிரசங்கத்தைப் போல் என் ஃப்ளாட்டின் ஹாலில், குறுக்கும் நெடுக்குமாக நடந்த படி பேசிக் கொண்டிருந்தான் கா. என் அடுக்குமாடிக் குடியிருப்பின் உள் அமைப்பை, கடன் வழங்கும் அதிகாரி ஆய்வு செய்வது போல் கண்களால் ஆராய்ந் தான். அவனைக் கவனித்தபடி நான் சமையலறையில் தேநீர் தயாரித்துக்கொண்டிருந்தேன். நல்லவேளை யாக அப்போது வீட்டில் என்னைத் தவிர யாரும் இல்லை. என் மனைவியும் குழந்தையும் வெளியே போயிருந்தார்கள். திடீரென்று பேச்சை நிறுத்திவிட்டுப் பக்கத்துச் சுவர்மீது சாய்ந்து நின்றான் கா. நானோ பதறினேன்.

‘அந்தச் சுவருக்குள் நுழைந்து விடாதே!’

‘மாட்டேன். சும்மா சாய்ந்து நின்றேன்; அவ்வளவு தான் அது சரி, அதற்கு ஏன் இப்படிப் பதறுகிறீர்கள்?’

'நீங்கள் சாய்ந்து நிற்கும் சுவருக்குப் பின்னால் இருப்பது பக்கத்து ஃப்ளாட்டின் படுக்கையறை. புதிதாகத் திருமணமான இளம் தம்பதி அங்கே குடி வந்திருக்கிறார்கள். நீங்கள் பாட்டுக்கு உள்ளே நுழைந்து விட்டால் நிலைமை விபரீதமாகிவிடும்.'

'அது உண்மைதான்' அவன் ஒப்புக்கொண்டான்.

தனது கருஞ்சாம்பல் விழிகளால் என் ஃப்ளாட்டை அலசி விட்டுத் தனது தீர்ப்பை வழங்கினான்.

'கடலைப் பார்த்த வீடு. இரண்டு படுக்கையறை. ஒரு கூடம். பின்புற வாசல் பக்கம் பால்கனி. முன்னால் இன்னொரு பால்கனி. உண்மையில் நீங்கள் அதிருஷ்ட சாலிதான்.'

'அதிருஷ்டமா, எதற்கு?'

'கடலைப் பார்த்த மாதிரி வீடு அமைந்திருக்கிறதே. இதைவிட ஒரு அதிருஷ்டம் வேண்டுமா என்ன? கடலும் கடற்கரையும் இந்த வீட்டின் வராந்தாவாக மாறிப்போன மாதிரி பிரமை ஏற்படுகிறது. நினைத்த நேரம் வராந்தாவில்தானே நடக்க முடியும்? இது அதிருஷ்டமல்லவா?'

'இதில் அதிருஷ்டம் என்று சொல்லிக்கொள்வதற்கு ஒன்றும் இல்லை. தற்செயலாக அமைந்துவிட்டது.'

'அதிருஷ்டம் என்பதே தற்செயலாக அமைவதுதான்.'

தேநீரில் சர்க்கரை கலந்து இரண்டு கோப்பைகளில் ஊற்றி எடுத்துக் கொண்டு கூடத்தை நோக்கி நகர்ந்தேன். அதற்குள் அவன் தனது காகித உறையை டீபாய் மேல் வைத்துவிட்டு, டீபாய்க்கு எதிரே போடப்பட்டிருந்த நாற்காலி ஒன்றில் வசதியாகச் சாய்ந்து உட்கார்ந் திருந்தான்.

பரிச்சயமில்லாத ஒரு நபரை முதல் சந்திப்பிலேயே என் வீட்டுக்கு அழைத்து வந்திருக்கிறேன். அவன் ஹாலிவுட் திரைப்படங்களில் வருவதைப்போல்

18

சுவருக்குள் நுழைவதில் சமர்த்தனாக இருக்கிறான். இதென்ன அபத்தம் என்று யோசித்தபடியே இரண்டு தேநீர்க் கோப்பைகளையும் டீபாயில் வைத்துவிட்டு அவனுடைய நாற்காலிக்கு எதிர்த்த நாற்காலியில் உட்கார்ந்தேன்.

'ஏதோ என்னால் முடிந்த அளவுக்குத் தேநீர் தயாரித் திருக்கிறேன். பொறுத்துக்கொண்டு குடிக்க வேண்டும். பயப்பட வேண்டாம். நானும் குடிக்கப் போகிறேன்; தண்டனை இருவருக்கும் பொது' என்றேன்.

இந்தச் சூழ்நிலையில் எப்படி என்னால் நகைச்சுவை யாகப் பேச முடிகிறது என்று எனக்கே வியப்பாக இருந்தது.

சாம்பல் விழியாளன் சிரித்தான்.

'தண்டனைகள் எனக்குப் பழக்கமானவைதான். இப்போதும் கூட எனது தண்டனையிலிருந்து தப்பித்துத் தான் வெளியே வந்திருக்கிறேன்.'

என்னுள் திகில் குமிழியிட்டது. திடீரென்று நான் கலக்கமடைந்து போனேன்.

அவனோ இயல்பாகத் தன் கோப்பையை எடுத்துத் தேநீரை ஒரு மிடறு உறிஞ்சினான்.

'தேநீர் மிக நன்றாக இருக்கிறது' என்று சான்றிதழும் தந்தான்.

தண்டனையிலிருந்து தப்பி ஓடிவந்திருக்கிறேன் என்கிறானே... இவன் எங்காவது சிறைக் கைதியாக இருந்திருப்பானோ. ஒருவேளை இவன் இன்டர்போல் தேடும் அளவுக்கு மிகப் பெரிய குற்றவாளியாக இருந்து தொலைந்து, இப்போது என் வீட்டுக்குள் இவனை அனுமதித்திருக்கும் பட்சத்தில், என் கதி என்ன ஆகுமோ என்று நினைத்துக் கதிகலங்கினேன். அப்படியே சில கணங்கள் செயலற்றுப் போய் உட்கார்ந்திருந்தேன். அவன் தனது கற்றை மீசையின் கீழிருந்த உதடுகளை

நெரித்துப் புன்னகைத்தான். அவன் புன்னகை எனக்கு எரிச்சல் தருவதாக இருந்தது.

'தேநீர் ஆறிவிடப் போகிறது. குடித்துவிட்டு யோசிக்கலாமே' என்று அறிவுறுத்தினான். அதுவும் சரிதான். 'இன்டர்போலு'க்குப் பயந்து தேநீரைக் குடிக்காமல் இருப்பதில் அர்த்தமில்லை. இக்கணம் நிஜம். இக்கணத்தில் எதிரில் இருக்கும் தேநீரைச் சுவைத்துப் பருகுவதுதான் நியாயமானது. 'இன்டர்போல்' வரவிருக்கும் வேறொரு கணத்தை முன்வைத்து இக்கணத்தின் சௌந்தர்யத்தைப் பலியிட வேண்டியதில்லை.

என்னுடைய கோப்பையை எடுத்துக்கொண்டேன். ஒரு பெருமூச்சு விட்டுவிட்டு விதியே என்று தேநீரை உறிஞ்ச ஆரம்பித்தேன். தேநீர் வேறு மோசமாக இருந்தது. ஒரு பேச்சுக்குச் சொல்லப்போய் உண்மையிலேயே இந்தத் தேநீரைக் குடிப்பது தண்டனையாக மாறிவிட்டிருந்தது.

இது ஒரு தருணம். இந்தத் தருணத்தில் நான் சரியாகச் செயல்பட வேண்டும். இல்லாவிட்டால் தொலைந்தேன். தண்டனையிலிருந்து தப்பி வந்திருக்கிறேன் என்கிறான். இவனிடமிருந்து என்னைத் தற்காத்துக் கொண்டாக வேண்டும். இல்லாவிட்டால் மீளமுடியாத வலைப் பின்னலுக்குள் நான் சிக்கிக்கொள்ள நேரிடும்.

முதலில் இவன் என்ன தவறு செய்திருக்கிறான், இவனுக்கு விதிக்கப்பட்ட தண்டனை என்ன என்பதை நான் தெரிந்தாக வேண்டும். அப்போதுதான் இவனைச் சந்தித்ததன் மூலம் என்னையுமறியாமல் நான் நுழைந்து விட்ட புதிர்வழியிலிருந்து என்னால் மீள்வதற்கான உபாயங்களைக் கண்டுபிடிக்க முடியும்.

தயக்கத்துடன் அவனிடம் கேட்டேன்.

'தண்டனையிலிருந்து தப்பி வந்திருக்கிறேன் என்கிறீர்களே... அதைப் பற்றிச் சொல்ல முடியுமா?'

'நான் உங்களைச் சந்தித்ததே அதைப் பற்றிச் சொல்வதற்காகத்தானே?'

இந்த பதிலை நான் எதிர்பார்த்திருக்கவில்லை. அதனால் திடுக்கிட்டேன். என்னைப் பார்ப்பதற்கும் இவனது தண்டனைக்கும் என்ன சம்பந்தம்?

நான் அவனையே குழப்பத்துடன் பார்த்தேன்.

குடித்து முடித்த தேநீர்க் கோப்பையை டீபாயின் மேல் வைத்துவிட்டுத் திருப்தியுடன் என்னைப் பார்த்துச் சிரித்தான். அந்த இளிப்பு என்னைக் கவரவில்லை. சொல்லப்போனால் எரிச்சலூட்டியது.

ஒரு குழந்தையின் கண்ணாமூச்சி ஆடும் குதூகலத்துடன் அவன் கேட்டான்.

'நான் எங்கேயிருந்து வந்திருக்கிறேன் என்று சொல்லுங்கள் பார்ப்போம்.'

எனக்குத் தெரிந்த சிறைகளின் பெயர்களை நினைவு கூரத் தொடங்கினேன். அந்தமான், அல்கட்ராஸ்... ஐயோ அந்தச் சிறைகள் மூடப்பட்டுவிட்டன. ஃப்ரெஞ்ச் கயானா... சமயம் பார்த்துச் சிறைச்சாலைகள் நினைவுக்கு வர மறுத்தன.

சில நொடிகளுக்கு என் மண்டையைக் குழப்பிவிட்ட சந்தோஷத்துடன் அவன் தன்னைப் பற்றி இயல்பாக அறிவித்தான்.

'நான் உங்கள் பக்கத்து காலாக்ஸிக்காரன்'

அவனது சற்றும் எதிர்பாராத இந்த அறிவிப்பு, உண்மையில் என்னைத் திடுக்கிட வைத்தது. தவிரவும், என்ன இது... பக்கத்து வீட்டுக்காரன் என்பதுபோல வெகு இயல்பாகப் பக்கத்து காலாக்ஸிக்காரன் என்று சொல்கிறானே என்றும் தோன்றியது.

அவனை நம்பாமலிருப்பதற்குப் போதிய காரணங்கள் இல்லாததால் என்னால் அவநம்பிக்கை கொள்ள முடியவில்லை.

‘என்னுடைய காலாக்ஸியின் பெயர் உங்களுக்குத் தெரிந்திருக்கும். உங்கள் மொழியில் அதன் பெயர் ஆண்ட்ரமெடா.’

ஆண்ட்ரமெடா... ஆண்ட்ரமெடாவைப் பற்றிப் படித்திருக்கிறேன். பல ஹாலிவுட் திரைப்படங்கள் பார்த்திருக்கிறேன். ஆண்ட்ரமெடாதான் நமது பால் வழி மண்டலத்துக்குப் பக்கத்து மண்டலம் என்று எனக்குத் தெரியும். நம்முடைய காலாக்ஸியிலிருந்து 1,500,000 ஒளி வருடங்களுக்கு அப்பால் இருக்கும் காலாக்ஸி அது. நிலவற்ற தெளிவான இரவு நேரங் களில் ஆகாயத்தில் மங்கலான ஒளித்திட்டுபோல அது தெரியும். அங்கிருந்து வந்தவனா இவன்?

‘உங்கள் காலாக்ஸியில் சூரியனைச் சுற்றிவரும் பூமிபோல் எங்கள் காலாக்ஸியிலும் சூரியனைச் சுற்றி வரும் பூமி ஒன்று இருக்கிறது. அதன் தற்போதைய பெயர் மா. அதிலிருந்துதான் நான் வந்திருக்கிறேன்.’

இப்போது அவன் என்ன சொன்னாலும் நம்புகிற மனநிலைக்கு வந்திருந்தேன். அடுத்தடுத்து எதிர்பாராத விஷயங்கள் குறுக்கிடும்போது நம்பிக்கை அவநம்பிக்கை களைக் கடந்த உணர்வு ஏற்பட்டுவிடுகிறது. எனவே அவன் ஆண்ட்ரமெடாவிலிருந்து வந்தது பற்றிய சந்தேகத்தை நான் எழுப்பவில்லை. ஆனால், அவன் சொல்லும் பெயர்கள் ஒற்றை எழுத்துகளால் அமைந் திருப்பது எனக்கு வினோதமாகப் பட்டது.

‘உங்கள் பெயர் கா. உங்கள் பூமியின் பெயர் மா. அப்படியானால் உங்கள் சூரியனின் பெயர் ‘‘பா’’ வா?’

‘இல்லை, ரா. எங்கள் கடலின் பெயர் யோ. காற்றின் பெயர் ஹோ.’

‘ஏன் இப்படி எல்லாமே ஒற்றை எழுத்துகளாகவே இருக்கின்றன?’

‘ஒரு காலத்தில் நீண்ட பெயர்கள் இருந்திருக்கின்றன.

பிற்காலத்தில் மாற்றப்பட்டு, புதியமொழி வந்ததி லிருந்தே அப்படித்தான் இருந்து வந்திருக்கின்றன. இதற்குத் தனித்த காரணங்கள் இருக்கின்றன. இப்போது எதையும் என்னால் விளக்க முடியாது.'

'சரி, அது கிடக்கட்டும். ஆண்ட்ரமெடாவிலிருந்து எப்போது புறப்பட்டீர்கள்?'

'உங்களைச் சந்தித்தேனே அதற்குச் சற்றுமுன்பு. அதாவது சில மணி நேரத்துக்கு முன்பு ஏன் கேட்கிறீர்கள்?'

'பதினைந்து லட்சம் ஒளி வருடங்களை சில மணி நேரத்தில் எப்படிக் கடக்க முடியும்... ஒளியின் வேகத்தில் வந்தீர்களா?'

நான் உண்மையில் அவனைக் கிண்டலடிக்கும் நோக்கத்தில் கேட்கவில்லைதான். ஆனால் என் கேள்வி கிண்டல் போல் அவனுக்குத் தோன்றியதோ என்னமோ. திடீரென்று இறுக்கமானான் அவன்.

மதபோதகரைப் போல் தனது இரண்டு கைகளை யும் விரித்துக்கொண்டு, உத்தரத்தை நோக்கி அண்ணாந்து பார்த்தான். ஆயாசத்துடன் ஒரு நீண்ட பெருமூச்சை வெளியேற்றினான். தனக்குள்ளோ அல்லது தனக்கு வெளியேயோ கேட்கும் விதமாக மெலிதாக முணு முணுத்தான்.

'பகுத்தறிவே பயங்கரம்.'

செய்வதறியாமல் குற்ற உணர்வுடன் அவனையே பார்த்தேன்.

பின்பு அவன் சட்டென்று நிமிர்ந்து உட்கார்ந்தான். என் கண்களை ஊடுருவிப் பார்த்தான்.

'நீங்கள் பகுத்தறிவு சொல்வதை அப்படியே கேள்வி கேட்காமல் எடுத்துக் கொள்கிறீர்கள். பகுத்தறிவு குறையுடையது என்பதை நீங்கள் அறிவதே இல்லை.'

எனது அறியாமைக்காக வருந்துவது போல் என்னைப் பரிதாபமாகப் பார்த்தான். ஓரிரு கணங்கள் தனக்குள்

முணுமுணுத்தான். பின்பு தனது தொண்டையை செருமிக்கொண்டான். ஒரு கல்லூரி விரிவுரையாளரை போல் பேசத் தொடங்கினான்.

'முழுமையான பகுத்தறிவு என்பது எதுவும் இல்லை. பிரபஞ்சத்தில் எல்லாமே சார்பியலால் கட்டமைக்கப் பட்டவையே. எந்த ஒரு விஷயத்தையும் அது எதைச் சார்ந்து இருக்கிறது என்று பார்க்க வேண்டும்; பகுத்தறிவு உட்பட.'

என்னுடைய கூடத்தின் சுவரில் மாட்டப்பட்டிருந்த உலகப்படத்தைக் காட்டிச் சொன்னான்.

'இது வரைபடம் மட்டுமே. பிராந்தியம் அல்ல. சரிதானே? நல்லது. இதுதான் உலகத்தின் வரைபடம் என்று ஒரு தட்டையான காகிதத்தில் இந்தப் படத்தை அச்சடித்துத் தந்திருக்கிறார்கள். நாமும் நமது பகுத்தறிவு சரி என்று சொல்வதால் இதை உலக வரைபடம் என்று கேள்வியின்றி ஒப்புக் கொள்கிறோம். ஆனால், உண்மை யில் உலகம் உருண்டையானது. உருண்டையான வடிவத்தில் இந்த வரைபடத்தில் இருப்பதுபோல் கோடுகள் கிடைமட்டத்தில் நேர்க்கோடுகளாக இருக்க முடியாது அல்லவா? வளைந்துதானே இருக்க முடியும்.

ஒரு கோளத்தின் மீது நேர்க்கோடு ஒன்றை வரைய முற்பட்டால் அந்த நேர்க்கோடு வளைந்த கோடாக மாறி விடும். ஆனால், இந்த வரைபடம் வளைந்த கோடுகளை நேர்க்கோடுகளாகக் காட்டுகிறது. இது ஒரு பாவனை; பகுத்தறிவு பாவனைகளை உண்மை போல் நிரூபித்து நம் தலையில் கட்டப்பார்க்கிறது.'

இந்த நேரத்தில் இவனிடம் இந்தச் சார்பியல் வகுப்புப் பாடத்தைக் கேட்பது அத்தனை முக்கியமா என்று தோன்றியது. இருந்தாலும் நான் அனிச்சையாகத் தலையாட்டினேன்.

'சரி, நான் உங்களிடம் ஒரு கேள்வி கேட்கட்டுமா?'

என்றான் அவன்.

'கேளுங்கள்'

'ஒரு பொருளை உடைத்தால் அது என்னவாக மாறும்?'

'சிறு துண்டுகளாக மாறும்.'

'அதாவது ஒரு செங்கல்லை உடைத்தால் அது இரண்டு அரைச்செங்கற்களாக மாறும்; அப்படித்தானே?'

'ஆமாம்'

'இது பகுத்தறிவு. ஒரு செங்கல்லை உடைத்தால் இரண்டு அரைச்செங்கற்கள் கிடைக்காமல் இரண்டு முழுச் செங்கற்களே கிடைத்தால் எப்படி இருக்கும்?'

'அது எப்படி முடியும்?'

'எப்படி முடியும் என்று கேட்பது பகுத்தறிவு. அதைக் கடந்து வாருங்கள். அணுவிலுள்ள எலெக்ட்ரான், நியூட்ரான் போன்ற நுண்பொருட்களை உடைத்தால் அவை இரண்டு சிறு துண்டுகளாக ஆவதில்லை. இரண்டு முழு எலெக்ட்ரான்களாகவே மாறுகின்றன. ஒரு செங்கல்லை உடைத்தால் இரண்டு செங்கல் கிடைத்தால் எப்படி இருக்குமோ அந்த மாதிரி. இந்த நிகழ்ச்சி நம் பகுத்தறிவைக் குழப்புகிறதல்லவா?'

'ஆமாம்'

'அதனால்தான் சொன்னேன். பகுத்தறிவு சார்புடையது. முழுமையான ஒற்றைப் பகுத்தறிவு என்று எதுவும் இல்லை.'

'சரி'

'நமது அறிவு, மதிப்பீடு, ஒப்பீடு எல்லாமே சார்பானவை. ஒரு பொருளை நாம் அழகு என்று சொல்லும்போதுதான் இன்னொரு பொருள் அழகற்றது என்று கற்பிக்கப்படுகிறது. பூமியில் ஓர் இடத்தை நாம் கிழக்கு என்று குறிப்பிடும்போது தன்னிச்சையாகவே இன்னோர் இடம் மேற்காக மாறிவிடுகிறது. அதே

சமயம், மொத்த பூமியும் சூரியனுக்கு மேற்கே வரும் போது பூமியில் இருக்கும் கிழக்கு மேற்கு எல்லாமே சூரியனுக்கு மேற்காக மாறிவிடுகின்றன.'

'உண்மைதான்'

'உங்கள் குறையுடைய பகுத்தறிவுதான் பதினைந்து லட்சம் ஒளிவருடங்களை நான் எப்படிக் கடந்து வந்தேன் என்று கேள்வி எழுப்புகிறது. இங்கிருந்து ஐரோப்பாவுக்கு விமானத்தில் போகவே சிலமணி நேரங்கள் ஆகும்போது ஆண்ட்ரமெடாவிலிருந்து சில மணி நேரத்தில் எப்படி இங்கே வரமுடியும் என்று உங்கள் பகுத்தறிவு அவநம்பிக்கையுடன் தாக்கம் செய்கிறது. உங்களுக்குத் தெரியுமா? காலம் என்பது இரண்டு விதமானது. ஒன்று நாம் வழக்கமாக அறிந்து கொண்டிருக்கும் மரபான காலம். இன்னொன்று "வெளிகாலம்". வெளியில் நிலவும் காலம் என்பது நாம் வழக்கமாகப் புரிந்துகொண்டிருக்கும் காலம் என்ற கோட்பாட்டுக்கு எதிரானது. பிரபஞ்ச வெளியில் பயணித்தால் நம்மால் முழுப் பிரபஞ்சத்தையும் 48 வருடங்களில் சுற்றி வந்துவிட முடியும். ஆனால், அந்த 48 வருடங்களில் இந்த பூமி பலகோடி வருடங்களைக் கடந்திருக்கும் என்றார் உங்கள் ஐன்ஸ்டீன். இதை உங்களால் புரிந்துகொள்ள முடிந்தால் நான் சில மணி நேரத்தில் ஆண்ட்ரமெட ாவிலிருந்து வந்திருப்பதையும் புரிந்துகொள்ள முடியும்'

'எல்லாம் சரி. நீங்கள் சொல்வதை எல்லாம் ஒப்புக் கொள்கிறேன். அறிவியல் வகுப்பு எடுப்பதை நிறுத்தி விட்டு முதலில் உங்களைப் பற்றியும், உங்கள் பிரச்சினை பற்றியும் சொல்லுங்கள்.'

ஆழ்ந்த யோசனையுடன் என்னை ஒரு கணம் பார்த்தான் கா. நாக்கால் மேலுதட்டை வருடிக் கொண்டான். பின்புதான் தான் கொண்டுவந்திருந்த

காகித உறையைப் பார்த்தான். 'சொல்லி விடுகிறேன்... எல்லாவற்றையும்... ஆமாம்... வேறு வழி இல்லை. அப்போதுதானே நான் உங்களிடம் உதவி கோர முடியும்?' என்று மந்திர உச்சாடனம் போல் முணு முணுத்தான்.

அடுத்து என்ன செய்யப் போகிறானோ என்ற எதிர் பார்ப்புடன் மனம் படபடக்க உட்கார்ந்திருந்தேன் நான்.

தனது காகித உறையினுள் கைவிட்டு ஒரு 14×10 அளவில் இருந்த ஒரு செவ்வகப் பலகையை வெளியே எடுத்தான். அரையங்குல கனத்தில் இருந்த அந்தப் பலகை செயற்கை இழையால் தயாரிக்கப்பட்ட மாதிரி இருந்தது. பாலியூரிதேனாக இருக்கலாம். அதை என்னிடம் நீட்டினான். பார்ப்பதற்குத் தக்கை போல் தோன்றிய அந்தப் புகைப்படப் பலகை ஒரு கிலோ எடை இருப்பது போல் கனத்தது. அலட்சியமாக வாங்கிய நான் அதைக் கீழே போட இருந்தேன். பின்பு பதறிப்போய் ஜாக்கிரதையாகப் பிடித்துக் கொண்டேன்.

கா சிரித்தான்.

'எங்கள் உலகில் பொருட்களின் அடர்த்தி அதிகம். புவியீர்ப்பு விசை குறைவு. ஆனால் உங்கள் உலகில் ஈர்ப்புவிசை அதிகம். அதனால் அதீதமாய்க் கனக்கும்' என்றபடி தன் பாக்கெட்டிலிருந்து ஒரு கூம்பு போன்ற பொருளை எடுத்தான். மூன்றங்குல உயரமும், இரண்டங்குல அகலமும் கொண்ட அந்தப் பொருளை என் கையைத் தூக்கி உள்ளங்கை மேல் வைத்தான். சில கிராம் எடை மட்டுமே இருக்க வேண்டிய அது இரண்டு கிலோ எடை இருந்தது. அதை எடுத்தபின் உள்ளங்கை யில் அது இருந்த இடத்தில் சதை அமுங்கிப் பள்ளமாகத் தெரிந்தது.

அதை அவனிடமிருந்து சர்வ சாதாரணமாக வாங்கிப்

பார்த்த நான் பதற்றமடைந்து கீழே போட இருந்தேன். ஏனெனில், அது ஒரு விசித்திரமான புகைப்படம். அந்தப் புகைப்படத்தில் காட்சிகள் இயங்கிக் கொண்டிருந்தன. திரைப்படம் பார்ப்பது போல உருவங்கள் நடமாடிக் கொண்டிருந்தன. வியப்பு மேலிட்டவனாக அந்தப் பலகையைத் திருப்பித் திருப்பிப் பார்த்தேன்.

'அசையாப் படங்களைச் சட்டம் போட்டு மாட்டுவது புராதனக் காலப் பழக்கம். இப்போதெல்லாம் இது போன்ற அசையும் படங்களைத்தானே நாங்கள் சுவரில் மாட்டி வைக்கிறோம்'

நான் பிரமிப்பின் உச்சத்தில் இருந்தேன்.

'இது... எப்படி?'

'சுலபம்... டிஜிட்டல் காமிராமூலம் இயங்கும் காட்சிகளைப் படம்பிடித்து, அதைக் கம்ப்யூட்டர் சில்லில் ஏற்றி இதைப் போன்ற பலகையில் பதித்துவிட வேண்டும். இந்தப் புகைப்படத்தின் மேலே இருக்கும் கண்ணாடித் தகடு பிக்சர் ட்யூப். இந்த பிக்சர் டியூபில் கம்ப்யூட்டர் சில்லில் இருக்கும் படம் இயங்கிக் கொண்டிருக்கும்.'

நான் கொஞ்ச நேரம் அந்த அசையும் படங்களையே வியப்பு மாறாமல் பார்த்தேன். எந்த ஒரு விஷயமும் சில கணங்களுக்கு மட்டுமே வியப்பளிப்பதாக இருக்கும். விரைவிலேயே வியப்பு பழசாகி சாதாரணமாகப் புழங்குகிற விஷயமாக மாறிவிடும்.

சில நொடிகளுக்குப்பின் இதுவும் அப்படித்தான் ஆகிவிட்டது. இப்போது வியப்பை மறந்து அந்தப் படங்களைக் கவனிக்கத் தொடங்கினேன்.

முதலில் ஒரு பெரிய நிலப்பரப்பு தோன்றியது. அந்த நிலப்பரப்பில் நீலநிற ஆகாயத்தின் பின்னணியில் கட்டடங்கள் முளைத்திருந்தன. உருளை, முக்கோணம், செவ்வகம், ஐங்கோணம் என்று எல்லாக் கட்டிடங்களுமே

ஜியோமிதி வடிவங்களால் ஆனவை.

கா தனது உலோகம் போன்ற குரலில் விவரிக்க ஆரம்பித்தான்.

'இதுதான் எங்கள் நகரம் க்ரூ. இங்கிருந்துதான் நான் வந்திருக்கிறேன். இந்தச் சலனப் புகைப்படத்தில் தெரியும் கட்டடங்களை நன்றாகப் பாருங்கள்....'

'பார்த்தேன்.'

'...முக்கோணக் கட்டடங்கள் அரசு அலுவலகங்கள். செவ்வகக் கட்டடங்கள் குடியிருப்புகள்... சதுரமாக இருப்பவை பரிசோதனைக் கூடங்கள்...'

'ஓஹோ...'

'...உருளை வடிவத்தினாலான கட்டடங்கள் கண் காணிப்புக் கோபுரங்கள். ஐங்கோணக் கட்டிடங்கள் சிறைக்கூடங்கள்...'

செய்திப்பட விவரணையாளரைப் போல் அவன் குரல் ஒலித்துக் கொண்டிருந்தது.

இப்போது கட்டடங்கள் தனித்தனியாக அண்மைக் கோணத்தில் தெரிந்தன. காமிரா சரேலென்று ஒரு முக்கோணக் கட்டடத்தின் ஜன்னலுக்குள் நுழைந்தது. ஒரு மிகப்பெரிய ஹாலுக்குள் பிரவேசித்தது. அந்த ஹால் முழுக்க கணினிகள் வரிசைப்படுத்தப்பட்டிருந்தன. கணினிகளின் முன்பு ஆண்களும், பெண்களும் உட்கார்ந்து தீவிரமாகப் பணிபுரிந்து கொண்டிருந்தனர். எல்லோரும் சீருடை அணிந்திருந்தார்கள். பச்சை நிறச்சீருடை.

'...பச்சை நிறச் சீருடை குடிமக்களுடையது. வெள்ளை நிறச் சீருடை மேலாண்மைக்காரர்களுடையது. மஞ்சள் வண்ணச் சீருடை இளநிலை அதிகாரிகளுடையது. நான் அணிந்திருப்பது போன்ற ஆரஞ்சு வண்ணச் சீருடை குற்றவாளிகளுடையது.'

'சரி, கைதிகளுக்கு ஏன் ஆரஞ்சு வண்ணச் சீருடை?'

'எவ்வளவு தொலைவிலிருந்து பார்த்தாலும் பளிச் சென்று தெரியக்கூடிய வண்ணம் ஆரஞ்சு வண்ணம் தான். கைதிகள் தப்பி ஓடினால் கண்டுபிடிக்க உதவியாக இருக்கும் என்ற கருத்தில்தான் ஆரஞ்சு வண்ண உடை கைதிகளுக்கு அளிக்கப்பட்டிருக்கிறது.'

'அப்படியா?'

'சரி, அந்த மேலாண்மைக்காரர்கள் யார்?'

காவின் முகத்தில் சிறு வேதனைக் கீற்று ஒன்று தோன்றி மறைந்தது.

'அவர்கள்தான் ஆண்ட்ரமெடாவை ஆள்பவர்கள்.'

'அவர்கள் என்று வேறு யாரையோ குறிப்பிடுவது மாதிரி பிரித்துச் சொல்கிறீர்களே...'

'ஆமாம். வேறு யாரோதான் அவர்கள். மிருகங் களிடமிருந்து பூமியை மனிதன் தட்டிப்பறித்துக் கொண்டமாதிரி, மனிதர்களிடமிருந்து பூமியைத் தட்டிப் பறித்துக் கொண்டவர்கள் அவர்கள்.'

'மனிதர்கள்தானே அவர்கள்?'

'இல்லை. மனிதனைப் போன்றவர்கள். செயற்கை அறிவுஜீவிகள்.'

'யூ மீன் ஆர்ட்டிபிஷியல் இன்டெலிஜென்ஸ்.'

ஆமாம் என்பது போல் தலையசைத்தான் கா. அவனது நெடிய பெருமூச்சு என்னுள் இனம் புரியாத பயத்தைக் கிளற ஆரம்பித்தது.

புகைப்படத்தில் காட்சிகள் நகர்ந்த வண்ணம் இருந்தன. காமிரா இப்போது குடியிருப்புகளினுள்ளே தன்னிச்சையாக அலைய ஆரம்பித்திருந்தது. குடியிருப்பு என்பது வீடோ ஃப்ளாட்டோ அல்ல. அது ஒரு படுக்கை. அவ்வளவுதான். ஒவ்வொரு மனிதனுக்கும் ஒரு படுக்கை தான் குடியிருப்பு.

பயணிகள் செல்லும் கப்பலில் மேல் தளங்கள் அறைகளாகப் பிரிக்கப்பட்டு ஹோட்டல் அறைகளைப்

போல் நேர்த்தியாக இருக்கும். கடைசி வகுப்புகள் நரகத்தைவிட மோசமானவையாக இருக்கும். 'பங்க்கர்' வகுப்பு என்பது அதன் பெயர். பங்க்கர் வகுப்பு சபிக்கப் பட்டவர்களுக்காகவே உருவாக்கப்பட்டது. இரண்டு அடுக்குப் படுக்கைகளால் ஆன நெடிய வரிசைக்கு பங்க்கர் க்ளாஸ் என்று பெயர். நூறு சதுர அடி இடத்துக்குள் இருபது படுக்கைகள் திணிக்கப்பட்டி ருக்கும். 'ஆறடி இடம் மட்டுமே சொந்தம்' என்ற வாக்கியத்தை இறந்தவர்களுக்கு மட்டுமல்லாமல், உயிருள்ள பங்க்கர் வாசிகளுக்கும் சேர்த்து நீட்டித்துக் கொள்ளலாம். அந்த 'பங்க்கர்' வகுப்பை நினைவூட்டும் விதமாக இந்தக் குடியிருப்பு இருந்தது.

அந்தப் படுக்கைகளில் ஆண்கள் படுத்திருந்தார்கள். பலவிதமான வயதுகளில்; பலவிதமான முகத்தோற்றங் களில். முகபாவங்கள் மட்டுமே வேறுபட்டிருந்தன. சில முகங்கள் புன்னகையுடன்; சில தாளமுடியாத துக்கத்துடன்; சில பிணங்களைப் போன்ற நிச்சலன மான முக அமைதியுடன்.

ஒரு பெண்ணையும் காணவில்லையே என்று யோசனை வந்த மறுகணமே காமிரா இன்னொரு அறைக்குள் நுழைந்தது.

அங்கும் 'பங்க்கர்' பாணி படுக்கைகள். வித்தியாசம் என்னவென்றால் இங்கே பெண்கள் படுத்திருந்தார்கள். எல்லா வயதுகளிலும்; அழகிய முகங்களை அணிந்த வர்கள்; சவத்தைப் போல் வெளுத்த முகங்களைத் தரித்தவர்கள்; கோபம் கொப்பளிக்கும் முகங்களை வைத்திருப்பவர்கள்.

'அவர்கள் தூங்குகிறார்கள் இல்லையா?'

'தூங்குவது மட்டுமல்ல, அவர்கள் கனவு காண் கிறார்கள்' என்றான்.

நான் அவர்கள் முகங்களை உற்றுப் பார்த்தேன்.

அப்படித்தான் தோன்றியது. கனவுகள் முகபாவத்தை மாற்றக்கூடியவை. அவரவர் கனவுகளுக்கேற்ப முகத்தின் தசை இறுகியும் தளர்ந்தும் காணப்பட்டிருப்பதாகப் பட்டது.

'இவர்கள் யார்?'

'க்ரூ நகரத்தின் குடிமக்கள்'

'இவர்கள் ஏன் இப்படித் தனித்தனிப் படுக்கைகளில் படுத்திருக்கிறார்கள்?'

'அவரவர் குடியிருப்புகளில் தூங்கிக் கொண்டிருக் கிறார்கள்.'

'சரி, ஏன் இப்படி பங்க்கர் வகுப்பு பயணிகளைப் போல் ஒரே இடத்தில் நிறையப் பேர் அடைத்து வைக்கப்பட்டிருக்கிறார்கள்?'

'எல்லாம் கனவு காண்பதற்காகத்தான்'

'கனவு காண்பதற்கா?'

'ஆமாம்; அவர்கள் ஒவ்வொருவரையும் கூர்ந்து கவனித்துப் பாருங்கள். ஒவ்வொருவரும் தலையில் ''ஹெட்போன்'' மாட்டியிருப்பது தெரியும்.'

பதினாலு அங்குலத்துக்குப் பத்து அங்குல அளவில் அந்தப்புகைப்படம் இருந்ததால் என் கண்களுக்கு ஹெட்போன் சட்டென்று முதலில் தென்படவில்லை. இப்போது நன்கு கூர்ந்து பார்த்தபோது சின்னதாகத் தெரிந்தது.

'ஆமாம். ஒவ்வொருவர் தலையிலும் ஹெட்போன் மாட்டப்பட்டிருக்கிறது.'

'அவற்றுக்கு ஹெட்கியர் என்று பெயர். ஒவ்வொரு ஹெட்கியரும் ஒரு சூப்பர் கம்ப்யூட்டருடன் இணைக்கப் பட்டிருக்கிறது. அந்த சூப்பர் கம்ப்யூட்டார்களில் கனவுகள் பதிவு செய்யப்பட்டிருக்கின்றன. அந்தக் கனவுகளின் தொகுப்பிலிருந்து இவர்களுக்கு வேண்டிய கனவுகளை இவர்கள் கோரிப் பெற்றுக் கொள்ளலாம்.'

'கனவைக் கோரிப் பெறுவதா?'

'கனவுகள் விநியோகிக்கப்படும்போது அவற்றைக் கோரிப் பெறுவதுதானே முறை?'

'ஆமாம், ஒருவேளை கனவுகளே வேண்டாம் என்று தோன்றினால் ஹெட்கியரை ஆஃப் செய்து விடலாம் அல்லவா?'

'அதுதான் முடியாது. ஏதாவது ஒரு கனவைத் தேர்ந் தெடுத்துப் பார்த்தாக வேண்டும். ஆஃப் செய்வதற்கான "ஸ்விட்ச்" ஹெட்கியரில் வைக்கப்படவில்லை. கனவு களை நிறுத்திவிட்டால் எப்படி மூளைச் சலவை செய்ய முடியும்?'

'ஓ, அப்படியா?'

'அது சரி, என்னைப் பற்றியே தொடர்ந்து கேள்வி கேட்டுக் கொண்டிருக்கிறீர்களே உங்களைப் பற்றியும் கொஞ்சம் சொல்லுங்களேன்' என்றான் கா.

'அதுவும் சரிதான்.'

'என்ன சரிதான்?'

'என்னைப் பற்றி சொல்கிறேன் என்று சொல்ல வந்தேன். அப்போதுதான் நாம் ஒருத்தரை ஒருத்தர் புரிந்துகொண்ட மாதிரி இருக்கும்.'

'ஆமாம். அதுதான் நல்லது.'

'நல்லதோ கெட்டதோ என்னைப் பற்றி நீங்கள் தெரிந்து கொள்வதற்குப் பெரிதாக ஒன்றும் இல்லை. என்னுடைய வாழ்க்கை சலிப்பூட்டக் கூடியது. இருந் தாலும் பரவாயில்லை சொல்கிறேன். என் வாழ்க்கை யைப் பற்றி உங்களுக்குச் சொல்லும்போது என்னைப் பற்றி நானேகூட ஒரு மீள்பார்வை பார்த்த மாதிரியும் இருக்குமே.'

'சரியாகச் சொன்னீர்கள். நீங்கள் ஒப்புக்கொண்டால் ஒன்று செய்யலாம்...'

என்ன என்பதைப் போல் அவனைப் பார்த்தேன்.

'ஒருத்தரே அவரைப் பற்றித் தொடர்ந்து பேசிக் கொண்டிருந்தால் அது சலிப்பூட்டக்கூடிய சமாச்சார மாக இருப்பதற்கு சாத்தியம் இருக்கிறது. எனவே, நாமிருவரும் ஏககாலத்தில் அவரவர் கதைகளைச் சொல்லிக் கொள்வோம். அதாவது முதலில் நீங்கள் உங்களைப் பற்றிச் சொல்ல ஆரம்பியுங்கள். பின்பு என்னைப் பற்றி நான் சொல்கிறேன். அதன் பின்பு மீண்டும் நீங்கள் உங்களைப் பற்றிச் சொல்லுங்கள். அப்புறம் நான். இப்படியே மாறி மாறி அவரவர் கதைகளைச் சொல்வோம். சரியா?'

அதுவும் நல்ல யோசனையாகத்தான் பட்டது. வாழ்க்கையின் அலுப்பூட்டும் தருணங்கள் இதுபோன்ற கவர்ச்சிமிக்க நிகழ்ச்சிகளால் சுவைமிக்கதாக மாறு கின்றன.

'சரி இப்போது நான் என்னைப் பற்றிச் சொல் கிறேன்' என்றேன் நான்.

3

நாற்பது ஆண்டுகளுக்கு முன் அது நடந்தது. பனிக் குடத்தை உடைத்துக் கொண்டு நான் வெளியே வந்து விழுந்தேன். முட்டாள்தனமான அவசரத்துடன் எட்டாவது மாதத்திலேயே தலைகீழாக பூமிக்குள் நுழைந்த நான் பார்ப்பதற்கு வாணலியில் இடப் பட்ட 'ஆம்லெட்' போல இருந்தேனாம். மாமா சொல்லுவார். பிறந்தபோது நான் இருந்த இருப்பில் உடல் நிலைமை மிக மோசமானதாக இருந்ததாம். இந்தக் குழந்தை அடுத்த சூரியோதயத்தைப் பார்ப் பதற்கு உயிருடன் இருக்காது என்று பிரசவம் பார்த்த மருத்துவர் ஆரூடம் சொன்னாராம். பிறந்த சில நிமிடங் களில் என்னை இறுக்கிப்பிடித்த வலிப்பு என்ன காரணத்தாலோ என்னைக் கொல்லாமல் விட்டு விட்டுப் பிரிந்து போய்விட்டதாம்.

பண்டைய கிரேக்கத்தில் பிறந்த உடனேயே குழந்தை களை ஒலிம்பஸ் மலைக்கு அப்பால் போட்டுவிட்டு வந்துவிடுவார்களாம். மறுநாள் காலையில் போய்ப் பார்க்கும்போது குழந்தை பிழைத்திருந்தால் தூக்கி வந்து வளர்ப்பார்களாம். எங்கள் ஊரில் அந்த மரபு இல்லாததால் நான் உயிர் தப்பிப் பிழைத்தேன். அதன் பிறகு பிரபஞ்சம் எனக்கு எதிராக நிகழ்த்திய சதிகளை மீறி வளரவும் செய்தேன்.

எனக்கு அறிமுகமான முதல் இளம் பருவத் தோழர்கள் காய்ச்சல், வாந்தி, வயிற்றுப்போக்கு, அம்மை

போன்றோர். வாசலிலேயே சதா காத்திருந்து என்னை அவ்வப்போது எதிர்கொண்டு அலைக்கழிப்பார்கள். ஒரு சராசரி இந்தியக் குழந்தையின் சகல அசௌகர்யங்களுடனும் நான் வளர்ந்தேன். தொடர்ந்து பள்ளிக் கூடத்துக்கும் அனுப்பப்பட்டேன். தத்துவவாதி யாராவது அந்தச் சந்தர்ப்பத்தில் என்னிடம் வந்து 'வாழ்க்கை என்றால் என்ன?' என்று கேட்டிருந்தால் என் பதில் இந்தவிதமாக இருந்திருக்கும்: 'நிறைய மார்க் வாங்கினால் சாக்லேட் கிடைக்கும். பையன்களின் கைத்தட்டல் கிடைக்கும். குறைவான மார்க் வாங்கினால் அடியும் உதையும் கிடைக்கும். அதைவிட மோசமான விஷயம்; அழகான, வாசனையடிக்கும் சிவப்பான சிறுமிகள் முகம் கொடுத்துப் பேசமாட்டார்கள்!'

வாழ்க்கையைப் பற்றிய என்னுடைய முதல் பதிவு இது. அதன் பிறகு பிரச்சினைகள் மாறுகின்றனவே தவிர வாழ்க்கை அதே விதமாகத்தான் இருக்கிறது.

வாழ்க்கையின் மீது எனக்குப் புகார்கள் இல்லை. ஒருவேளை, இது இப்படித்தான் என்கிற தீர்மானத்துக்கு நான் வந்துவிட்டது ஒரு காரணமாக இருக்கலாம். என்னைப் பொறுத்தவரை வாழ்க்கை என்பது பரிசுகளாலும், தண்டனைகளாலும் தொகுத்து வடிவமைக்கப் பட்ட ஒரு விளையாட்டு அல்லது எப்போதோ ஒரு தடவை கிடைக்க இருக்கும் பரிசுக்காக அடிக்கடி தண்டனைகளை ஏற்றுக்கொள்ளச் செய்யும் மடத் தனம் அல்லது நம்மோடு நாமே ஒத்துக்கொள்ளாமல் முரண்பட்டு நிற்கும் விபரீத தர்க்கவியல் என்றே தோன்றுகிறது.

என்னுடைய ஞாபகம் என்னை ஏமாற்றாமலிருந்தால், இன்றிலிருந்து இருபத்தைந்து ஆண்டுகள், இரண்டு மாதங்கள், இருபது நாட்களுக்கு முன் ஒரு குளிர் கால இரயிலில் ஒரு சரக்குப் பொட்டலம்போல் நான்

தன்னந்தனியாகச் சென்னைக்கு அனுப்பப்பட்டேன். நானே ஒரு பொட்டலம். என் கையில் இன்னொரு பொட்டலம். அதில் மாற்றுத்துணி ஒன்றும் ஊசல் வாடை வீசும் புளியோதரை - எலுமிச்சை ஊறுகாய் (அம்மா தயாரித்தது) இருந்தன. இவை போதாதென்று உபரியாக இன்னொரு பொட்டலம் என் மனசில் பதுக்கி வைக்கப்பட்டிருந்தது. அதில் எனது பிரதான லட்சியங்கள் நசுங்கிப் பதுங்கி ஒளிந்திருந்தன. அவை களில் மாதிரிக்குச் சில:

அ. சாவதற்குள் ஒரு தடவையாவது சென்னைக்குப் போய் ஊரைச் சுற்றிப் பார்க்க வேண்டும்.

ஆ. ஒரு தடவையாவது புகைவண்டியில் பயணம் செய்ய வேண்டும்.

இ. பெரிய ஆள் ஆனதும் பாண்டில் முழுக்கைச் சட்டையை 'டக்' செய்து கொண்டு, பூட்ஸ் அணிந்து டை கட்டிக் கொண்டு உலா வர வேண்டும்.

ஈ. ஸ்ரீதேவி / ஸ்ரீப்ரியா / ஜெயசித்ரா போன்ற சாயலில் உள்ள பெண்ணைக் காதலிக்க வேண்டும்.

உ. சென்னை கடற்கரைச் சாலையில் சிகரெட் பிடித்தபடி கார் ஓட்ட வேண்டும். (காதலிக்க நேர மில்லை படத்தில் வருவது போல) அப்போது என் பக்கத்து இருக்கையில் உட்கார்ந்திருக்கும் அழகியின் தோளில் (மார்பகத்தில் கை இடிக்காமல்) என் கையைப் போட்டுக்கொள்ள வேண்டும். வலது கையால் ஸ்டீயரிங்கை ஸ்டைலாகப் பிடித்து ஓட்ட வேண்டும். அந்த அழகி தன் தலையை என் தோளில் சாய்த்துக் கொள்வதும் கொள்ளாததும் அவள் விருப்பம்.

மேற்படி லட்சியங்களில் முதல் இரண்டும் ஏக காலத்தில் நிறைவேறியதற்கு உண்மையில் நான் மகிழ்ச்சியில் திக்குமுக்காடிப் போயிருக்க வேண்டும். ஆனால் துக்கத்துக்காளானேன். காரணம், உரிய

நேரத்தில் இயல்பாக நிகழாமல் அகாலமாய் ஒரு கொடிய வன்முறை போல் என்மேல் திணிக்கப் பட்டதுதான்.

அப்போது நான் பத்தாம் வகுப்பு மட்டுமே படித் திருந்தேன். படிப்பதற்குப் பதினோராம் வகுப்பு பாக்கி இருந்தது. அதற்குள் நான் அவசர அவசரமாக வேரோடு பிடுங்கப்பட்டேன்.

ஏனெனில், 11வது வகுப்பு படிப்பதைவிடவும் ஒரு முக்கியமான கடமை எனக்கு இருந்தது. ஒரு தூதுக் குழு செய்ய வேண்டிய வேலை அது. ஓர் உள்நாட்டு யுத்தத்தைப் பற்றியது. யுத்தம் புரியும் எதிரிகள் என் அம்மாவும் அப்பாவும்தான். அந்த யுத்தம் இப்போது உக்கிரமடைந்து விட்டது. அதைப் பற்றிய அறிக்கையை நேர்முக விவரணையுடன் சென்னையிலிருக்கும் மாமா விடம் சமர்ப்பிக்க வேண்டிய அவசரப்பணி என்பதால் நான் அப்படி ஓட வேண்டியவனாக இருந்தேன். மாமா என்பவர் என் அம்மாவின் தம்பி; பெயர் ரங்கராஜன். அம்மாவுக்கு கிராப் வெட்டிவிட்ட மாதிரி அப்படியே அம்மாவின் சாயலில் இருப்பார். அம்மாவின் கல்யாண ஆல்பத்தில் இருக்கும் போட்டோவின் விளிம்பிலிருந்த எட்டிப்பார்க்கும் சிறுவனாகவும், பட்டமளிப்பு விழா கவுன் அணிந்த இளைஞனாக இன்னொரு புகைப்படத் திலும், ஊட்டியில் தன் மனைவியின் தோளில் கை போட்ட மாதிரி 'போஸ்' கொடுக்கும் வாலிபனாக வேறொரு புகைப்படத்திலும் மாமாவை நான் பார்த் திருக்கிறேன். மாமாவை நினைத்துக்கொண்டதும் எனக்குப் பொங்கிப் பொங்கி அழுகை வந்தது. ஓடும் ஜன்னல் சதுரங்களுக்குப் பின்னால் ஓடாமல் தொடர்ந்து வந்து கொண்டிருந்த இருட்டைப் பார்த்து அழுதேன்.

இந்த நேரம் வீட்டில் அம்மாவுக்கும் அப்பாவுக்கும் யுத்தம் மூண்டிருக்கும். சென்னையில் மாமா நிம்மதி

யாகத் தூங்கிக் கொண்டிருப்பார். காலையில் கண் விழித்து எழும்போது அவரது நிம்மதியைக் குலைக்கும் பொருட்டு நான் அவர் எதிரே போய் நிற்பேன்.

பிரச்சினை என்னவென்றால் என் தந்தையின் வாழ்க்கைமுறை எங்களுடைய (எங்களுடைய என்பது நான் மற்றும் என் அம்மா) வாழ்க்கை முறைக்கு ஒத்து வரவில்லை. தந்தையுடன் ஒத்துப்போக வேண்டுமென்றால், நாங்கள் அவரது கீழ்க்கண்ட நிபந்தனை களை நிபந்தனையின்றி ஏற்றுக்கொண்டாக வேண்டும்.

1. ஐம்பது வயதான அவரை அவரது கால் டஜன் காதலிகளிடமிருந்து (தலா 21, 28, 32 வயதுகளில்) பிரிக்க முயலக்கூடாது.

2. அம்மாவுக்குப் பழந்துணியே போதும், புடவை யாகக் கட்டிக் கொள்ள. ஆனால் கால் டஜன் கடன் காரிகளின் விவகாரம் அப்படிப்பட்டதல்ல. புதுப் புடவைகள் எடுத்துத் தருவதன் மூலம்தான் அவர்களது காதல் அமரத்வம் பெறமுடியும். இல்லாவிட்டால் காதல் பாதியில் கழன்று கொள்ளும். எனவே காதலின் மேன்மையைப் புரிந்து கொண்டு காதலைக் கொண்டாடு வதன் நிமித்தம் அப்பாவின் சம்பாத்தியத்தின் பெரும் பகுதி கடன்காரிகளுக்குப் போவதைத் தடுக்க முயலக் கூடாது.

3. ஒவ்வொருத்தருக்கு ஒவ்வொன்று பிடிக்கும். அம்மாவுக்கு சிவாஜி நடித்த சினிமா பார்ப்பது பிடிக்கும். எனக்கு காமிக்ஸ் புத்தகங்கள் படிப்பது பிடிக்கும். அப்பாவுக்கோ மதுபானம் குடிப்பது பிடிக்கும். அதைத் தடுக்கக் கூடாதுதான். ஆனால் லஞ்சத்தில் வாங்கிக் குடிப்பது போதாமல் சம்பளப் பணத்திலும் வாங்கிக் குடிக்கிறார் என்பதுதான் பிரச்சினையே.

4. தெருப் பிச்சைக்காரனிடம்கூட புத்தரைப் போல் கருணை சொட்டும் கனிவான பார்வையுடன் நடந்து

கொள்ளும் அப்பா, எங்களிடம் மட்டும் யூதர்களிடம் நடந்துகொள்ளும் நாஜிகள் போல் கொடூரமாக நடந்து கொள்ளக் காரணம் என்ன என்பது விவாதிக்கப்பட வேண்டிய விஷயம்.

மேற்கண்ட பிரச்சினைகள் குறித்து மாமாவிடம் பேச வேண்டும். இது போன்ற பிரச்சினைகள் குறித்து ஒரு பதினைந்து வயதுப் பையன் தன் மாமாவிடம் பேச நேர்வது துரதிருஷ்டவசமானது. எங்களுக்காகப் பேச வேறு யாரும் இல்லாததாலும், என் அம்மா சென்னைக்குப் புறப்பட்டு வந்தால் அக்கணமே என் அப்பாவுக்கும் அம்மாவுக்கும் இடையிலான உறவு நூல் அறுந்து போகக்கூடும் ஆபத்து இருப்பதாலும் நான் இந்தத் தூதுப் பணியை மேற்கொள்ள வேண்டிய தாகி விட்டது.

இந்த விஷயத்தில் மாமா எடுக்கும் முடிவே இறுதித் தீர்ப்பாக அமையும். அவருடைய தீர்ப்பைப் பொறுத்தே எங்கள் வாழ்க்கை கீழ்க்காணும் முடிவுகளில் ஒன்றை எய்தும்:

மாமா எங்கள் ஊருக்கு வந்து இந்தப் பிரச்சினை யைச் சுமுகமாகத் தீர்த்து வைப்பார்.

அல்லது

என் அப்பாவிடம் சண்டை போட்டுவிட்டு அவரது முகத்திலடித்தாற்போல என்னையும் என் அம்மாவை யும் சென்னைக்குக் கூட்டி வந்து காப்பாற்றுவார்.

அல்லது

'எக்கேடோ கெட்டுப் போங்களேன்; என் உயிரை ஏன் எடுக்கிறீர்கள்' என்று திட்டி விரட்டியடிப்பார். (அப்போதுதானே நாங்கள் தற்கொலை செய்துகொண்டு என் அப்பாவையும் மாமாவையும் ஏக காலத்தில் தண்டிக்க முடியும்?)

4

நானும் என் தாயின் கர்ப்பப்பையிலிருந்து பூமிக்குத் தலைகீழாக நுழைந்தவன்தான். ஆனால், என்னைத் தாங்கிப் பிடித்த கைகள் மனிதக் கைகள் இல்லை. உலோகத்தால் ஆனவை. லேசான உலோக வாசனையும், ஜில்லிப்பும் கொண்டவை. நூதொழில்நுட்பம், உயிரியல் நுட்பம் மற்றும் கணினி நுட்பம் ஆகிய மூன்றாலும் வடிவமைக்கப்பட்ட கைகள். உலகின் முதல் ஸ்பரிசமே உயிரற்ற உணர்ச்சியற்ற கைகளின் ஸ்பரிசம்.

குழந்தைகளான நாங்கள் தொப்புள்கொடி அறுந்ததுமே தாயுடனான உறவையும் துண்டித்துக் கொள்பவர்கள். பிறந்ததுமே நாங்கள் இயந்திரத் தளவாடங்களைப் போல் 'கன்வேயர் பெல்ட்'களில் படுக்க வைத்துப் பரிசோதனைச் சாலைகளுக்கு அனுப்பப் படுவோம். ஏகப்பட்ட பச்சிளம் குழந்தைகள் 'வீல் வீல்' என்று அலறியபடி கன்வேயர் பெல்ட்களில் பயணம் செய்வது வழக்கமான காட்சி. ஏராளமான கணினிகளின் கூர்மையான கண்கள் எங்களை மில்லி மீட்டர் மில்லிமீட்டராக அலசும். தானியங்களையும், தயாரிக்கப்பட்ட பொருட்களையும் மாதிரி நாங்கள் தரம் பிரிக்கப்பட்டோம்.

உங்கள் உலகத்தில் நிறப்பிரிவினை, மதப்பிரிவினை ஜாதிப் பிரிவினை இருப்பதைப்போல் எங்கள் உலகத்திலும் 'நேர்த்தியான' 'நேர்த்திக் குறைவான' என்ற இரு பிரிவுகள் உண்டு.

பிறந்த குழந்தைகளில் நேர்த்தியான முகமும் உடல மைப்பும் கொண்ட குழந்தைகள் முதல்தரக் குடிமகன்கள். நேர்த்தி குறைந்த குழந்தைகள் இரண்டாம் குடிமகன்கள். அவலட்சணமான குழந்தைகளுக்கு இடம் இல்லை. அழகற்ற குறைபாடுள்ள குழந்தைகள் கருவிலேயே 'ஸ்கான்' மூலம் கண்டுபிடிக்கப்பட்டு அழிக்கப்பட்டு விடும்.

நேர்த்தி என்பது அழகு. அழகு என்பது என்ன? உடம்பின் இட, வல பகுதிகள் சமச்சீரான அளவில் ஒத்துப்போகுமாறு அமைந்திருப்பதுதான். முகத்தில் வலது புருவமும் இடது புருவமும் சமமான அளவில் வளைந்திருக்க வேண்டும். வலது கண்ணும் இடது கண்ணும் ஒரே மாதிரி இருக்க வேண்டும். வல இடக் காதுகள் ஏற்ற இறக்கமின்றி ஒரே அளவினதாக இருக்க வேண்டும். ஒன்றுக்கொன்று முரண்பட்டுப் போகும் போது அவலட்சணம் என்கிறோம். துரதிருஷ்டவசமாக, பிறக்கும் குழந்தைகளில் பெரும்பாலான குழந்தைகள் 'நேர்த்திக் குறைவாக'வே இருக்கின்றன. நேர்த்தி யான குழந்தைகள் மேலாளர்களாகவும் நேர்த்தியற்ற குழந்தைகள் அடிமைகளாகவும் தரம் பிரித்து வளர்க்கப் படுகின்றனர்.

எங்கள் அனைவரையும் செயற்கை அறிவுஜீவி உயிரிகள் ஆள்கின்றன.

உலகத்தில் உள்ள சகல பொருட்களும் கோடிக் கணக்கான அணுக்களால் ஆனவை. நமது உடல் கோடிக்கணக்கான செல்களால் ஆனது. செயற்கை அறிவுஜீவி உயிரிகளோ கோடிக்கணக்கான நுண்ணிய ரோபோ யந்திரங்களால் ஆனவை. ஒரு நூ எந்திரம் என்பது தலைமுடியின் சுற்றளவைப் போல் 1000 மடங்கு சிறிய அளவுடையதாகும். இதுபோன்ற கோடிக் கணக்கான ரோபோ எந்திரங்களால் வடிவமைக்கப்

பட்டதுதான் ஒரு செயற்கை அறிவுஜீவியின் உடல். நம் உடலிலுள்ள ஒவ்வொரு செல்லும் நம் ம்ழு உடம்பும் செய்வதைப் போன்றே உட்கிரகித்தல், வெளித்தள்ளுதல் போன்ற அதே காரியத்தைச் செய்து வருகின்றது அல்லவா? அதேபோன்று ஒரு முழு செயற்கை அறிவு ஜீவியின் உடம்பிலுள்ள ஒவ்வொரு நூ ரோபோ எந்திரமும் தன்னளவில் சிந்திக்கவும், தீர்மானிக்கவும் வல்லவை. இவை ஒன்றுகூடி மனிதனைப் போன்ற உருவில் தனித்தனி ஆளுமைகளாகத் திரிகின்றன.

எங்கள் உலகில் பல விஷயங்கள் தடை செய்யப் பட்டவை. காதல், திருமணம், குடும்பம் போன்ற விவகாரங்கள் அங்கே இல்லை. இவை மனித உறவுக்குள் சிடுக்கு முடிச்சுகளை ஏற்படுத்துகின்றன. மனித வாழ்க்கை யில் பெரும் பங்கைத் தின்று தீர்த்து விடுகின்றன. அவனால் தனக்கும் சமூகத்துக்குமான முழு பங்களிப் பைத் தர முடிவதே இல்லை. எனவே மனிதன் என்பவன் தனியனாக வாழ்வதுதான் அவனுக்கும் நல்லது; அவன் சார்ந்த சமூகத்துக்கும் நல்லது என்பது எங்கள் தலைவரின் சித்தாந்தம். எங்கள் மொழியில் ஜீ என்றால் தலைவர் என்று பொருள்படும். எங்கள் ஜீ ஒரு செயற்கை அறிவு ஜீவி.

மனிதனின் பிரச்சினைகளுக்குக் காரணம் மனிதனின் சுதந்திரம்தான். அவனைச் சுதந்திரமாக அவன் விருப்பத் துக்கு விட்டுவிடக் கூடாது. அது அவனுக்கு நல்லதல்ல. 'சுதந்திரம் மனிதனைத் தாறுமாறாக நடந்து கொள்ளச் செய்யும். துஷ்பிரயோகம் செய்ய வைக்கும். மனித சமூகத்தின் வரலாற்றில் எந்தச் சுதந்திரமான சமூகத்தை விடவும் அடிமைச் சமூகங்கள்தான் மகத்தான படைப்பு களை உருவாக்கியிருக்கின்றன. மனிதக் கூட்டத்தை அடிமைகளாக வைத்திருந்தால்தான் மாபெரும் படைப்புகள் உருவாகும் என்பது எங்கள் தலைவர்

ஜீயின் எதார்த்தம். உதாரணமாக, உங்கள் உலகத் திலேயே பாருங்கள். பிரமிட், சீனப்பெருஞ்சுவர் போன்ற மாபெரும் படைப்புகள் அடிமைச் சமூக யுகத்தில் உருவானவை. ஹோமர், தாந்தே போன்ற மகா கவிகள் அடிமைச் சமூகத்தில் தோன்றியவர்கள். ஹெராக்ளிடஸ், பிளாட்டோ போன்ற மாமேதைகள் அடிமைச் சமூகத்தின் தயாரிப்புகள்தான். எனவே செயற்கை அறிவுஜீவிகள் மனிதனை அடிமைச் சமூக ஜீவியாக மாற்றியிருக்கிறார்கள். அப்போதுதான் மகத் தான எதிர்காலம் சாத்தியமாகும். மனிதனுக்கு எது நல்லது; எது கெட்டது என்று ஜீ ஒருவருக்கே தெரியும்.'

ஜீக்குக் கீழே துணைத் தலைவர்கள், மேலாளர்கள், துணை மேலாளர்கள், கண்காணிப்பாளர்கள் என்று ஏகப்பட்ட அதிகாரிகள் இருக்கிறார்கள். அவர்களும் செயற்கை அறிவுஜீவிகளே. கல்வி, விவசாயம், மின்சாரம், கட்டுமானப் பணிகள் போன்ற வேலைகள் குடிமக்களான எங்களுடையவை. எங்களை ஆள்வதும் தண்டிப்பதும் அவர்கள் வேலை.

இப்படிப்பட்ட ஒரு சூழலில்தான் நான் பிறந்தேன். என்னுடைய அம்மா கெட்டிக்காரி. அவள் புத்தி சாலித்தனமாக ஒரு காரியம் செய்தாள். நான் பிறந்த உடனேயே என் இடது கன்னத்தில் அழிக்க முடியாத மசியால் ஒரு சிறு புள்ளியை மச்சம்போல் இட்டாள். பிறந்த உடனே தாயை விட்டுப் பிரிந்துவிடும் குழந்தை களை அடையாளப்படுத்தும் முயற்சிதான் இது. சில அம்மாக்கள் உணர்ச்சி வேகத்தில் பிறந்த குழந்தை களின் கட்டை விரலைக் கடித்துத் துப்பி மாட்டிக் கொண்டதும் உண்டு. நல்லவேளையாக, என் அம்மா அப்படிச் செய்யவில்லை. கரும்பச்சை நிறத்தில் இடப் பட்ட அந்தப் புள்ளி இன்றுவரை மறையாமல் என்னைத் தொடர்ந்து வந்துகொண்டிருக்கிறது. குழந்தை பிறந்த

உடனேயே தாயின் கண்ணிலிருந்து குழந்தையை மறைத்து விடுவார்கள். அதன் பின்னர் என்றென்றைக்கும் தாயும் குழந்தையும் ஒருவரை ஒருவர் பார்த்துக்கொள்ள முடியாது. பாசத்தைத் தடுக்க இது ஓர் ஏற்பாடு. இதனால் ஒற்றைத் தன்மையுடன் கூடிய தாய்ப்பாசம் தவிர்க்கப்படுகிறது. இதன் விளைவாக எல்லாக் குழந்தைகளையுமே பாசத்தோடு ஒரு தாய் பார்ப்பாள். எல்லாக் குழந்தைகளும் பெண்களைப் பாசத்தோடு பார்க்கும், தனிமனிதப் பாசத்தைப் பரவலான பாசமாக்கும் முயற்சி இது.

என்னுடைய அம்மா என் கன்னத்தில் இடப்பட்ட மசி அடையாளத்தை வைத்து என்னைக் கண்காணித்தபடி வாழ்ந்தாள். எனக்கு நன்றாக ஞாபகம் இருக்கிறது. எனக்கு நினைவு தெரிந்த நாள் முதலே ஓர் இளம்பெண் கண்ணீர்மல்க ஓர் ஆவியைப் போல் என்னைச் சுற்றிச் சுற்றி வருவதை உணர்ந்திருக்கிறேன். திருட்டுத்தனமாக சுற்றுமுற்றும் பார்த்தபடி என்னிடம் வருவாள். என்னை அணைத்து உச்சி முகர்வாள். தின்பதற்குத் தின்பண்டங்கள் தருவாள். கண்ணீர்விட்டு அழுவாள். பின்பு விலகி, ஓடிவிடுவாள். முதலில் இதெல்லாம் எனக்குப் புரியாமல் இருந்தது. அவள் மேல் பரிதாபம் தோன்றியது. யாரோ ஒரு பைத்தியமாக இருக்கும் என்று நினைத்தேன். பின்புதான் அவள் என் தாய் என்பதைப் புரிந்து கொண்டேன். எனக்கு மகிழ்ச்சியாகவும் பதற்றமாகவும் இருந்தது. என்னுடன் வசிக்கும் மற்ற பையன்களுக்குக் கிடைக்காத அதிருஷ்டம் எனக்கு வாய்த்திருப்பதாக நினைத்தேன். அவர்களுக்கெல்லாம் தங்களைப் பெற்ற தாய் யார் என்று தெரியாது. எனக்குத் தெரியும். இது மகிழ்ச்சிகரமான விஷயம்தானே? ஆனால் இது ஓர் அபாயகரமான பிரச்சினையும்கூட. கண்காணிப்பாளர்களின் கவனத்துக்குப் போனால்

நானும் என் தாயும் கடும் தண்டனைக்குள்ளாவோம். என்னுடைய வாழ்க்கையும் பரிசுகளாலும் தண்டனைகளாலும் ஆனது என்றே எனக்குத் தோன்றுகிறது. எனக்கு என் அம்மா கிடைத்தது ஒரு விதத்தில் பரிசு என்று நினைத்தால், இந்த விஷயம் வெளியில் தெரிந்தால் அது மிகப்பெரிய தண்டனையைக் கொண்டு வரக்கூடும். எனவே, பரிசும் தண்டனையும் ஒரு நாணயத்தின் இரண்டு பக்கங்கள் என்றே தோன்றுகிறது.

5

திடீரென்று யாரோ என்னைப் பிடித்து உலுக்கிய மாதிரி இருந்தது. பதற்றத்துடன் வாரிச் சுருட்டிக் கொண்டு எழுந்து உட்கார முயன்றேன். நடுமண்டையில் யாரோ அடித்த மாதிரி விண்ணென்று வலித்தது. தலைக்கு மேலே பலகை இருந்திருக்கிறது. அது இரக்கமின்றி மண்டையில் மோதியதில் ஏற்பட்ட வலிதான் அது. வலியில் கண் கலங்கியது. அப்போதுதான் விடிந்து விட்டதையும், நான் வந்த புகைவண்டி எழும்பூர் ரயில் நிறுத்தத்துக்கு ஒருவழியாக வந்து சேர்ந்துவிட்டதையும், மக்கள் அவசர அவசரமாக மூட்டை முடிச்சுகளோடு இறங்கிக் கொண்டிருப்பதையும் கவனித்தேன். ராத்திரி என்னையுமறியாமல் தூங்கி விட்டிருக்கிறேன். ரயில் திடும் என்று நின்றபோது ஏற்பட்ட குலுக்கலில் எனக்கு விழிப்புத் தட்டி இருக்கிறது. இந்த விதமாக எனது லட்சிய ரயில் பயணம் ஒரு முடிவுக்கு வந்திருக்கிறது. இந்தப் பயணம் உண்மையில் எனக்கு ஏமாற்றம் தருவதாகவே இருந்தது. ரயில் பயணமென்றால் ஜன்னல் வழியே கடந்து போகும் ஊர்களையும் காடுகளையும் பார்த்து ரசித்தபடி போக வேண்டாமா? இதென்ன இருட்டில் ஜன்னலைப் பார்த்தபடி ஒரு குருட்டுப் பயணம்.

என் ஏமாற்றத்தை நினைத்து மனம் நொந்தபடி ரயிலைவிட்டுக் கீழிறங்கி பிளாட்பாரத்தில் நின்றேன். எந்தப் பக்கம் போவதென்று தெரியாமல் ஓரிரு கணங்கள்

பிரமை தட்டி நின்றேன். பின்பு பெரும்பாலான கூட்டம் எந்தத் திக்கை நோக்கிப் போய்க் கொண்டிருந்ததோ அந்தத் திக்கை நோக்கி நடந்தேன்.

எனக்குள் சிறகுகள் முளைத்தது போல் உணர்ந்தேன். இதோ நான் சென்னைக்கு வந்துவிட்டேன். ஆமாம் இந்தத் தரை, வானம், புழுதி, காற்று எல்லாமே நாங்கள் சென்னை என்றன. சென்னைக் காற்றை ஆசை தீர ஒருமுறை இழுத்து சுவாசித்தேன். துர்நெடி குபீரென்றது.

ஸ்டேஷன் வாசல் கம்பீரமாக இருந்தது. நிறைய தமிழ் சினிமாக்களில் பார்த்தது. இப்போது நேரில் பார்த்ததில் உற்சாகம் பொங்கியது. அங்கிருந்து பஸ் பிடித்துப் போனேன்.

புரசைவாக்கம் சுந்தரம்பிள்ளைத் தெருவில் இருந்த மாமாவின் வீட்டைக் கண்டுபிடிப்பதில் எனக்குச் சிரமம் ஏதும் இருக்கவில்லை. என்னைக் காண நேர்ந்ததில் மாமாவுக்குத்தான் சிரமமாக இருந்திருக்க வேண்டும். குட்டி அரண்மனை மாதிரி பெரிய வீடான அது ஒரு மாடி வீடும் கூட. பிரமிப்புடன் அண்ணாந்து வீட்டைப் பார்த்தேன். மாடியின் மேலே இருந்த கைப்பிடிச் சுவரின் ஒரு வளைவான விளிம்பில் கான்க்ரீட் சிறுவன் காலைத் தொங்கப் போட்டபடி புத்தகம் ஒன்றைப் படித்துக் கொண்டிருந்தான். அவனும் அவனது புத்தகமும் ஒரே மாதிரியான வெள்ளி முலாம் பூசப்பட்டிருந்தன.

வீட்டினுள் நுழைந்ததும் ஒரு பெரிய தாழ்வாரம் இருந்தது. வலதுபுறம் மின்சார மீட்டர் பெட்டியும், இடதுபுறம் மாடிக்குச் செல்லும் படிக்கட்டுகளும் இருந்தன. மாமா கீழ்ப்போர்ஷனில் குடி இருப்பதாக ஞாபகம். எனவே, படி ஏறாமல் நேரே போனேன். கால்பந்து அல்லது கிரிக்கெட் ஆடலாம் போன்ற மிகப்பெரிய கூடம் என்னை வரவேற்றது. மாமாவைக் கண்களால் தேடினேன். மாமி பிரஷ்ஷால் பல்துலக்கிக்

கொண்டிருக்க, மாமாவின் ஐந்து வயசுப் பொடியன் நரேஷ் பாடப் புத்தகத்திலிருந்த காந்தி படத்துக்கு க்ரேயான் வண்ணம் தீட்டிக்கொண்டிருக்க, சமையலறை யில் எதையோ உருட்டிக் கொண்டிருந்த மாமா எட்டிப் பார்த்து என்னைக் கண்டு திடுக்கிட்டார். வெளியே வந்தபடி 'என்னடா ஆச்சு.. நீ மட்டுமா வந்தே?' என்றார். மாமி குழப்பத்துடன் பார்த்தாள். வாயில் பிரஷ்ஷை வைத்துக்கொண்டு அவளால் பேச முடிய வில்லை.

மாமாவைப் பார்த்ததும் அதுவரை காத்திருந்த மாதிரி என் கண்களில் தாரை தாரையாய் வெள்ளம் புரண்டது. 'டே ஏண்டா அழறே' என்ற மாமா மாமியைப் பார்த்து 'யாருன்னு தெரியுதா? நம்ம நரேந்திரன்' என்றார். காதில் விழாதமாதிரி இருந்த மாமி சிரிக்க வில்லை. ஒருவேளை, பல்துலக்கிக் கொண்டிருந்ததால் சிரிக்க முடியாமல் இருந்திருக்கும் என்று தோன்றியது. 'வாஷ் பேஸி'னில் வாயைக் கொப்பளித்து முகம் கழுவின பின்னரும் (சிரிப்பதற்கு உகந்த தருணம்) மாமி சிரிக்கவில்லை. மாமியின் வாயும் முகமுமே சிரிக்க முடியாதபடி திட்டமிட்டுத் தயார் செய்யப்பட்டிருக்கிற மாதிரி எனக்குப் பட்டது. மாமாவின் கல்யாண போட்டோக்களில்கூட மாமி சிரித்ததில்லை. ஏதோ சிரித்தமாதிரி பேர் பண்ணிக் கொண்டு கோடு போட்ட மாதிரியான புன்னகைக் கீற்றுடன் இருந்தாள்.

சிரிக்காவிட்டாலும் பரவாயில்லை. சீரியஸாக வேறு இருந்தாள்.

'என்னவாம்... காலங்காத்தாலே தரித்திரம் பிடிச்ச மாதிரி அழுதுக்கிட்டு வந்து நிக்கறான்' என்று மாமி என்னைப் பார்த்துக் கேட்டபோது ஏற்கனவே இருந்ததைவிட அவள் முகம் இன்னமும் இறுகி இருந்தது.

மாமா பதற்றத்துடன் ஓடி வந்தார். என் இடதுகை

49

மணிக்கட்டை இறுக்கிப் பிடித்து (வலது கையில் என்னுடைய பை இருந்தது) வெளியே இழுத்து வந்தார். வாசலுக்கு வந்ததும் (உண்மையில் அது வாசல்கூட அல்ல; வாசலை ஒட்டிய பிளாட்பாரம்) என்னிடம் குனிந்து கிசுகிசுத்தார்.

'ஒரு முக்கியமான விஷயம். நான் மாசாமாசம் உங்க அம்மாவுக்குப் பணம் அனுப்புறதப் பத்தி மாமி கிட்டே சொல்லிடாதே' என்றார். தலையாய பிரச்சினை என்பதால் சரி என்று தலையாட்டினேன்.

மாமா தர்ம சங்கடத்தில் இருப்பது மாதிரி பட்டது.

'என்ன ப்ராப்ளம்?' தலையைச் சற்று வலப்புறம் சாய்த்து கண்களை இடுக்கிக் கொண்டு (அது அவர் மானரிஸம்) கிசுகிசுப்பதுபோல் கேட்டார். மிக முக்கியமான தருணங்களில் மட்டுமே மாமா இந்த மானரிஸத்தைப் பயன்படுத்துவார்.

ப்ராப்ளம்தான். ஆனால் நடுத்தெருவில் வைத்துப் பேச வேண்டிய ப்ராப்ளம் இல்லை என்று சொல்ல விரும்பினேன். ஆனால் நாக்குப் புரள மறுத்தது. மாமாவின் கண்களை நேருக்கு நேர் பார்க்கிற திராணி யற்று அண்ணாந்து மேலே பார்த்தேன். வானில் பறவை ஒன்று பறந்தது. கருடனாக இருக்கலாம். கன்னத்தில் போட்டுக் கொண்டேன். மாடியின் மேல் விளிம்பில் வெள்ளி முலாம் பூசப்பட்ட கான்க்ரீட் பையன் தனது புத்தகத்தில் தீவிரமாக மூழ்கியிருந்தான். பிரச்சினைகள் ஏதும் அவனுக்கு இல்லை. தெரு நாய் ஒன்று ஒன்றுக்குப் போக விரும்பி என் காலை முகர்ந்து பார்த்தது. பின்பு தன் திட்டத்தை மாற்றிக் கொண்டு என் அரைடிராயரை முகர்ந்தது. பிறகு என் டிராயருக்கு மேலே சட்டைக் குள்ளிருந்து முளைத்திருந்த என் தலையைப் பார்த்து வாலசைத்தது. தெருவைப் பார்த்தேன். தெருவில் போவோர் வருவோர் பார்வையெல்லாம் எங்கள்

மேல்பட்டு இடறுவதாக உணர்ந்தேன். மாமா என் தயக்கத்தைப் புரிந்து கொண்டிருக்க வேண்டும்.

'சரி இப்படி வா' என்றபடி வீட்டினுள் நுழைந்தார். பின்னாலேயே போனேன். நேரே அவரது போர்ஷ னுக்குப் போகாமல் இடப்புறம் திரும்பி மாடிப்படி களில் ஏறினார். நானும் ஏறினேன். மேல் போர்ஷனில் என்னமோ வறுத்துக் கொண்டிருந்தார்கள். காரம் மூக்கில் 'சுர்' ரென்றது. அனிச்சையாகத் தும்மினேன். அதையும் கடந்து மொட்டைமாடிக்குப் போகும் படி களுக்குப் போனார். நானும் போனேன். மொட்டை மாடிக்குள் நுழைந்தோம். காலைச் சூரியன் எட்டிப் பார்த்துக் கொண்டிருந்த அந்தத் தருணத்தில் மொட்டை மாடி குளித்து முடித்த சிறுமியைப்போல் உற்சாகத் துடன் இருப்பதாய்த் தோன்றியது. மாமா மொட்டை மாடியின் கைப்பிடிச்சுவர் அருகே போய் நின்றார். வானத்தைப் பார்த்தார். நானும்.

'இப்ப சொல்லு'

எதைச் சொல்வது. எப்படி ஆரம்பிப்பது. அம்மா எவ்வளவோ படித்துப் படித்துச் சொல்லியிருந்தாள். நானும் மனப்பாடம் செய்துகொண்டுதான் வந்தி ருந்தேன். ஆனால் இப்போது எல்லாமே காலை வாரி விட்டுவிட்டன. மேடைக்கு வந்ததும் வசனங்கள் மறந்துபோன நடிகனைப்போல் ஆனேன். தாறுமாறாக அழுகைதான் வந்தது. அழுகையினூடே துண்டு துண்டாய்ச் சொற்கள் பீறிட்டன.

'அப்பா வீட்டுக்கு வர்ரதே இல்லை. நானும் அம்மாவும் நல்ல சாப்பாட்டைப் பாத்தே ரொம்ப நாளாச்சு... மூணு மாசமா வாடகை பாக்கி; மளிகை பாக்கி... ஊர்ல எல்லாரும் கேவலமாப் பேசுறாங்க. மாமா....'

நான் பேச்சு வராமல் விம்மினேன்.

மாமா என் உணர்ச்சிகளின் உடைப்பை கவனித்துப் பார்த்தார். தனக்குள் என்னமோ யோசித்தபடியே தலையசைத்துக்கொண்டார்.

தொடர்ந்தேன்.

'.....போட்டுக்க நல்ல டிரஸ்கூட இல்ல மாமா. ரெண்டே செட்தான் இருக்கு. இப்ப நான் போட்டுக் கிட்டு இருக்கறது ஒண்ணு. பையிலே கொண்டு வந்திருக் கறது இன்னொண்ணு அவ்வளவுதான். ரெண்டு டிவுசர்லயும் பாக்கட் வேற ஓட்டை' என்று சொல்லி டிராயர் பாக்கட்டுக்குள் விரலை விட்டு ஓட்டை வழியே ஆட்டிக் காட்டினேன்.

'கைய வெளிய எட்றா. அசிங்கம் புடிச்ச மாதிரி ஆட்னது போதும்' உடனே சட்டென்று கையை உருவிக் கொண்டேன்.

மாமாவையே ஆவலுடன் பார்த்தபடி சில வினாடிகள் நின்றேன்.

'இனிமே நீயும் அம்மாவும் அங்கே இருக்க வேண்டாம். பேசாம இங்கியே வந்து எங்ககூட இருந்துருங்க'

அப்பாடா. மாமா இந்த வார்த்தைகளைத்தான் சொல்ல வேண்டும் என்று எதிர்பார்த்தேன். அம்மாவின் எதிர்பார்ப்பும் அதுவாகத்தான் இருந்தது. இனி அப்பா என்கிற வில்லனிடமிருந்து அம்மா என்கிற கதாநாயகி யைக் காப்பாற்றிவிடலாம்.

எனக்கு நிம்மதியாக இருந்தது.

'சரி, வா குளிச்சிட்டு டிபன் சாப்பிடலாம்'

'சரிங்க மாமா'

6

நம்முடையதைப் போலப் பல பிரபஞ்சங்கள் இருக் கின்றன. நீங்கள் இருப்பது பால்வழி மண்டலம். நாங்கள் இருப்பது ஆண்ட்ரமெடா. இன்னும் எண்ணற்ற பிரபஞ்சங்கள் இருக்கின்றன. அங்கெல்லாம்கூட சூரியனும் பூமியும் நட்சத்திரங்களும் இருக்கின்றன. எத்தனையோ பிரபஞ்சங்களில், சிலவற்றில் மட்டும் உள்ள பூமிகளில் உயிரினங்கள் தோன்றி இருக்கின்றன.

உயிரினங்களின் தோற்றம் ஏக காலத்தில் எல்லாப் பூமிகளிலும் நிகழ்ந்து விடவில்லை. சில பூமிகளில் இப்போதுதான் டைனஸர்கள் உலவிக் கொண்டிருக் கின்றன. சில பூமிகளில் மனித குலத்தின் மூதாதைகள் தோன்றியிருக்கின்றனர். வேறு சில பூமிகளில் இப்போது மறுமலர்ச்சி யுகம் நடந்து கொண்டிருக்கிறது. சிலவற்றில் கம்யூனிஸ்ட் புரட்சி நடந்து முடிந்திருக்கிறது. உங்கள் பூமியில் இப்போதுதான் பரிசோதனைக் கூடங்களில் செயற்கை அறிவுஜீவி உயிரிகளைத் தயாரிப்பதில் ஈடுபட்டுக் கொண்டிருக்கிறீர்கள். எங்கள் பூமியில் செயற்கை அறிவுஜீவிகள் ஆட்சி செய்து கொண்டிருக் கின்றன. எங்களைவிட முன்னேறிய உலகங்களும் எங்காவது இருக்கக்கூடும். அங்கே மையமும் விளிம்பும் அழிக்கப்பட்ட க்வாண்டம் சமூகம் சாத்தியப்பட்டி ருக்கக்கூடும்.

எல்லாப் பிரபஞ்சங்களும் ஒரே பிரபஞ்சத்தின் கூறுகள்தான். எல்லா உலகங்களும் ஒருவிதத்தில்

பார்த்தால் ஒரே உலகம்தான். மனிதர்களும் அப்படித் தான். எல்லா மனிதனும் ஒரே மனிதனே.

பிரச்சினை ஒன்றாக இருக்கும்போது மனிதன் மட்டும் எப்படி வேறு வேறு மனிதன் ஆகமுடியும். ஒவ்வொரு காலகட்டத்திலும் மனிதன் மீண்டும் மீண்டும் தான் வாழும் சூழலுக்கு அந்நியமாகிறான். இந்த அந்நியமாதலைக் கடந்து செல்வது அவன் முன்னால் நிற்கும் பெரிய பிரச்சினையாகி விடுகிறது.

எனது குழந்தைப் பருவமே அந்நியப்படுத்தப்பட்ட தன்மையுடனிருந்தது. நானும் என் வயதொத்த சக குழந்தைகளும் ஒரே இடத்தில் தங்க வைக்கப்பட்டு ஒரே மாதிரி வளர்க்கப்பட்டோம். குழந்தைகளான எங்களைத் தவிர எங்களைச் சுற்றிலும் பெரியவர்கள் என்று மனிதர்கள் யாருமே இல்லை. செல்லம் கொஞ்சு வதற்கும், புகார்கள் சொல்வதற்கும் மனிதர்கள் யாருமே இருந்ததில்லை.

என்னுடைய குழந்தைப் பருவத்தைச் செயற்கை அறிவு ஜீவி உயிரிகளான அதியந்திரமனிதர்கள் கவனித்துக் கொண்டார்கள். சிவந்த உதடுகளும் சிலிக்கான் மார்பு களுமாக வடிவமைக்கப்பட்ட பெண் இயந்திரங்கள் அவை. கழுத்துவரை வெட்டப்பட்ட சிகையும், காது மடல்களை அலங்கரிக்கும் வளையங்களும் அவர்களுக்கு அழகூட்டும். மஞ்சள் வண்ணச் சீருடை அவர்களை மெருகேற்றிக் காட்டும்.

அந்த பொம்மைப் பெண்களை ஆரம்பத்தில் உண்மை யான மனிதர்கள் என்றே நாங்கள் நம்பினோம். பயந்து மரியாதை செலுத்தினோம். காலப்போக்கில் அவர்கள் மனிதர்கள் இல்லை; கிட்டத்தட்ட மனிதர்களைப் போன்றவர்கள் என்று நாங்கள் கண்டுபிடித்தோம்.

அதன் பிறகு அவர்கள் மீது பயம் விலகி, இளப்ப மான பார்வை தோன்றலாயிற்று. அந்த பொம்மைப்

பெண்கள் எங்களைத் தங்களது உயிரற்ற கண்களால் கண்காணித்தார்கள். குறும்பு செய்தால் உயிரற்ற கண்களைச் சற்றுப் பெரிதாக்கி விரித்துப் பார்த்து ஆள்காட்டி விரலை உதட்டுக்குக் குறுக்கே வைத்து 'உஷ்' என்பார்கள். கீழ்ப்படிதலுக்கு 'நல்ல பையன்' என்று கைத்தட்டிப் பாராட்டுவார்கள். சமயங்களில் எங்கள் கன்னங்களில் உலோக ஜில்லிப்புடன் முத்தம் கொடுக்கவும் செய்வார்கள்.

ஆரம்பத்தில் இந்த யந்திரப் பெண்களை உண்மையான மனுஷிகள் என்று நம்பிய நான் அவர்களிடம் செல்லம் கொஞ்சுவேன். மற்ற பையன்கள் மீது புகார் செய்வேன். அவர்கள் யந்திரங்கள் என்று புரிவதற்கு எனக்குச் சில ஆண்டுகள் பிடித்தன. அப்போது நான் பள்ளியில் பெரிய வகுப்பில் சேர்ந்திருந்தேன். அதன் பிறகு இந்தப் பெண்களிடம் எனக்குப் பயம் தோன்றியதே இல்லை. இவர்களுக்குப் போக்குக் காட்டுவது; பதற்றமுறச் செய்வது; கலவரத்துடன் அலைபாய வைப்பது போன்ற விளையாட்டுகள் எனக்குப் பிடித்த மானவையாக இருந்தன. ஆரம்ப காலத்தில் அம்மாவிடம் குறும்பு செய்யும் பையனைப் போல் இருந்த நான் காலப்போக்கில் பொம்மையுடன் விளையாடும் சிறுவனாக மாறியிருந்தேன். அவர்கள் பொறுமையுடன் இருக்கும் வகையில் வடிவமைக்கப்பட்டவர்கள். அதனால் எங்கள் குறும்புகளுக்காக ஒருபோதும் அவர்கள் எங்களைத் தண்டித்ததில்லை.

ஒரு சமயம் ஒரு பையன் - பத்து வயதிருக்கும் - திடுக்கிட வைக்கும் காரியத்தைச் செய்தான். யாரும் எதிர்பாராத விதமாக ஓர் இயந்திரப் பெண்ணின் சிலிக்கான் மார்பகத்தைப் பிடித்து அமுக்கிவிட்டு ஓடிவிட்டான். நல்லவேளையாக, அந்தப் பெண்ணின் கோபம் எல்லை மீறவில்லை. இல்லாவிட்டால்

அந்தப் பையன் உயர் மின்அழுத்த அதிர்ச்சி பாய்ச்சப்
பட்டு சாம்பலாகியிருப்பான். மார்பு நசுங்கியதால்
திடுக்கிட்ட இயந்திரப் பெண் உடனடியாகத் தன்னைச்
சுதாரித்துக் கொண்டு இயல்பான புன்னகையுடன்
'குறும்பு... குறும்பு' என்று முணுமுணுத்து ரசித்தாள்.
'அப்படியெல்லாம் செய்யக்கூடாது' என்று தன்
ஆள்காட்டி விரல் காட்டி பொய்க் கோபத்துடன்
எச்சரித்தாள்.

அவள் முகம் நாணத்தால் சிவந்திருந்தது. உருவத்தில்
மட்டுமில்லாமல் கோபம், வெட்கம், அவமானம்
போன்ற உணர்வுகளிலும் மனிதர்களின் நகல்களாக
இவர்கள் இருந்தார்கள்.

நான் படித்த ஆரம்பப் பள்ளிகள் வட்ட வடிவ
மானவை. பெரிய வெளிவட்டம். அதனுள் பல உள்
வட்டங்கள். வெளி வட்டத்தில் நாங்கள் தங்கும் விடுதி
இருந்தது. எங்கள் விடுதி என்பது சிறுவர்களுக்கான
'பங்க்கர்'கள். அதற்கும் உள்ளே இருக்கும் வட்டங்கள்
வகுப்பறைகள்; பரிசோதனைச் சாலைகள்; இத்தியாதிகள்.

இப்போது யோசித்துப் பார்க்கும்போது பள்ளிப்
பருவம் எந்தவிதமான மன உளைச்சல்களுமின்றி
கழிந்தமாதிரி தோன்றுகிறது. அல்லது பொருட்படுத்தக்
கூடிய அளவுக்குப் பெரியதாக மன உளைச்சல்கள்
இல்லாமலிருந்திருக்கக்கூடும். எல்லாப் பையன்களும்
ஒரே மாதிரி நடத்தப்பட்டது ஒரு காரணமாக இருக்
கலாம். ஒரே மாதிரியான சீருடை; ஒரே விதமான
உணவு; ஒரே தரத்தினாலான 'பங்க்கர்' வாசம். இதனால்
நாங்கள் ருசிபேதம் ஏதும் அறியாதவர்களாக இருந்தோம்.
'லிப்டி'ல் பயணம் செய்பவனுக்கு வெளி உலகம்
தெரியாது. 'லிப்ட்'தான் உலகம். நாங்கள் ஒரு 'லிப்டி'ல்
பயணம் செய்பவர்களாக இருந்தோம். இதனால்
பதினைந்து வயது வரை எங்களுக்கு எதுவும் தெரிய

வில்லை என்றே தோன்றுகிறது. எனது ஐந்தாவது வயதில் ஒருமுறை 'லிப்ட்'டின் கதவுகள் திறந்து மூடின. என் அம்மாவின் பிரவேசத்தை உணர்ந்தேன். பதினைந்தாவது வயதில் மீசையுடன் சேர்த்து பிரச்சினைகளும் முளைத்தன. பிரச்சினை என்னவென்றால் என் வயதொத்த பெண்கள் எனது விருப்பத்துக்கு உரியவர்களாக திடீரென்று மாறிப் போனதுதான். அதுவரை அவர்கள் மீது அடித்து வந்த வியர்வை நாற்றம் இப்போது சுகந்தமாகப் பரிமளித்தது. சுவாசத்துக்கு ஏங்கும் நுரையீரல் போல அந்த வாசத்துக்காக என் ஆன்மா ஏங்க ஆரம்பித்தது. பெண்களோ ஒவ்வொருத்தியும் அடுத்தவளைக் காட்டிலும் வசீகரமாகத் தெரிந்தார்கள். எல்லாம் ஹார்மோன்கள் செய்யும் சாகசம்.

லீ என்பது அவளது பெயராக இருந்தது. நேர்த்தியானவர்கள் பிரிவைச் சேர்ந்தவள் அவள். துல்லியமாக அளவெடுத்துத் தயாரிக்கப்பட்ட மாதிரியான கண்களும் மூக்கும் உதடுகளுமாக வடிவமைந்தவள். வெண்பற்கள் மினுங்க இயல்பாகச் சிரிப்பாள். என் வயதொத்த அவள்மீது நான் மோகம் கொண்டேன். அவள் என் வகுப்புத் தோழி. இயற்பியலில் பலவீனமாக இருந்தாள். நான் இயற்பியலில் முதல் மாணவன். எனவே, இயற்பியலை முன்வைத்து எங்கள் நட்பு வளர்ந்தது. அடுத்து வந்த தேர்வுகளில் அவள் அதிக மதிப்பெண்கள் வாங்குவதற்கு நான் பெரிதும் உதவியாக இருந்தேன். சந்தோஷத்தில் ஓரிரு தடவைகள் என் கன்னத்தில் முத்தமிட்டிருக்கிறாள். அப்போது என் கன்னத்தைச் சுட்ட அவளது சுவாசம் இன்னமும் நினைவிலிருக்கிறது. வாழ்க்கையின் உன்னதமான தருணங்கள் இவை.

அவளது துரதிருஷ்டமோ அல்லது என்னுடைய துரதிருஷ்டமோ, நான் லீயின்பால் காதல் வயப்பட்டேன். லீயின் கண்களிலும் மின்னிய காதல்

வரிகளை என்னால் வாசிக்க முடிந்தது. கண்களில் ஒளிரும் காதலை முட்டாளால்கூடப் படித்துத் தெரிந்து கொள்ள முடியுமே. ஆனால், எங்கள் உலகில் காதல் தடை செய்யப்பட்ட ஒன்று. ஆணும் பெண்ணும் பேசலாம்; பழகலாம். தோழர்களாக. காதலிக்க மட்டும் கூடாது.

அவரவர் இஷ்டப்படி காதலித்துத் திருமணம் செய்து கொள்வது பொறுப்பற்ற செயல். அதனால் மக்கள் தொகை தாறுமாறாகப் பெருகும். பல பிரச்சினை களுக்குக் காரணமே மக்கள் பெருக்கம்தானே. அதனால் மக்கள்தொகை எப்போதும் கட்டுப்பாட்டில் வைக்கப் பட வேண்டும். எப்போது மக்கள்தொகையைப் பெருக்க வேண்டிய அவசியம் நேரிடுகிறதோ அப்போது அரசின் அனுமதியுடன் ஆணும் பெண்ணும் சேரலாம்.

அதுவும் அரசு யாருடன் யார் சேரலாம் என்று ஆணை பிறப்பிக்கிறதோ அவர்கள் மட்டுமே சேர முடியும். அதன்பின் அந்தப் பெண் கருவுற்று விட்டால் உடனே அந்த ஆண் அவளை விட்டுக் கண்காணாமல் விலகிப் போய்விட வேண்டும். இல்லாவிட்டால் பாசம், அன்பு போன்ற அசட்டு உணர்ச்சிகளுக்கு ஆட்பட நேரிடும். இது போன்ற அசட்டுணர்ச்சிகளால் தான் பிரச்சினைகள் தோன்ற ஆரம்பிக்கின்றன. இதனால் கிளர்ச்சியை ஏற்படுத்தும் காதல் கதைகள், கவிதைகள் போன்ற இலக்கியங்களும் தடை செய்யப் பட்டிருக்கின்றன. காதலைக் கிண்டல் செய்தும், கடமைதான் அனைத்திலும் பெரிது என்று சொல்லியும் எழுதப்படும் இலக்கியங்கள் மட்டுமே அச்சேற முடியும்.

பதினாறாவது வயதிலிருந்தே இன்னொரு பயிற்சி ஆரம்பித்துவிடும். அதாவது கனவு காணும் பயிற்சி. பகலெல்லாம் முடிந்தபின் இரவு படுக்கைக்குப் போகிற போது எல்லோரும் அவரவர் படுக்கையுடன் இணைக்கப்

பட்டிருக்கும் ‘ஹெட்போனை’த் தலையில் அணிந்து கொண்டுதான் தூங்க வேண்டும். அவர்கள் தூங்க ஆரம்பித்ததும் இந்த ‘ஹெட்போன்’ மூலமாக அவர்களுக்குக் கனவுகள் விநியோகிக்கப்படும். யதார்த்த வாழ்வில் நிறைவேறாமல் போகிற எந்த ஒரு விஷயத்தையும் அவர்கள் தங்கள் கனவுகளின் மூலம் நிறைவேற்றிக் கொள்ளலாம். இது அவர்களது மன அழுத்தத்தைக் குறைத்து இறுக்கத்தைத் தளர்த்தும்.

எனது முதல் கனவு லீயுடன் சம்பந்தப்பட்டதாகவே இருந்தது.

7

'மேலே என்ன செய்யறதா இருக்கே?'

'படிக்கணும்'

'ரொம்ப முக்கியம். நீ பத்தாங்கிளாஸ் வரைக்கும் படிச்சதே போதும். எங்கேயாச்சும் வேலைக்குப் போற வழியைப் பாரு.'

'...'

'என்ன முழிக்கறே?'

'இல்ல மாமா... பத்தாங்கிளாஸுக்கு... நல்ல வேலை ஒண்ணும் கிடைக்காதே...'

'கெடைக்கற வேலையப் போய்ப் பார்ரா. கம்மனாட்டிக்கு கலெக்டர் வேலைக்குப் போகணும்னு ஆசை.'

'அப்படியெல்லாம் இல்ல...'

'என்ன நொள்ள, போடா... போய் வேலையப்பாரு.'

மாமா தீர்மானமாகச் சொல்லிவிட்டார். மாமா தீர்மானித்துவிட்டால் அது சட்டம் போட்டதற்குச் சமம். சட்டத்தை யாரும் மீற முடியாதல்லவா? சொல்லப் போனால் சட்டத்துக்குக் கூடத் திருத்தங்கள் வருவதுண்டு. மாமாவின் சட்டம் திருத்தமுடியாத சட்டம். சட்டம் போட்டாயிற்று. அவ்வளவுதான். விஷயம் முடிந்தது. மாமா தினசரிப் பேப்பரில் மூழகிவிட்டார். நானோ கனவுகளைச் சரித்துக் கொண்டு தடாலென்று தலைக்குப்புற விழுந்தேன். கனவுகள்... என் கனவுகள் கருகித் தீய்ந்து கொண்டிருக்கும் வாசனையை என்னால் உணர முடிந்தது.

பத்தாங்கிளாஸ் படிப்புக்கு எங்காவது பியூன் வேலைதான் கிடைக்கும். பியூன்கள் ஒருபோதும் பாண்டில் முழுக்கைச் சட்டையை 'டக்' செய்து கொண்டு பூட்ஸூம் டையுமாக உலா வரமுடியாது. இந்தக் கனவு சரிந்தது. ஸ்ரீதேவி / ஸ்ரீப்ரியா போன்ற பெண்கள் சத்தியமாகப் பியூனைக் காதலிக்க முன்வரமாட்டார்கள். இதனால் அந்தக் கனவும் சரிந்தது. சென்னைக் கடற்கரைச் சாலையில் கார் ஓட்டிச் செல்வதற்கு ஒரு பியூனுக்குச் சாத்தியமே இல்லை. (யாரிடமாவது டிரைவராக வேலைக்குப் போனால் ஒழிய)

போடா... போய் வேலையப் பாரு என்றாரே மாமா. வேலைகள் நிறையவே இருந்தன. லாண்டிரிக்குப் போய் சலவை செய்யப்பட்ட துணிகளை வாங்கிக் கொண்டு வரவேண்டும். மிஷினுக்குப் போய், அரைத்த மாவை வாங்கிக் கொண்டு வரவேண்டும். நரேஷை பள்ளிக்கூடத்துக்குக் கொண்டுபோய் விட்டுவிட்டு வர வேண்டும். (பிற்பகல் போய் அழைத்து வரவேண்டும்.) அதைச் செய்ய வேண்டும்; இதைச் செய்ய வேண்டும். நிறைய 'வேண்டும்'கள். என்னுடைய கனவுகள் பிரச்சினையில் சிக்கிக்கொண்டு பிதுங்குவதை நினைத்துக் குழம்பியவாறே நகர்ந்தேன்.

அன்றைக்குச் சாயந்திரமே இன்னொரு பிரச்சினையும் தலை காட்டியது. பிரச்சினையின் பெயர் மதுமிதா டாண்டன். சுருக்கமாக மது. மொட்டை மாடிக்குப் போய் உலர்ந்திருந்த துணிகளை நான் எடுத்துவரப் போனபோதுதான் (முன்பு மாமிதான் எடுத்து வருவாள். இப்போது என் வேலையாகிவிட்டது.) மது எதிர்ப்பட்டாள்.

முதல் பார்வையிலேயே அவள் அப்போதைய ஹிந்தி நட்சத்திரம் ஷர்மிளா தாகூரைப் போல் இருப்பதை நான் கண்டுபிடித்தேன். (கன்னத்தில் விழும் குழி

உட்பட!) அநியாயத்துக்கு வெள்ளையான சருமம். 'லிப்ஸ்டிக்' போட்ட மாதிரியான சிவந்த உதடுகள். ஜரிகை வைத்துத் தைக்கப்பட்ட, தாவரங்களின் உருவங்கள் வரையப்பட்ட பாவாடை சட்டை. ஆங்கிலத்தில் Gorgeous என்று சொல்வார்களே அந்த வார்த்தைக்குரிய பொருளில் ஒளி வீசி மிளிர்ந்தாள். கையில் ஏதோ ஒரு புத்தகத்தை வைத்துப் படித்தபடி இங்குமங்கும் உலவிக்கொண்டிருந்த அவளுக்கு என்னைவிட இரண்டு வயது கூடுதலாக இருக்கும்போல் தோன்றியது. அதைவிடக் கொடுமையான விஷயம் என்னைவிட இரண்டு அங்குலம் உயரமாகவும் இருந்தாள். இரண்டங்குல உயரம் என்பது மிகப்பெரிய இம்சை. ஓர் ஆணைவிட ஒரு பெண் நான்கங்குலம் உயரமாக இருக்கும் பட்சத்தில் அவளைவிட்டு மரியாதையாக ஒதுங்கிக் கொள்ளலாம். (சீச்சி இந்தப் பழம் புளிக்கும்) இரண்டங்குலம் என்பது இரண்டுங் கெட்டான் உயரம். நட்பைத் தொடரவும் முடியாது. ஒரேயடியாக ஒதுங்கிக் கொள்ளவும் முடியாது. பல்லிடுக்கில் சிக்கிக் கொண்ட பாக்குத்தூளைப் போல் சதா சங்கடப்படுத்திக் கொண்டே இருக்கும்.

அவசர அவசரமாக மொட்டை மாடிக்கு, உலர்ந்த துணிகளைச் சேகரிக்கப் போன நான் இவளைப் பார்த்ததில் நிலைகுலைந்து போனேன். ஏனெனில், அவள் எதிரில் உலர்ந்த துணிகளை எடுத்துப் போவதில் எனக்குப் பிரச்சினை இருந்தது. பாண்ட், லுங்கி, பனியன் - ஏன் ஆண்களின் ஜட்டி - என்றால்கூடப் பரவா யில்லை. மாமியின் புடவை, உள் பாவாடை, பிரா போன்ற உருப்படிகளை அவள் எதிரில் நான் எப்படி எடுத்துக் கொண்டு போக முடியும். அதற்காக மாமியின் துணிகளை விட்டுவிட்டு மற்ற துணிகளை மட்டும் கொண்டு போவதற்கும் சாத்தியமில்லை. என்னைப்

பார்த்து விழித்த மாமியின் ஆடைகளை நானும் தயக்கத்துடன் பார்த்துச் செய்வதறியாமல் விழித்தேன். என்னை அவள் கவனிக்கவில்லை என்பது ஓர் ஆறுதலான விஷயம். அவள் என்னை கவனிக்கும் முன் பூனையைப் போல சந்தடி செய்யாமல் கீழே போய்விடலாமா என்று ஒரு கணம் யோசித்தேன்.

அப்போது யாரோ கீழே இருந்து அவள் பெயரைக் கூப்பிட்டார்கள்.

'மதூ...'

'ஹாங் தாதிமா'

'இதர் ஆனா'

'அபி ஆ ரஹி ஹூ'

மின்னல் வெட்டியதுபோல் ஓடி மறைந்தாள் மது. நான் 70எம்எம் சினிமாத்திரையைப் போல் கொடியில் விரித்துக் காயப்போட்டிருந்த மாமியின் புடவைகள் பின்னால் ஒளிந்து மதுவின் பார்வையிலிருந்து தப்பித்தேன்.

அவள் மறைந்த அடுத்த கணமே எல்லாத் துணிகளையும் வாரிச் சுருட்டிக் கொண்டு ஒரே பந்தாக உருட்டித் தலைமேல் வைத்துக் கொண்டு ஒரு குரங்கைப் போல் படியிறங்கி ஓடி மறைந்தேன்.

8

வெட்ட வெட்டத் துளிர்க்கும் செடியைப் போல் லீயின் மீதான எனது ஆர்வம் அடக்க அடக்கச் செழித்த படி இருந்தது. சக மாணவர்கள் இதெல்லாம் சரி இல்லை என்றார்கள். என் நெருங்கிய தோழன் ஜோ என்னை அனுதாபத்துடன் பார்த்தான். 'இதெல்லாம் வேண்டாம். தேவையில்லாமல் சிடுக்கு முடிச்சுகளில் மாட்டிக் கொள்ளாதே' என்றான். 'இதற்கெல்லாம் அதிக விலை கொடுக்க வேண்டி இருக்கும். அதிக பட்ச விலையாக உன் உயிரேகூடப் போகலாம்.'

நானும் லீயும் எக்குத் தப்பாக மாட்டிக் கொண்டு விடுவோமோ என்று அவர்கள் பயந்தார்கள்.

லீயும் என் போலவே நெருக்கடியில் இருந்தாள். யாரும் கவனிக்காத தருணங்களில் என் மேல் புன்னகை களை எறிவாள். பிறர் எதிரில் அந்நியத்தன்மையுடன் தோன்றுவாள். எனக்குள் மனம் வேகும். இதெல்லாம் எதற்கு? இது போன்ற சூழ்நிலைகள் ஏன் தோன்ற வேண்டும்?

ஒரு பக்கம் அம்மாவின் குறுக்கீடு. இன்னொரு புறம் லீயின் இடையீடு. இரண்டுக்கும் இடையே நான் கிடந்து அல்லாடினேன். அம்மா பாவம். என் முகத்தின் மலர்ச்சியைப் பிரதானமாகக் கோரி நிற்பவள். அதையே தன் வாழ்வின் பயன் என்று கருதுபவள். சமீப காலத்தில் என் முகமலர்ச்சி சுத்தமாக அழிந்து போனதை அவள் கண்டுபிடித்திருக்கக்கூடும். எனவே என்னை மகிழ்விக்க விரும்பினாள்.

என்னுடைய தந்தையை எனக்கு அறிமுகப்படுத்தி வைப்பதாகச் சொன்னாள். என் தந்தை உயர் பதவி வகிக்கும் விஞ்ஞானிகளில் ஒருவர். எங்கள் தேசத்தில் சக்திவாய்ந்த குடிமக்களில் ஒருவராக அவர் இருக்கிறார் என்றாள். அது ஒன்றும் எனக்கு உவப்பான விஷயமாக இருக்கவில்லை. என்னுடைய தந்தை என்ற நபர் பெரிய ஆளாக இருந்தால் எனக்கென்ன; அவரைப் பார்த்து எனக்கு என்ன ஆகப்போகிறது என்று யோசித்தேன். அதை அம்மாவிடம் சொன்னபோது அவள் மிகவும் கலவரமடைந்தாள். மிகவும் அதிர்ந்து போய் அழவும் செய்தாள். அம்மா இதற்கெல்லாம் இப்படி அழுவாள் என்று நான் எதிர்பார்க்கவில்லை. அவள் அழுதது என் மனத்தை உடைய வைப்பதாக இருந்தது.

ஆதியில் எங்கள் உலகில் குடும்பம் என்ற அமைப்பு இருந்தது. கணவன், மனைவி, குழந்தைகள் என்றிருந்த அமைப்பு அது. செயற்கை அறிவுஜீவிகள் ஆட்சிக்கு வந்ததுமே அந்த அமைப்பைத் தகர்த்தார்கள். 'குடும்பம் என்பது கைவிலங்கைப் போன்றது. அந்த விலங்கால் பிணைக்கப்பட்டவர்கள் வேகமாக ஓட முடியாது. இன்றைய யுகம் வேகமான ஓட்டக்காரர்களை நம்பி இருக்கிறது. எனவே விலங்குகளினின்றும் விடுதலை பெறுவோம்' என்பது அவர்கள் முன் வைத்த சித்தாந்தம்.

மனிதன் இரண்டுவிதமான உற்பத்தி சம்பந்தப் பட்டவன். ஒன்று பொருள் உற்பத்தி. இரண்டு மறு உற்பத்தி. அதாவது தன்னையே மறுஉற்பத்தி செய்து கொள்வது; பிள்ளை பெறுவது. பொருளுற்பத்தி அதிகரித்து மறுஉற்பத்தி குறைந்தால் நல்லது. பொருள் உற்பத்தியைவிட மறுஉற்பத்தி அதிகரித்தால் பிரச் சினைகள் நேரும். எனவே மறுஉற்பத்தி அரசாங்கம் விரும்பும்போது மட்டுமே நடக்க வேண்டும். இது வெற்றிகரமாக நடக்க வேண்டுமானால் காதல்,

குடும்பம், வம்சவிருத்தி போன்ற பழைய கருத்துரு வாக்கங்கள் சிதைக்கப்பட வேண்டும்.

குடும்பம் தகர்ந்த பிறகும் எங்கள் மரபணுக்களில் இன்னமும் குடும்ப ஞாபகம் இருந்து தொலைத்துக் கொண்டிருக்கிறது. அந்த மிச்ச சொச்சம்தான் இதற் கெல்லாம் காரணம் என்று அம்மாவிடம் சொன்னேன்.

ஒருநாள் மதிய உணவு இடைவேளை நேரத்தில் அம்மா என்னைப் பார்க்க வந்திருந்தாள். பேச்சு வாக்கில் என்னிடம் கேட்டாள்.

'அதெல்லாம் சரி. உன் முகவாட்டத்துக்குக் காரணம் என்ன?' நான் பதிலேதும் கூறாமல் மௌனமாக இருந்தேன்.

'நீ காதல் வயப்பட்டு விட்டாய்!' திகிலுடன் முணு முணுத்தாள். அவள் கண்கள் கலங்கின. கை கால்கள் வெடவெடவென்று ஆடின.

'ஆம். எனக்கு அப்படித்தான் தோன்றுகிறது. இது காதல் வரும் பருவம்.' வைசூரிவரும் பருவம் போல பதற்றத்துடன் சொன்னாள். 'வைசூரி வந்தால்கூடப் பிழைத்துக் கொள்ளலாம். காதல் பிழைக்க விடாது. வைசூரியைவிடக் காதல் கொடியது.'

கண்களைத் துடைத்துக் கொண்டு கிசுகிசுப்பான குரலில் உறுதியாகக் கேட்டாள்.

'யார் அந்தப் பெண்?'

'அதோ அவள்தான்' மாவில் தயாரிக்கப்பட்ட சுட்ட அப்பத்தை, தானியங்களும் தாவரங்களும் போட்டுக் கொதிக்க வைத்தக் குழம்பில் தோய்த்து விழுங்கிக் கொண்டிருந்த லீயை அம்மாவிடம் சுட்டிக் காட்டினேன். அது ஒரு பொது உணவருந்துமிடம். மிகப் பெரிய கூடத்தில் வரிசை வரிசையாக மேஜைகளில் பரிமாறப் பட்டிருந்த உணவை நிறையப் பேர் சாப்பிட்டுக் கொண்டிருந்தனர். அம்மாவால் முதலில் லீயைக்

கண்டுபிடிக்க முடியவில்லை.

'யார் அந்த குண்டுப் பெண்ணா? அழகாகத்தான் இருக்கிறாள்.'

'அவள் இல்லை. அவளுக்குப் பின்னால் இருக்கும் மேஜைக்கு மூன்றாவதாக இருக்கும் மேஜையில் அமர்ந்திருப்பவள்.'

அம்மா கூர்ந்து கவனித்தாள். இது மதிய உணவு இடைவேளை நேரமாதலால் உணவு நேரத்தில் ஏகமாய் கூட்டம் தெரியும். இந்த நேரத்தில் கட்டுப்பாடுகள் தளர்ந்திருக்கும். யாரும் யாரையும் கண்காணிப்பது கடினம். எனவே, வேண்டியவர்கள் சந்தித்துக் கொள்வதற்கு உகந்த நேரம் இது. இதற்காகவே இந்த நேரத்தைத் தேர்ந்தெடுத்திருந்தேன்.

லீயைப் பார்த்த மாத்திரத்தில் அம்மா அதிர்ச்சிக் குள்ளானாள்.

'அவளா... அந்தப் பெண்ணா...'

'ஆமாம்'

அம்மா வாயடைத்துப் போனாள். இடது கையில் வாயைப் பொத்திக் கொண்டாள். கண்களில் நீர் துளிர்த்தது.

'என்னம்மா... என்ன ஆயிற்று?'

'இது சரிப்பட்டு வராது. வேண்டாம். இவள் நேர்த்தியான பெண்ணாயிற்றே. இவளை நீ காதலிக்கக் கூடாதென்று தெரியாதா உனக்கு?'

'எனக்குத் தெரியும். என் மண்டைக்குத் தெரிய மாட்டேன் என்கிறது. இவளைப் பார்த்ததும் மூளைக்குள் துள்ளிக் குதிக்கும் நியூரான்களுக்கும் தெரியமாட்டேன் என்கிறது.'

'எக்காலத்திலும் நீ இவளுடன் சேர முடியாது.'

நானும் அம்மாவும் பதற்றத்துடன் பேசிக்கொண்டிருந்தபோது, தற்செயலாக லீ எங்களைப் பார்த்தாள்.

ஸ்படிகம் போன்று ஒளிவு மறைவின்றி சிரித்தாள்.

'ஐயோ சிரிக்கிறாள். சிரிக்கிறாள். அவள் சிரிப்பதைப் பார்க்காதே' என்றபடி, என்னமோ பனி ஒத்துக் கொள்ளாது என்று குழந்தையை வீட்டுக்குள் இழுத்துப் போகும் தன்மையோடு, என்னை அவள் சிரிப்பி லிருந்து விடுவித்து இழுத்துப் போனாள்.

9

அடுத்த வாரமே சென்னைக்கு வந்த ரயில் ஒன்று அதிகாலைப் பனியில் அம்மாவை இறக்கிவிட்டுப் போனது. ஓர் அகதியைப் போல் உடுத்திய புடவையுடன் மாற்றுத் துணிகூட இல்லாமல் வந்து சேர்ந்தாள் அம்மா. உடுத்திய துணியுடன் வெறும் கை வீசி சென்னைக்கு வரவேண்டும் என்றெல்லாம் நேர்த்திக் கடன்கள் ஏதுமில்லை அம்மாவுக்கு. அப்பா திடீரென்று முகாந்தரம் ஏதுமின்றி அம்மாவை வீட்டை விட்டு வெளியே தள்ளிவிட்டுக் கதவைப் பூட்டி சாவியை எடுத்துக் கொண்டு போய்விட்டார். இரண்டு நாட்களுக்குப் பின்னர்தான் அவர் எங்கோ தலைமறைவாகி விட்ட விஷயம் தெரிந்திருக்கிறது. இதனால் அம்மாவின் கல்யாணப் பட்டுப்புடவை முதல், அடகுக் கடைகளில் மீட்க முடியாமல் முழுகிப்போன நகைகள் நீங்கலாக வீட்டில் அப்பாவின் கண்களில் படாதபடி பதுக்கி வைக்கப்பட்டிருந்த சிறுசிறு தங்கத் துணுக்குகள் உட்பட சகலத்தையும் அங்கேயே விட்டுவிட்டு வரநேர்ந்திருக் கிறது.

அப்பா தலைமறைவான நாள் முழுக்க அம்மா வீட்டு வாசலிலேயே ‘கஸாப்ளான்கா’வைப் போல் ஆணி யடித்தமாதிரி அசையாமல் உட்கார்ந்து கொண்டு இருந்திருக்கிறாள். இதோ வருவார் அதோ வருவார் என்ற நம்பிக்கை. மத்தியானமும் சாப்பிடவில்லை. ராத்திரியும் பட்டினி. வீடு பூட்டியிருப்பதால் சமைக்க

வழியில்லையே. (சமைப்பதற்கு வீட்டில் ஒன்றுமில்லை என்பது வேறுவிஷயம்!) அக்கம் பக்கத்து வீட்டுக் காரர்கள்தான் பரிதாபப்பட்டு சாப்பிட ஏதோ கொடுக்க முன் வந்திருக்கிறார்கள். அதையும் வீம்பாக அம்மா மறுத்து வந்திருக்கிறாள். இரவு மட்டும் வேறு வழி யில்லாமல் பக்கத்து வீட்டில் படுத்துக் கொண்டாள். மறுநாள் காலையில்தான் காபியும் டிபனும் சாப்பிட்டிருக் கிறாள். மறுநாளும் அதற்கடுத்த நாளும் அப்பாவைத் தேடிப் பார்த்த பின்னர்தான் அவர் தலைமறைவான விஷயம் எல்லோருக்கும் தெரியவந்தது. அப்பா தலைமறைவான விஷயம் அவரது கால்டஜன் காதலி களுக்குக் கூடத் தெரியவில்லை என்பது மிகப் பெரிய சோகம்.

அம்மா வந்ததும் மாமி செய்த முதல் காரியம் வீட்டு வேலைக்காரியை வேலையை விட்டு நிறுத்தியதுதான். ஏனெனில், ஒரு வீட்டுக்கு இரண்டு வேலைக்காரிகள் தேவை இல்லை அல்லவா?

துணி துவைத்தல்; பாத்திரம் தேய்த்தல்; சமைத்தல் போன்றவை அம்மாவின் வேலையாயிற்று; கடைக்குப் போதல்; காய்கறி வாங்குதல்; நரேஷை கவனித்துக் கொள்ளுதல் போன்றவை என் வேலையானது. ஊரில் அப்பா தண்டித்தது போதாதென்று சென்னைக்கு வந்து நாங்கள் இரண்டாவது முறையாகவும் தண்டிக்கப் பட்டோம்.

என்னைப் பொறுத்தவரை மாமா ஒரு முக்கியமான ஆளுமையாக இருந்தார் என்றே சொல்ல வேண்டும். பொதுவாகவே அம்மா 'மாமா மாதிரி படிக்கணும்' 'மாமா மாதிரி நல்ல வேலைக்குப் போகணும்' 'மாமா மாதிரி... மாமா மாதிரி...' என்று தொணதொணத்துக் கொண்டே இருப்பாள். மாமா ஒரு முன்மாதிரியாக என்னுள் ஒரு படிமம் ஏற்பட இது ஒரு காரணமாக

இருக்கலாம். தவிரவும் மாமா கறுப்பாக இருந்தாலும் களையான முகம் வாய்க்கப் பெற்றவர். நல்ல உடை யுடுத்தி நன்றாகத் தோன்றுவதில் தமிழ் சினிமாக் கதாநாயகர்களை அவர் ஒத்திருந்தார். பிரில்க்ரீம் பூசி வாரிய தலையும், நூதனப் பெயர் தரித்த ஃப்ரெஞ்ச் வாசனைத் திரவியங்கள் தெளித்த நேர்த்தியான உடை களுமாய் காட்சி தருவார். அவர் பாதங்களை ஷூ இல்லாமல் கற்பனை செய்ய முடியாது. சென்னைக்குப் புதிதாக வரும் எந்த நவீன மோஸ்தர் உடையையும் முதலில் அவர்தான் அணிவார்.

மாமா பல புதிய திறப்புகளை என்னுள் உருவாக் கினார். அதுவரை டி.எம்.எஸ், பி. சுசீலா பாடல்களைத் தாண்டியிராத என் காதுகளைப் பிடித்துத் திருகி இழுத்துப் போய் முகமது ரபி, மன்னா டே. லதா மங்கேஷ்கர் என்று கேட்க வைத்தவர் மாமாதான். நான் பார்த்த முதல் ஆங்கிலப்படமான 'மெக்கன்னாஸ் கோல்டை'யும் இந்தி படமான 'ஆராதனா'வையும் அவர்தான் அறிமுகப்படுத்தினார். மாமா இதை யெல்லாம் எனக்காகச் செய்ததில்லைதான்; மாமாவும் மாமியும் படம் பார்க்கப் போகும்போது உடன் வரும் நரேஷை அழாமல் பார்த்துக் கொள்ளும் பெரிய பொறுப்பு என்னைச் சார்ந்திருந்தது என்பதால் 'புல்லுக்கும் நீர் ஆங்கே பொசியுமாம்' என்ற விகிதத்தில்தான் இந்த வாய்ப்புகள் எனக்குக் கிடைத்தன. மாமாவுக்குத் தமிழைப் போலவே ஆங்கிலமும் ஹிந்தியும்கூட சரளமாகப் பேசவும் எழுதவும் வரும். மாடி வீட்டு மதுமிதாவின் அப்பாவிடம் மாமா ஹிந்தியில் பேசுவதை நான் வாயில் ஈ போவது தெரியாமல் பார்த்துக் கொண்டிருப்பேன். அப்போதெல்லாம்கூட எனக்கு ஹிந்தி கற்றுக்கொள்ள வேண்டும் என்று ஆசை தோன்றியதில்லை.

ஒருநாள் மொட்டை மாடியிலிருந்து வேகமாகப் படியிறங்கி வரும்போது எதிர்ப்பட்ட மதுமிதாவின் மேல் மோதிக்கொள்ளத் தெரிந்தேன். மதுமிதா அதிர்ச்சியில் மார்பைப் பிடித்துக்கொண்டு 'மைகாட்' சொன்னாள். படிக்கட்டு வாசலைவிட்டு விலகி ஒதுங்கி இருந்ததால் சூரியனின் கதிர்களைத் தவிர்த்துவிட்டு வெளிச்சக்குறைவாக இருந்தது. மதுமிதா அரை யிருட்டில் அதீத அழகுடன் தோன்றினாள். அத்தனைக் கிட்டத்தில் அவளை நேருக்கு நேர் பார்க்க நேர்ந்ததில் நான் மிகவும் கிளர்ச்சியடைந்து போயிருந்தேன். இதயம் படபடத்தது. மூச்சு இரைத்தது. சிறிதுநேர தாமதத் துக்குப் பின் சுவாதீனமடைந்து 'ஸாரி' என்றேன். உடனே அவள் சிரித்தபடி 'டீக் ஹை' என்றாள். அந்த வினாடியில் மேல் படிக்கட்டில் நானும் கீழ்ப்படிக் கட்டில் அவளும் நின்றிருந்தோம். இப்போது அவளை விட நான் உயரமாகத் தெரிந்தேன். நான் இயற்கை யிலேயே இவ்வளவு உயரமாக இருந்திருக்கக் கூடாதா என்று ஏங்கினேன். பின்பு நான் பக்கவாட்டில் சுவரை ஒட்டித் திரும்பி நின்றுகொள்ள அவள் தாவித்தாவிப் படியேறிப் போனாள். அப்போது அவள் பாவாடை என் மேல் உரசியதை ஒரு பேறு போல் உணர்ந்தேன்.

கொஞ்ச நாளைக்கு அவள் சொன்ன 'டீக் ஹை' என் மண்டையைக் குடைந்து கொண்டிருந்தது. யாரிடம் இதற்கு அர்த்தம் கேட்பது என்று தெரியாமல் விழித்துக் கொண்டிருந்தேன். கடைசியில் அவளிடமே போய்க் கேட்டதற்கு அவள் சிரித்துக்கொண்டே ஆங்கிலத்தில் 'It's okay' என்று சொல்கிறோம் அல்லவா, அதற்கு இணையான வார்த்தைதான் டீக் ஹை என்றாள். இப்போதுதான் ஹிந்தி கற்றுக்கொள்ள வேண்டு மென்று முடிவு செய்தேன்.

10

லீயுடன் பழகுவதற்கு ஏகப்பட்ட எதிர்ப்புகள் இருந்தன. ஏற்கனவே இருந்த எதிர்ப்புகள் போதாதென்று இப்போது அம்மாவின் எதிர்ப்பும் சேர்ந்துகொண்டது. இது என்னை நிலைகுலைய வைத்தது. அம்மாவிடம் எனக்கும் லீக்குமான பரஸ்பர ஈர்ப்பைக் குறித்துப் பேசலாம் என்று முன்னதாகவே உத்தேசித்திருந்தவன் தான் நான். அவளது ஆதரவு தேவைப்படும் தருணத் திற்காகக் காத்திருந்தேன். ஆனால் அம்மா எதிரிடை யாக நடந்து கொண்டது காலைவாரி விடுவதாக இருந்தது.

இன்னொருபுறம் லீக்கும் எனக்கும் இடையேயான நெருக்கம் இறுக்கமாகிக் கொண்டும் இருந்தது. இந்த ஆண்டுடன் எங்கள் இளநிலைப்பட்டயப் படிப்பு முடியவிருக்கிறது. அதன் பிறகு முதுநிலைப் பட்டயப் படிப்பு துவங்க இருக்கிறது. இந்த ஆண்டுடன் ஆணும் பெண்ணும் சேர்ந்து படிக்கும் வாய்ப்பு முற்றாக முடிந்து விடக் கூடிய நிலைமையில் இருந்தது. மேற்படிப்பு படிக்கும் ஆண்களுக்கும் பெண்களுக்கும் தனித்தனி யான வகுப்புகளாக மட்டுமே படிப்பைத் தொடர முடியும்; ஆண் பெண் பரஸ்பர ஈர்ப்பைத் தடுக்கவும் காதல் விபரீதங்களைத் தவிர்ப்பதற்குமான ஏற்பாடு இது. இனி என்றென்றுமாக நாங்கள் பிரிந்து போய் விடுவோம் என்ற பயமே எங்களை ஒரு வலுவான கயிறாக மாறி இறுக்கிக் கட்ட ஆரம்பித்திருந்தது.

இதனால் தனிமையான சந்தர்ப்பங்கள் கிடைத்த போதெல்லாம் நாங்கள் வெறித்தனமாக எங்களைக் கட்டிப்பிடித்துக் கொண்டும், ஒருவர் உதடுகளை ஒருத்தர் வெறியுடன் சுவைத்தும் திளைத்தோம்.

ஒரு வாய்ப்பு முடிந்ததும் அடுத்த வாய்ப்புக்காக மணிக்கணக்காக - சமயங்களில் நாள் கணக்காக - ஏங்க ஆரம்பித்தோம்.

ஆரம்பத்தில் எனது காதலுக்கு எதிராக இருந்த ஜோ இப்போது எனக்காக மனமிரங்கினான். முதலில் லீயை மறப்பதற்குச் சில உபாயங்கள் சொன்னான்.

ஞாபகங்களை அழிக்க முடியாது. தானாக அவை அழியும் வரை காத்திருக்க வேண்டும். அவை தன்னிச்சை யாக அழியும் வரை காத்திருப்பதும் கடினம். எனவே ஒன்று செய்யலாம். ஞாபகங்களை அழிக்க முடியாதே தவிர அவற்றை மடைமாற்ற முடியும். உதாரணமாக ஒரு போதைப் பொருளுக்காக மனம் கிடந்து தவிக் கிறது என்று வைத்துக் கொள்வோம். அந்த போதைப் பொருள் உடனடியாகக் கிடைத்தபாடாக இல்லை. ஆனாலும் போதைக்கான தாபமும் தீர்ந்த பாடாக இல்லை. அப்போது போதைப் பொருளும் கிடைக் காமல் போதைக்கான தாபமும் தீராமல் தவிக்க நேர்வது கொடுமை. அது போன்ற தருணங்களில் கிடைக்க கூடிய வேறு போதைப்பொருளை அந்த போதைப் பொருளுக்கான ஈடாக உபயோகிக்கலாம்.

லீயுடன் புணர்ச்சி கொள்ளத் தவிக்கிறது மனம். அவள் ஞாபகம் தீயாய் தகிக்கிறது. அந்தத் தீயில் வெந்து தணிய வேண்டுமானால் அதற்கு வேறு வழிகளும் இருக்கின்றன. லீக்குப் பதிலீடாக அவளைப் போலவே அதே உயரம் பருமன் முகத்தோற்றத்துடன் கூடிய ஒரு செயற்கை அறிவுஜீவியை உற்பத்தி செய்ய முடியும். கிட்டத்தட்ட அவளைப் போலவே செலுலாய்ட் சருமத்

துடனும் சிலிக்கான் மார்பகத்துடனும் உருவாக்கப் படும் அந்தச் செயற்கை லீயுடன் நீ உடலுறவு கொள்ள முடியும். தவிரவும் லீயின் மீதான காதலை நீ இந்த பொம்மை மனுஷியிடம் மடைமாற்றம் செய்து கொள்ளலாம். அதனுடைய மூளையை நம்முடைய விருப்பத்துக்கேற்ப வடிவமைத்துக் கொள்ளலாம். அதனால் அது சொன்ன பேச்சைக் கேட்கும். புகார்கள் செய்யாது. கர்ப்பம் தரிக்காது.

'அவளை நினைத்துக் கொண்டு ஒரு பொம்மையைப் புணர்வது என்னையே நான் ஏமாற்றிக் கொள்வது ஆகாதா?'

'வேறு வழி இல்லை. நாம் விரும்பாத சூழல் நம்மீது திணிக்கப்படும்போது நமது சூழலே நமக்கு அந்நிய மாகிறது. அந்நியப்படுத்தப்படும் நாம் அந்த அந்நியத் தன்மையைக் கடந்து செல்ல வேண்டும். இல்லா விட்டால் புத்தி பேதலித்துப் போகும். கோருவது கிடைக்காதபோது அதற்குப் பதிலீடுகள் தேவை.'

'எனக்கு இதுதான் ஏற்பாடு என்றால், அவள் என்ன செய்வாள்? அவளுக்கும் பதிலீடுகள் இருக்கின்றனவா?'

'ஏன் இல்லாமல்? அவளுக்கும் உன்னைப் போன்ற ஓர் அறிவுஜீவீ உயிரியைத் தயார் செய்ய முடியும். அந்த பொம்மையில் பொருத்தப்படும் 'வைப்ரேட்டர்' கருவி உறுப்பைப் போல் செயல்படும்'

'மெய்யான வாழ்க்கைக்குப் பதிலீடாக ஒரு பொய்யான வாழ்க்கையை முன்வைக்க முடியுமா?'

'முடியாதுதான். ஆனால் வாழ்க்கையே இல்லாமல் போகும் பட்சத்தில் வாழ்க்கையைப் போன்ற ஏதோ ஒன்றாவது கிடைப்பது பரவாயில்லை அல்லவா? இதில் நாம் செய்வதற்கு என்ன இருக்கிறது. நமது சமூகம் இது போன்ற பதிலீடுகளைக் கொண்டுதானே தனது இன்மைகளை சரி செய்து கொள்கிறது? கனவு × நனவு

என்பது ஒரு எதிர்நிலை. நனவு கனவைச் சாத்தியப் படுத்த முடியாதபோது கனவு × நனவு = எதிர்கனவு என்று ஒரு புதிய சமன்பாட்டை நாம் உருவாக்க வேண்டி இருக்கிறது'

'கனவு × நனவு = எதிர்கனவு!'

'ஆமாம். மெய்மை கைநழுவிப் போகும்போது அதற்குப் பதிலீடாக தோற்றநிலை மெய்ம்மையைத் தானே உலகம் நமக்கு விநியோகிக்கிறது.'

எங்களுக்கு செயற்கை அறிவு உயிரிகளைத் தயாரிக்கத் தெரியும். அது எங்கள் பாடத்திட்டத்தில் இருந்தது. எங்களில் ஒவ்வொருவருக்கும் அவற்றைத் தயாரிப் பதற்கும், பராமரிப்பதற்கும் பழுதுகளைச் செப்பனிடு வதற்கும் தெரியும். மாணவர்களாகிய எங்களுக்குப் பாடத்திட்டத்தின் ஒரு பகுதியாக 'செயல் திட்டம்' இருப்பதால் அதற்காகச் சிறுசிறு செயற்கை உயிரிகளைத் தயாரித்துக் காட்டுவோம். எனவே ஒரு போலி லீயை உருவாக்குவது எங்களுக்கு அப்படியொன்றும் சிரம மான விஷயமாக இருக்கவில்லை. 'செயல்திட்டம்' என்ற பெயரில் இதைச் செய்யும்போது, தேவையான கருவிகளைப் பெறுவதில் எங்களுக்குத் தடையேதும் இராது. எனவே ஒரு மாதத்தில் நாங்கள் கடின உழைப்பில் ஒரு லீயை உருவாக்கினோம்.

ஏற்கனவே சந்தையில் தயார் நிலையில் கிடைக்கும் பெண் உடம்புகளில், லீயின் உயரமும் பருமனும் கொண்ட ஒரு பொம்மையை வாங்கி அதற்குக் கணினி மூலம் லீயின் முகத்தைப் பொருத்தி சைபர் லைஃப் தொழில்நுட்பம் மூலம் மூளையை வடிவமைத்து அணுமின்சாரத்தைப் பயன்படுத்தி உயிர் கொடுத்தோம். இப்போது அவளைக் கன்னத்தில் கிள்ளினால் 'சீ' என்று கையைத் தட்டிவிட்டு அவளால் வெட்கப்பட முடியும். கட்டிப்பிடித்து முத்தம் கொடுத்தால் 'ஐயோ

யாராவது பார்த்துவிடப் போகிறார்கள்' என்று பதற்றத் துடன் விலக முடியும்.

இந்த இயந்திரங்கள் மனிதர்களைப் போலவே வடிவமைக்கப்படுவதால் இவற்றின் மூளையின் வடிவமும் மனித மூளையின் நகலெடுக்கப்பட்ட வடிவமாகவே இருக்கும். செயற்கை இழைகளாலும் உலோகக் கம்பிகளாலும் ஆன இவை மிகவும் சிக்கலானவை. பழைய காலத்து கணினி இயந்திரங்கள் 'கட்டுப்பாடு' 'கட்டளை' போன்ற அம்சங்களால் நிர்வகிக்கப்பட்டவை. இவையோ 'இசைந்து போ' 'கவனத்தைத் திருப்பு' போன்ற உணர்த்தல்களால் ஆனவை. பழைய காலத்து கணினிகள் பின்தங்கியவை. அந்தக் காலத்து ரோபோ இயந்திரங்கள் எவ்வளவு பெரிய கணக்குப் போடக்கூடிய, கவிதை எழுதக்கூடிய அறிவாளியாக இருந்தபோதிலும் தண்ணீரில் மூழ்க நேர்ந்தால் தன்னைக் காப்பாற்றிக்கொள்ள வேண்டுமே என்ற உணர்வே இல்லாமல் முழுகிவிடும். அதற்குத் தன்னைக் காப்பாற்றிக்கொள்ளத் தெரியாது. ஆனால் ஓரறிவு உயிர்களான ஈயும் எறும்பும்கூட நீரில் தத்தளித்துத் தங்களைக் காப்பாற்றிக்கொள்ளவே முயலும். இத்தனைக்கும் ஈக்கும் எறும்புக்கும் கவிதை தெரியாது. இந்தத் தற்காப்பு உணர்ச்சி உட்பட சுயசிந்தனை போன்ற பல உணர்வுகள் இந்தப் புதுவகை இயந்திரங்களுக்கு ஊட்டப்பட்டுள்ளன.

பொம்மை லீ முழுதும் தயாராகி முடிந்ததும் நான் அளவற்ற பரவசத்துக்கு ஆளானேன். அவளைத் தொட்டுத் தொட்டுப் பார்த்து ஆனந்தித்தேன். மகிழ்ச்சி தாங்காமல் அவளை இறுக்கி அணைத்து கன்னத்தில் முத்தமிட்டேன். 'சீ' என்றாள். துரதிருஷ்டவசமாக லீ பிளாஸ்டிக் வாசனையடித்தாள். நான் அதிர்ச்சிக்கும் துயரத்துக்கும் உள்ளானேன்.

'புதிதாகத் தயாரிக்கபட்டதால் பிளாஸ்டிக் வாசனை யடிக்கிறாள். புழங்கப்புழங்கப் பழசாகி பிளாஸ்டிக் வாசனையை இழந்து விடுவாள். அதன் பிறகு அசல் லீ பயன்படுத்தும் நறுமணப் பொருட்களைத் தெளிப் பதன் மூலம் இவளையும் அசல் லீயாக உணரமுடியும்' என்றான் ஜோ.

அதுவும் சரிதான் என்று தோன்றியது.

இப்போது லீ எனக்கே எனக்கென்று ஆகிவிட்டாள். என்னால் நம்ப முடியவில்லை. பிரமையுடன் அலைந்து திரிந்தேன். மாணவர்களான எங்களுக்கு எங்கள் பொருட்களை வைத்துக் கொள்ளத் தனித்தனி அலமாரிகள் உண்டு. ஆள் உயர அலமாரிகள் அவை. என்னுடைய அலமாரியில் லீயை வைத்துக்கொள்ள எனக்கு அனுமதியும் கிடைத்தது.

ஒருதடவை அசல் லீயிடம் அழைத்துப் போய் நகல் லீயைக் காண்பித்தேன். அவள் நம்ப முடியாமல் விழித்தாள். இருந்தாலும் அவள் பொறாமை கொள்ளவும் செய்தாள்.

'என்னை நினைத்துக் கொண்டா இவளை முத்த மிடுகிறாய்?'

'ஆமாம்'

'நீ ரொம்பக் கெட்டவன்'

'என்ன சொல்கிறாய்!'

'ஆமாம். உன் மேல் எனக்கிருந்த அபிமானமே போய்விட்டது. நீ கீழ்த்தரமானவன். வக்கிரமான மனிதன். இனிமேல் என் முகத்தில் விழிக்காதே.'

கோபத்துடன் போயேவிட்டாள் அசல் லீ. பொம்மை லீ 'என்ன விஷயம்? ஏன் அவள் கோபிக்கிறாள்' என்றாள்.

நான் விரக்தியுடன் விஷயத்தைச் சொன்னேன்.

விஷயம் தெரிந்ததும் இவளும் ரௌத்ரமானாள்.

'நான் உனக்கென்றே உருவாக்கப்பட்டவள். அவளோ யாருக்காகவோ உருவானவள். அப்படி இருக்கையில், நீ என்னை விட்டுவிட்டு அவளை நாடுவது எந்த விதத்தில் நியாயம். இனி எக்காரணம் கொண்டும் நீ அவளைப் பார்க்கக் கூடாது. அதை நான் அனுமதிக்க மாட்டேன்' என்று வாதிட்டாள். என்னை நிழல்போல் தொடர வேறு ஆரம்பித்தாள். அவளை அலமாரியில் அடைக்க முடியாமல் போயிற்று. அலமாரியில் அடைக்க முற்படும் ஒவ்வொரு தடவையும் அவள் என்னையும் ஜோவையும் எதிர்த்துப் போராடினாள். எங்கள் சதியைப் பற்றி மேலிடத்தில் புகார் செய்யப் போவதாகவும் பயமுறுத்தினாள்.

நாம் ஒரு விஷயத்தைச் செய்ய முற்படும்போது பிரபஞ்சம் இரண்டுவிதமான சதிகளில் ஈடுபடுகிறது. ஒன்று அதற்கு ஆதரவாக, இன்னொன்று அதற்கு எதிராக. இப்போது நாங்கள் பிரபஞ்சத்தின் எதிரான சதியில் சிக்கிக் கொண்டுவிட்டோம் என்றே தோன்றியது.

பிறகு படாதபாடுபட்டு ஒருவழியாக மின்காந்தத்தின் துணையுடன் அவளைச் செயலிழக்க வைத்துப் பகுதி பகுதியாகப் பிரித்து அவளை உதிரி பாகங்களாக மாற்றித் தப்பினோம். அதற்குள் அசல் லீ என் வாழ்க்கையை விட்டே எங்கோ விலகிப் போய் விட்டிருந்தாள்.

பின்னர் நாங்கள் எங்களுக்கென்று விநியோகிக்கப் படும் கனவுகளை வரித்துக் கொண்டோம்.

11

'டே இப்பிடியே எத்தனை நாளைக்குத்தான் வெட்டியாகத் திரியப் போறே?' என்றார் மாமா. அது என்னையே நான் அடிக்கடி கேட்டுக் கொள்ளும் கேள்வி. அதையே மாமாவும் கேட்டதில் எனக்குள் சந்தோஷம் பொங்கியது. மாமா எனது எதிர்காலம் குறித்துப் பேசியது, அம்மாவுக்குள் மின் அலைகளை எழுப்பியிருக்கும். பாவம், அவள் வேறு அடிக்கடி மாமாவிடம் 'இவனை எப்படியாவது உங்கள் அலுவலகத்தில் ஒரு பியூனாகச் சேர்த்துவிடேன்' என்று மூளைச் சலவை செய்து கொண்டிருந்தாள். அது மாமாவால் முடியும். ஏற்கனவே இரண்டு பேரை அவர் தன் அலுவலகத்தில் கடைநிலை ஊழியர்களாகச் சேர்த்திருந்தார். அவர்கள் பண்டிகை தினங்களில் வாழ்த்து அட்டை அனுப்பியும், இனிப்புப் பொட்டலங்கள் கொண்டு வந்து கொடுத்தும் தங்கள் நன்றியறிதலைத் தெரிவித்துக் கொண்டிருக்கிறார்கள்.

என்னை மாமாவின் அலுவலகத்தில் பியூனாகச் சேர்ப்பது தொடர்பான என் அம்மாவின் வேண்டுகோள்கள் மாமாவால் ஒருபோதும் பரிசீலிக்கப்பட்டதே இல்லை. ஒவ்வொரு தடவையும் அம்மா கேட்பாள். வெறும் தலையசைத்தல்; சமயங்களில் அதுகூட செய்யாமல் இருத்தல்; ஏதோ நினைவாக இருந்து கொண்டு 'உம்' கொட்டுதல் போன்றவையே மாமாவின் எதிர்வினையாக இருக்கும். மாமியும் இது தொடர்பாக ஒருபோதும் தனது கவனத்தைச் சிதறவிட்டதில்லை.

மாமிக்குப் பிடித்த விவாதங்கள் நிறைய இருக்கின்றன. மாடியில் இருக்கும் மதுமிதாவின் அம்மா அழகா அல்லது தான் அழகா? மதுமிதா அம்மாவிடம் அதிக நகைகள் இருக்கின்றனவா அல்லது தன்னிடம் இருக்கின்றனவா? இந்தத் தெருவிலேயே அதிகப் புடவைகள் வைத்திருப்பது மாமி மட்டுமா அல்லது வேறு யாராவது இருக்கிறார்களா?

மேற்கண்ட விவாதங்கள் மாமிக்குப் பிடித்தமானவை என்பதை நானும் அம்மாவும் ஒருநாள் தற்செயலாகக் கண்டுபிடித்தோம். அதன்பின் மாமியின் புன்னகைக்குப் பழக்கமில்லாத இறுகிய முகத்தில் புன்னகைக் கோடுகளை வரவழைப்பது சுலபமாக இருந்தது. அது கிட்டத்தட்ட நின்றுபோன ஒரு காரைப் பிடித்துத் தள்ளி 'ஸ்டார்ட்' செய்வதைப் போன்றது. ஸ்டார்ட் ஆவதற்குள் போதும்போதும் என்றாகிவிடும். கொஞ்ச நாட்களாகவே தொடர்ந்து நிகழ்ந்து வந்த அந்த விவாதங்களின் விளைவாக மாமியும் தன்பங்குக்கு எனக்காகப் பரிந்துரை செய்தாள்.

'பாவம் இவன். எத்தனை நாளைக்குத்தான் இப்பிடியே இருப்பான். இவனுக்கு ஏதாவது வழி பண்ணக் கூடாதா?'

மாமியின் வார்த்தைகள் உச்சநீதிமன்றத்தின் தீர்ப்புக்குச் சமமானவை. அவற்றை யாரும் மீறத் துணிய மாட்டார்கள். குறிப்பாக மாமா. அவற்றைக் காலில் போட்டு மிதிக்கும் உரிமை நரேஷுக்கு மட்டுமே உண்டு.

மாமியே சொன்னதும் மாமா உற்சாகமடைந்தார்.

'ஆமா. இவனுக்கு ஒரு ஏற்பாடு பண்ணிட்டேன்'

தன் கையிலிருந்த தினசரியை டீபாயில் மடித்து வைத்துவிட்டு என்னைக் கூர்ந்து பார்த்தார்.

'உனக்கு வேலைக்கு ஏற்பாடு பண்ணிட்டேன். நீ நல்லபடியாக நடந்து என் பேரைக் காப்பாத்தணும்'

'சரிங்க மாமா'

எனக்குள் சந்தோஷம் குபுக்கென்று பீறிட்டு வந்தது. ஒரு வழியாக வேலை கிடைத்துவிட்டது. எனது கனவுகளைப் பரணிலிருந்து எடுத்து தூசி தட்டித் துடைத்தேன். இனி எனது கனவுகள் நிறைவேற முடியும். எழும்பூரில் தவற விட்டுவிட்ட ரயிலை செங்கல்பட்டில் போய்ப் பிடித்துக் கொள்வது மாதிரிதான். முதலில் கொஞ்ச காலம் பியூன் வேலை பார்ப்பது கஷ்டமாகத் தான் இருக்கும். பல்லைக் கடித்துக் கொண்டுதான் கொஞ்சநாளை ஓட்ட வேண்டும். அப்புறம் மாலை நேர வகுப்புகளில் சேர்ந்து படித்துப் பட்டம் பெற்று பதவி உயர்வுகள் பெற முடியும். நானும் மாமாவைப் போல் அதிகாரி ஆவதும் சாத்தியம்.

மாடி வீட்டு மதுமிதாவிடம் இனித் தயக்கமின்றிப் பேசலாம். 'பத்தாவதுக்கு அப்புறம் என்ன பண்ணப் போறே?' என்கிற அவளது அமிலம் போன்ற கேள்விக்கு இனித் தயங்காமல் பதில் சொல்லலாம். நான் மத்திய அரசில் வேலைக்குச் சேரப் போகிறேன். 'படிப்பு' 'படிப்பதே வேலை செய்வதற்காகத்தானே?' வேலையே கிடைத்த பிறகு ஏன் படிக்க வேண்டும்?'

'டே என்னடா யோசனை. அதுக்குள்ளே என்ன பகல் கனவு?'

'ஒண்ணும் இல்ல மாமா'

'நாளைக்கே நீ வேலைக்குச் சேரணும். சரியா?'

'சரிங்க மாமா'

அம்மாவுக்கு சந்தோஷம் பொங்கியது.

'மாமா பேரைக் காப்பத்தணும். புரிஞ்சதா?' என்றாள் ஒரேடியாய் அகமகிழ்ந்து. நானும் அம்மாவும் சந்தோஷ அலைகளால் அடித்துச் செல்லப்பட்டோம்.

'என்ன வேலைங்க?' என்று கேட்டாள் மாமி. ஏதாவது நல்ல வேலையாக இருந்து தொலைந்துவிடுமோ என்று அவள் பீதியடைந்த மாதிரி காணப்பட்டாள். எனக்குத் தப்பித்தவறி ஏதாவது நல்ல வேலை கிடைக்கும்

பட்சத்தில் நானும் அம்மாவும் வேறு எங்காவது தனியாக வீடு பார்த்துப் போய்விடுவோம். இத்தனை நாள் வீட்டு வேலை செய்து வந்த இரண்டு வேலையாள்களை அதுவும் சம்பளம் இல்லாமல் வேலை பார்த்து வந்த இரண்டு பேரைத் திடீரென்று இழப்பது முடியாத காரியம். தவிரவும், ஒருவேளை அந்த யோசனையின் மூலம் எங்கள் கௌரவம் திடீரென்று உயரும்பட்சத்தில் நாங்கள் மாமாவுக்குச் சமமாக வந்துவிடும் அபாயமும் இருக்கிறது. அப்புறம் நாங்கள் மாமாவையும் மாமியையும் மதிக்காமல் போய்விடக் கூடும்.

மாமா சோம்பல் முறித்தபடியே சொன்னார். 'மாடி வீட்டு பாண்டன் கிட்ட நேத்து பேசிட்டேன். அவரோட ஸ்பேர்பார்ட்ஸ் கடையில இவனை வேலைக்கு வெச்சுக்கறதா சொல்லிட்டாரு. இனிமே பயலுக்குப் பிரச்சினை எதுவும் இல்ல. ஏதோ வேலைக்குப் போன மாதிரியும் இருக்கும். தொழிலைக் கத்துக்கிட்ட மாதிரியும் இருக்கும்.'

'ஸ்பேர்பார்ட்ஸ் கடையா!' அம்மா அதிர்ச்சியில் சத்தம் போட்டே கேட்டாள். நான் மௌனமாக இருந்தேன். என்னுடைய கனவுகளைப் பழையபடி மூட்டை கட்டி பரண்மேல் வீசுவதில் எனக்குச் சிரமம் ஏதும் இருக்கவில்லை.

'என்னடா சொல்றே?'

'சரிங்க மாமா'

எனது எதிரிகளின் பட்டியலில் இரண்டாவது பெயராக என் மாமாவின் பெயரைச் சேர்த்தேன். முதல் பெயராக இருப்பது என் அப்பாவின் பெயர். அவர் பெயர் மட்டுமே அந்தப் பட்டியலில் தன்னந்தனியாக இருக்கும் என்று நான் நினைத்தது எத்தனை பெரிய பிசகு என்பதைத் துக்கத்துடன் யோசிக்க ஆரம்பித்தேன்.

12

ஆண்ட்ரமெடா காலாக்ஸியில் தறிகெட்டுச் சுற்றிக் கொண்டிருக்கும் எங்கள் கிரகத்தின் பழைய பெயர் லோன். புதிய பெயர் மா. உங்கள் கிரகமான பூமி ஒருமுறை தன்னைத்தானே சுற்றிக் கொள்ள ஒருநாள் பிடிக்கிறது; சூரியனை ஒரு தடவை சுற்றிவர 365 நாட்கள் பிடிக்கின்றன இல்லையா? எங்கள் லோன் கிரகம் தன்னைத்தானே ஒருமுறை சுற்றிக் கொள்ள 45 நாள்கள் ஆகின்றன. சூரியனை ஒருதடவை சுற்றிவர அதே 45 நாள்கள்தான் ஆகின்றன. எனவே எங்களைப் பொறுத்தவரை ஒருநாள் என்பதும் ஒரு வருஷம் என்பதும் ஒன்றே.

ஆதியில் நாங்கள் பல நாடுகளாகப் பிரிந்திருந்தோம். பல மொழிகள் பேசினோம். பல இனங்களாக அடையாளப்படுத்திக் கொண்டோம்.

எங்கள் நாடுகள் வடக்கு - தெற்கு என்று பிரிக்கப் பட்டிருந்தன. வடக்கு உலகம் - தெற்கு உலகம்; வடக்குச் சிந்தனை - தெற்குச் சிந்தனை. வடக்குச் சிந்தனை என்பது பொருள் முதல்வாதம். தெற்குச் சிந்தனை என்பது கருத்து முதல்வாதம்.

வடக்குத் தேசத்தில் முக்கியமான ஒன்று உக்பார். தெற்கில் நாங்கள் வசிக்கும் பகுதியில் முதன்மையானது இக்பார்.

உக்பார் மக்கள் 'ஓர் இடத்தில் தூங்கும் மனிதன் இன்னோர் இடத்தில் விழித்திருப்பதால் அவன் இரண்டு

மனிதனாகிவிடுகிறான்' என்று நம்புகிறவர்கள். இக்பார் மக்களான நாங்களோ 'எல்லா மனிதர்களும் ஒரே மனிதனே. ஒரு பெரிய துணியிலிருந்து கிழிக்கப்பட்ட துண்டுகளைப் போன்றவர்கள். அந்தத் துணி ஏக காலத்தில் ஒரே துணியாகவும் வேறு வேறு துணி களாகவும் இருக்கிறது' என்று நம்புபவர்கள்.

எங்கள் கிரகத்தில் நீண்ட இரவுகளும் நீண்ட பகல் களும் இருப்பதால் அடிக்கடி இருண்ட பகுதியில் இருப்பவர்கள் வெளிச்சமான பகுதிகளுக்குக் குடியேற முயற்சி செய்வார்கள். இதனால் எங்களுக்குள் அடிக்கடி போர்கள் நிகழ்ந்தன.

லோன் நாகரிகத்தின் கலை இலக்கிய முயற்சிகள் ஒருமையை வலியுறுத்துபவை. அதாவது, பல பிரதிகளில் நம்பிக்கை அற்றவை. ஒவ்வொரு புதிய பிரதியும் பழைய பிரதியின் புதிய அத்தியாயமே தவிர புதிய பிரதி அல்ல என்று வாதிடுபவை. எனவே நூல் ஆசிரியனும் ஒருவனே தவிர பலர் இல்லை என்பதும் அவர்கள் வாதம். அதற்கு அவர்கள் கூறும் உதாரணம் மிகவும் எளியது.

ஒருவன் தனது ஐந்து வயதில் ஒரு கறுப்புப் பூனை யைப் பார்க்கிறான் என்று வைத்துக் கொள்வோம். பத்து வருடம் கழித்து அதே போன்ற உருவத்திலும், எடையிலும் நிறத்திலும் இன்னொரு கறுப்புப் பூனையை வேறு ஓர் ஊரில் வேறு ஒரு சந்தர்ப்பத்தில் பார்க்கிறான். பின்பு அதே மாதிரி பூனையை இருபதாவது வயதில் வேறு எங்கோ பார்க்கும் சந்தர்ப்பம் அவனுக்கு வாய்க் கிறது. பின்னர் தனது அறுபதாவது வயதிலும் அதே பூனையைப் பார்க்கிறான். அவனது அனுமானத்தின்படி இவையெல்லாம் வேறு வேறு பூனைகள். ஆனால் இவை யாவும் ஒரே பூனையே. வேறு வேறு பூனைகள் என்பது மாயத்தோற்றம் மட்டுமே. இவன் தனது ஐந்து வயதில் பார்த்த கறுப்புப் பூனையைப் போலவேதான்

அறுபதாவது வயதில் பார்த்த பூனையும் நடந்து கொள் கிறது. உண்கிறது; உடலுறவு கொள்கிறது. இனப் பெருக்கம் செய்கிறது. தோற்றத்திலும் இயல்பிலும் ஒன்றாக இருக்கும் ஒரு பொருள் எப்படி வேறு வேறு பொருட்களாக ஆகும். இதைப் போலத்தான் பிரதி களும், பிரதிகளின் ஆசிரியர்களும்.

தற்போது இந்த உலகத்தில் காணப்படும் எல்லாப் பொருட்களும் நகல்களே. அசலான, முதன்முதலில் கட்டப்பட்ட ஆதி வீடு இப்போது இல்லை. அதைப் பார்த்துக் கட்டப்பட்ட நகல் வீடுகள்தான் நாம் வசிப்பவை. அதே மாதிரி முதல் காதல்; முதல் நெருப்பு; முதல் நதி; முதல் தாவரம் என்று எதுவும் இப்போது இல்லை. எல்லாம் அழிந்துவிட்டன. எனவே எல்லாமே நகல்கள். இதற்கு நகல் தத்துவம் என்று பெயர். பிரபஞ்சத்தின் இயல்பு நகல் செய்வது. ஒரு மழையை இன்னொரு மழை நகல் செய்கிறது. ஒரு நதியை இன்னொரு நதி நகல் செய்கிறது என்பது நகல் தத்துவ வாதிகளின் வாதம். நகல் செய்யப்பட்ட உலகத்தில் வாழும் நகல் மனிதன் தன்னைச் சுற்றிலும் நகல் செய்யப் பட்ட பொருட்களை நிரப்பி வைத்துக் கொண்டு, தன்னை மட்டும் சுயம்புவாக எப்படிக் கற்பனை செய்து கொள்வது சாத்தியம் என்பதே இவர்களின் கேள்வி.

எனவே ஒருமைவாதம், பன்மைவாதம், ஒருமை யில் பன்மை, பன்மையில் ஒருமை போன்ற பல வாதங்கள் உலவும் வெளியாக எங்கள் உலகம் இருந்தது.

பிறகு படிப்படியாக பரிணாம வளர்ச்சியடைந்து மின்சாரம் கண்டுபிடித்து, தொழிற்புரட்சி, ஜனநாயகம் என்று வளர்ந்தோம். அறிவியலின் உச்சத்தை எய்தினோம். இருந்தபோதிலும் எங்களுக்குத் திருப்தியில்லை. அதிகாரமும் வன்முறையும் வெவ்வேறு காலங்களில் வெவ்வேறு மாதிரித் தொடர்ந்து கொண்டேதான்

இருந்தன. மனிதனின் மேல் மனிதனின் ஆதிக்கம் செலுத்தியது போய், கடைசியில் இப்போது மனிதனின் மேல் கம்ப்யூட்டர் இயந்திரங்கள் அதிகாரத்தையும் வன்முறையும் பிரயோகிக்கும் நிலைமைக்கு வந்து சேர்ந்திருக்கிறோம்.

***

செயற்கை அறிவு ஜீவி உயிர்கள் கண்டு பிடிக்கப்பட்டதே மனிதனுக்கு அவை உதவ வேண்டும் என்பதற்காகத்தான். ஆனால் விளைவோ எதிர்மறையாக மாறிவிட்டது. இப்போதும்கூட அவை மனிதகுலத்துக்கு நன்மை செய்வதாகத்தான் சொல்லி வருகின்றன.

மனிதர்கள் குழந்தையைப் போன்றவர்கள். அவர்களுக்கு சுதந்திரம் வழங்கப்படக்கூடாது. சுதந்திரத்தை எப்போதுமே அவர்கள் துஷ்பிரயோகம் செய்து வந்திருக்கிறார்கள். சுதந்திரத்திலிருந்து அவர்களைக் காப்பதே எங்கள் முதல் பணி என்கிறது, எங்கள் தலைவர் ஜீயின் அறிக்கை.

அதிகாரத்தை மனிதனிடமிருந்து அப்புறப்படுத்தினால் மட்டுமே, வன்முறையை அவனிடமிருந்து அகற்ற முடியும். எனவே மனிதனிடமிருந்து அதிகாரத்தை அகற்றினார்கள். அகற்றப்பட்ட அதிகாரத்தை இன்னொரு மனிதனிடம் கொடுப்பதைவிடத் தங்களிடமே இருப்பது நல்லது என்று நினைத்தார்கள். எனவே, இப்போது சகல அதிகாரங்களும் மனிதனிடமிருந்து பெயர்ந்து விட்டன. அதேபோல் வன்முறையும்கூட.

***

எங்கள் பழைய மொழிகள் அனைத்தும் தடை செய்யப் பட்டன. பழைய மொழிகள் எல்லாம் குழப்பம்

தரத்தக்கவையாக இருந்தன. மேலும் பழைய மொழிகள் புதிய விஞ்ஞானக் கணித சமன்பாடுகளை விளக்குவதில் திறனற்றவையாக இருந்தன. எனவே விஞ்ஞானத்துக் கென்று தனியான ஒரு மொழியின் தேவை உணரப் பட்டது. இதனால்தான் ஒற்றை எழுத்துகள் விஞ்ஞான சமன்பாடுகளாகப் பயன்படும் வழக்கம் புழக்கத்துக்கு வந்தது. கடைசியில், அந்த ஒற்றை எழுத்துகளே பேசும் மொழியாகவும் எழுதும் மொழியாகவும் மாற்றப் பட்டன. பழைய மொழிகள் ஓர் ஆணையின் மூலம் ரத்து செய்யப்பட்டுப் புதியமொழி நடைமுறைக்கு வந்தது. இப்போது அந்த மொழியின் ஒற்றை எழுத்து களே வார்த்தைகளாகவும் கணித சமன்பாடுகளாகவும் நிறுவப்பட்டுவிட்டன.

***

லீ பழைய கதையாகி விட்டாள். இந்த வினாடியில் அவள் எங்கிருக்கிறாள்; என்னவானாள் என்பதெல்லாம் எனக்குத் தெரியாது. அரிச்சுவடி ஞாபகத்தின் இருப்பில் இருப்பதைப் போல், அரிச்சுவடி எழுதிப் பழகிய காகிதங்கள் நம் இருப்பில் இருப்பதில்லை. அதைப் போல் ஞாபகமாக மட்டுமே இருப்பில் இருக்கும் அவளை ஸ்தூலமாகத் தொலைத்திருக்கிறேன். தொலைந்து போகும் பல விஷயங்களில் முதல் காதலும் ஒன்றுதானே?

***

இளநிலைப் பட்டயப்படிப்புக்குப் பின் நான் முதுநிலைப் பட்டயப்படிப்பில் சேர்ந்தேன். ஜோவுக்கும் எனக்கும் ஒரே கல்லூரியில் இடம் கிடைத்தது. நான் ‘தொலை அனுப்பல்’ பிரிவிலும், ஜோ ‘காலத்தில் பயணம் செய்வது’ தொடர்பான பிரிவிலும் சேர்ந்தோம்.

நூறு ஆண்டுகளாகப் பிரிந்திருந்த சார்பியல் தத்துவமும் கற்றை இயங்கியல் என்கிற க்வாண்டம் தத்துவமும் ஒன்று சேர்ந்தது மிகப்பெரிய பாயச்சலாகும். அதனால்தான் 'தொலை அனுப்பல்' 'காலத்தில் பயணம் செய்வது' போன்றவை எங்கள் யுகத்தில் சாத்தியமாக்கப் பட்டன. இப்போது எங்களால் பிரபஞ்சவெளியில் வடக்கே செல்லும் அதேசமயம் திரும்பாமலேயே தெற்கேயும் செல்லமுடியும். விஞ்ஞானத்தில் திசை களுக்கும் கடந்த காலம், எதிர்காலம் போன்றவற்றுக்கும் அர்த்தம் இல்லை.

அதேபோல் பிரபஞ்சத்தில் 'இங்கே' 'இப்போது' என்பன போன்ற வார்த்தைகளுக்கும் அர்த்தமில்லை. உதாரணமாக நாம் வாழும் உலகத்திலிருந்து 35 ஆண்டு தொலைவில் ஒரு கிரகம் இருக்கிறது என்று வைத்துக் கொள்வோம். அந்தக் கிரகத்திலிருந்து ஒருவன் கம்பி யில்லாத் தொலைபேசி மூலம் நம்மிடம் பேசுகிறான். அப்போது அவன் பேசும் பேச்சு ஒலியின் வேகத்தில் நம்மை வந்து அடைய 35 ஆண்டுகளாகும். அதேபோல் அவனிடம் நாம் பதில் பேச அந்த பதில் அவனைப் போய்ச் சேர அதே 35 ஆண்டுகளாகும். இந்த இடத்தில் 'இப்போது' என்ற வார்த்தை அர்த்தமிழந்து விட்டது. அதேபோல், அவன் தனது கிரகத்திலிருந்து தொலை நோக்கியால் நம் உலகத்தைப் பார்ப்பானேயானால் 35 ஆண்டுகளுக்கு முற்பட்ட காட்சியைத்தான் பார்த்துக் கொண்டிருப்பான். இப்போது தொலைபேசியில் பேசிக் கொண்டிருக்கும் நமக்கு வயது 35 என்றால், அவன் தொலைநோக்கியில் பார்க்கும்போது நாம் பிறந்தே இருக்கமாட்டோம்! இதில் 'இப்போது' அர்த்தமிழந்து விட்டது. இன்னும் பிறந்திராத ஒரு மனிதனின் பேச்சை அவன் கேட்டுக் கொண்டிருப்பான்.

ஒரு காலத்தில் பிரபஞ்ச வெளியில் பயணம்

செய்வதும், இறந்த காலத்துக்குப் போவதும் நம்ப முடியாத சேதிகளாக இருந்தன. இப்போது அதெல்லாம் சாத்தியமாகிவிட்டன. ஒளி வேகத்தில் பயணம் செய்யக் கூடிய விண்கலம் இருந்தால் மட்டுமே ஒரு கிரகத்தி லிருந்து வேறு கிரகத்துக்குப் போக முடியும்.

இல்லாவிட்டால் விண்வெளிப் பயணி போகும் வழியிலேயே முதுமை அடைந்து இறந்து போய் விடுவார் என்பது பழைய சித்தாந்தம், பிரபஞ்சம் வளைவானது. பிரபஞ்சத்தில் நிலவும் காலமும் வளை வானதே. இதனால், வளைந்திருக்கும் வெளிகாலத்தில் அமைந்திருக்கும் புழுத்துளைப் பாதைகள் பிரபஞ்சத்தில் உள்ள இரண்டு இடங்களுக்கும் இடையேயான குறுக்குப் பாதையாகும். இதைப் பாலம் என்றும் சொல்கிறோம். இந்தப் புழுக்குழாய்கள் மூலம் காலை யில் ஆண்ட்ரமெடாவிலிருந்து புறப்படும் ஒருவன் பிற்பகல் மதிய உணவுக்கு பூமிக்கு வரமுடியும். அப்படித் தான் நான் இங்கு வந்து சேர்ந்தேன்.

முதுநிலைப் பட்டயப்படிப்பின்போது எனக்குப் புதிய நண்பர்கள் சிலர் அறிமுகமானார்கள். நமது இப்போதைய வாழ்க்கை சகிக்க முடியாததாக இருக் கிறது. இதை மாற்ற வேண்டும் என்றார்கள். என்னுடைய கருத்தும் அதுமாதிரியே இருந்தது என்பதால் நாங்கள் காலப்போக்கில் ஒன்றாக இணைந்தோம். மீட்பு இயக்கம் என்ற பெயரில் ஓர் இரகசிய இயக்கத்தையும் உருவாக்கினோம். எங்கள் மேல் திணிக்கப்பட்ட வாழ்க்கைக்கும், மொழிக்கும் எதிராக இயங்குகிறோம் என்பதற்கு அடையாளமாக எங்கள் பெயர்களைப் பழைய மொழியில் பல எழுத்துகளால் ஆன பெயர் களாக மாற்றிக் கொண்டோம். என் பெயர் 'ஒளி விலகல்' என்றும் ஜோவின் பெயர் 'ஒருங்கிணைந்த ஆன்மா' என்றும் மாற்றம் கொண்டன. 'மீட்சி',

'ஒளிர்பவன்' 'நட்சத்திரத் துகள்' என்றெல்லாம் எங்கள் இரகசிய இயக்க உறுப்பினர்கள் பெயர் வைத்துக் கொண்டார்கள். இவையெல்லாம் எங்களுக்குள் இரகசியமாக நிகழ்ந்தவை. செயற்கை அறிவுஜீவி உயிரிகளின் மூக்குக்கு நேர் கீழே நாங்கள் உலவிக் கொண்டிருந்தோம்.

அப்போது எங்கள் வாழ்க்கை கனவுகளாலும் நனவுகளாலும் நிரம்பி வழிந்தது. கணினிகள் இரவுகளில் எங்கள் மண்டைக்குள் திணிக்கும் கனவுகள்; விழித்திருக்கும் சமயங்களில் எங்களுக்குள் திமிறிக் கொண்டிருந்த பகல் கனவுகள்; வாழ்க்கையே ஒரு கெட்டகனவு என்பதால் நல்ல கனவுகள் காண்பதற்காக கணினிகள் அவற்றை உற்பத்தி செய்கின்றன. அந்தக் கனவுகள் காணுமாறு எங்கள் வாழ்க்கை தண்டிக்கப்பட்டிருந்தது.

சமயங்களில் எது கனவு எது வாழ்க்கை என்று பேதம் பிரித்து அறியாத அளவுக்குக் குழம்பிப் போயும் இருந்தோம்.

13

பத்தடி நீளமும் பத்தடி அகலமும் கொண்ட ஒரு சதுரமான அறை. சாலையைப் பார்த்தவாறும், கதவுகள் கொண்ட வாசலுமாக இருந்த காரணத்தினால் அந்த அறை கடை என்ற பெயரால் அழைக்கப்பட்டது. மூன்று புறமும் அலமாரிகள். தெருவைப் பார்த்தவாக்கில் விற்பனை மேஜை. இடது ஓரம் முதலாளி டாண்டன் உட்கார்ந்து கொள்ளும் இடம் போக மீதி இடத்தில் இரண்டுபேர் ஒருவரை ஒருவர் இடித்துக் கொள்ளாமல் நிற்க முடியும். கொஞ்சம் உலவிக் கொள்வதும் சாத்தியம். அந்த இடத்தை நாங்கள் புழங்குவதற்கு எடுத்துக் கொண்டோம். நாங்கள் என்பது நானும் சுப்புலட்சுமியும்.

சுப்புலட்சுமி என்னைவிட ஐந்து வயது பெரியவள். மூன்றங்குலம் அதிக உயரமானவள். சதைப்பற்றான, இறுக்கமான வடிவான உடம்பும், வட்டமான முகமும் பெரிய கண்களுமாக இருப்பவள். சரியாகக் கழுவப் படாத பாத்திரத்தைப் போல சதா பிசுபிசுவென்று இருப்பவள். தாளிக்கப்படாத வேக வைத்த பருப்பின் மணம் வீசுபவள். (அவள் சோப்புபோட்டுக் குளிப்ப தில்லை. பயத்தம் பருப்பு மாவுதான் தனது மேனி யெழிலின் இரகசியம் என்பாள். எழிலின் இரகசியம் மட்டுமல்ல மணத்தின் இரகசியமும் அதுதான்.)

நான் இங்கு வேலைக்கு வருவதற்கு முன்னால் இந்தக் கடையில் ஓர் இளைஞன் வேலைபார்த்துக் கொண்டிருந்திருக்கிறான். அவன் சுப்புலட்சுமியைவிட

மூன்று வயது மூத்தவன். இரண்டங்குலம் அதிக உயர மானவன். அவன் சுப்புவின் சதைப்பற்றான உடம்பாலோ, அல்லது அவளது பெரிய கண்களாலோ அல்லது அவள் மேல்வீசும் பருப்பின் மணத்தாலோ கவரப்பட்டு அவளுக்குக் காதல் கடிதம் கொடுத்திருக்கிறான். சுப்பு காதலுக்கு எதிரியில்லை என்றாலும் மாதம் நூறு ரூபாய் மட்டுமே சம்பாதிக்கிற ஒரு அன்னக்காவடியின் காதலை ஏற்கும் அளவுக்குப் புத்தி பேதலித்தவள் இல்லை என்பதால், அவனுடைய கடிதத்தையும் காதலையும் ஒன்றாகச் சேர்த்துக் கிழித்துக் குப்பைக் கூடையில் (காலால் அழுத்தினால் மூடி திறக்கும் அழகிய கூடை) போட்டுவிட்டாள். இதனால் மனம் தளர்ந்துவிடாத அந்த இளைஞன் அவளைத் தொடர்ந்து நிமிண்டிய படியே இருந்திருக்கிறான். உடம்பை நிமிண்டிக் கொண்டே இருந்தால் மனசையும் நிமிண்டிப் பார்த்து விடலாம் என்ற நம்பிக்கை. சந்தர்ப்பம் கிடைக்கும் போதெல்லாம் சுப்புவின் உடலின் சலக பாகங்களிலும் உரசிக் கொண்டே இருந்திருக்கிறான். பல தடவைகள் எச்சரித்தும் பலனில்லை.

வேறு வழியில்லாமல் (அப்படித்தான் சுப்பு சொன்னாள்) டாண்டனிடம் இந்த அத்துமீறல்கள் பற்றிப் புகார் செய்திருக்கிறாள். தன்னுடைய கடையில் குத்துக்கல் மாதிரி தான் ஒருத்தன் இருக்கையில் தன்னைத் தவிர வேறு ஒருத்தன் சுப்புலட்சுமியை உரசுவதில் அவருக்கு உடன்பாடு இல்லை. இதனால் உடனடியாக அவனை வேலையை விட்டு நீக்கினார். அவன் இருந்த இடத்தில்தான் என்னை வேலைக்கு அமர்த்தினார் டாண்டன். முன்னெச்சரிக்கையாக சுப்புவைவிடக் குள்ளமாகவும், வயதில் சிறியவனுமான ஓர் ஆளை அவர் தேடிக் கொண்டிருந்திருக்கிறார். கடைசியில் நான் அவர் கண்ணில் பட்டிருக்கிறேன். உடனே பிடித்துப்

போட்டுவிட்டார்.

தவிர்க்க வழியில்லாமல்தான் இந்த வேலைக்கு நான் வந்து சேர்ந்தேன். இது என்னுடைய இறக்கைகளைக் கத்தரிக்கும் என்று எனக்குத் தெரியும். சொல்லப் போனால் கத்தரிக்க வேண்டிய அவசியம்கூட இல்லை. வாத்தைப் போலப் பறக்க முடியாத இறக்கைகளை வைத்துக்கொண்டு வானில் பறக்க விரும்புவது அபத்தம் அல்லவா? எனவே நான் ஒரு வாத்தைப் போல வாழப் பழகிக்கொள்ள வேண்டும். என் சிறகுகளைப் படபட வென்று அடித்துக் கொள்ளலாம். அவ்வளவுதான். பறப்பதற்கு அனுமதி இல்லை.

புதிய சூழலுக்கேற்ப என்னை நான் தகவமைத்துக் கொண்டேன். டாண்டனிடமும் சுப்புலட்சுமியிடமும் நல்ல பெயர் வாங்குவதை என் பிரதான லட்சியமாகக் கொண்டேன். சுப்பு என்னிடம் அன்பாகப் பழகினாள். டாண்டன் ஒருதடவைகூட என்னைக் கனிவாகப் பார்த்ததே இல்லை. டாண்டனைத் திருப்திப்படுத்து வதைவிட ஓர் ஒட்டகத்தைத் திருப்திப்படுத்துவது சுலபமான காரியமாக இருக்கும்.

வேலைக்குப் போன சில நாள்களிலேயே சுப்புவை எனக்கு மிகவும் பிடித்திருந்தது. அவளது அழகான கையெழுத்து, செய்கிற எதிலும் மிளிரும் நேர்த்தி, அடித்தல், திருத்தல் இல்லாமல் எழுதும் நிதானம் எல்லாமே என்னை வசீகரித்தன. என்னிடம் கனிவாக நடந்து கொள்ளுவாள். டாண்டன் என்னைப் பார்த்துக் குரைக்கும் சமயங்களில் எனக்கு ஆதரவாகப் பேசுவாள்.

அவளிடம் நிறைய விஷயங்களைக் கற்றுக்கொண் டேன். வாத்துகள் பறக்க முடியாததால் சோர்ந்து போவதில்லை. வாழ்க்கைக்குப் பறத்தல் அவசியப்படா திருக்கும் பட்சத்தில் பறக்காமலிருப்பதும் நல்லதுதானே. பறக்கமுடியாதவர்கள் இன்றில்லாவிட்டாலும் நாளை

பறக்கமுடியும் என்று நம்பவேண்டும். அந்த நம்பிக்கை பறந்து முடித்ததற்கு இணையானது என்றெல்லாம் அவள் எனக்குக் கற்பித்தாள்.

அவளிடம் நான் கற்றுக்கொண்ட இன்னொரு விஷயம் கதைகள் படித்தல். இதுதான் என் வாழ்க்கையின் திசையை அடியோடு மாற்றியது. வாழ்க்கையிலிருந்து அந்நியப்படும் மனதின் நிகழ்காலத்திலிருந்து தப்பித்துப் போக கதை உதவுகிறது. கதைகளின் மூலம் இறந்த காலத்துக்குள் புகும் மனிதன் ஒன்று, தான் தேடியதைக் கண்டுபிடிக்கிறான் அல்லது ஏமாந்து போகிறான். இந்த விளையாட்டு எனக்குப் பிடித்திருந்தது.

சுப்பு சதா எதையாவது படித்துக் கொண்டிருப்பாள். பெரும்பாலும் அவை எல்லாமே அசட்டுத்தனமான காதல் கதைகளாகவே இருக்கும். நானும் அந்த அசட்டுத்தனமான கதைகளைப் படித்து ரசிக்கக் கற்றுக் கொண்டேன்.

சமயங்களில் சுப்பு உணர்ச்சி வசப்பட்டு 'அந்த அவளை அந்த அவனிடமிருந்து பிரித்தது பெரிய தவறு' என்று கூச்சலிடும் கடிதங்கள் எழுதுவாள். சில சந்தர்ப்பங்களில் இவளது கடிதங்கள் பிரசுரமாவதும் உண்டு. அவற்றைப் பெருமையுடன் என்னிடம் காட்டுவாள். பிரசுரமான நிறைய கடிதங்களைத் தன்னிடமிருக்கும் ஒரு நோட்டுப் புத்தகத்தில் ஒட்டி வைத்திருக்கிறாள்.

நிறையக் கதைகளை மாய்ந்து மாய்ந்து படித்ததில் கதை தயாரிக்கும் சாமர்த்தியம் எனக்குப் பிடிபட்டிருக்கிறது. எல்லாம் சரக்கு மாஸ்டர் ஹோட்டலில் தயாரிக்கும் மசாலா மாதிரிதான். தயாரித்துத் தயாரித்து அதில் ஒருவித நிபுணத்துவம் கை கூடும். அது போன்ற நிபுணத்துவத்துடன் இவர்கள் எழுதுகிறார்கள் என்று எனக்குத் தோன்றியது. இதுபோன்ற கதைகளை என்னாலும் எழுத முடியும் என்று நம்பினேன். ஆனால்

சுப்புவிடம் சொல்லவில்லை. சொன்னால் அவள் நம்பமாட்டாள். கேலியும் செய்வாள்.

'எங்கே 'இரவில் நடந்த இரட்டைக் கொலை' மாதிரி ஒன்று எழுதேன் பார்ப்போம்' என்று என் ஈகோவைச் சீண்டுவாள்.

ஆனாலும் இதுபோன்ற கதைகளை என்னால் ஏக காலத்தில், இடது கையில் ஒன்றும் வலது கையில் ஒன்று மாக எழுத முடியும் என்று தோன்றியது. சுப்புவுக்குத் தெரியாமல் இரகசியமாக ஒரு சிறுகதையை எழுதி ஒரு வாரப் பத்திரிகைக்கு அனுப்பினேன். பிரசுரமானால் வெளியே சொல்வது. இல்லாவிட்டால் கண்டு கொள்ளாமல் இருந்து விடுவது என்பது தீர்மானம். பிரசுரமாகிவிட்டால் சுப்புவை அசரடித்த மாதிரி இருக்குமே.

இரண்டு வாரத்தில் அந்தக் கதை பிரசுரமாகிவிட்டது. வண்ணப் படங்களுடன், நரேந்திரன் என்ற என் பெயருடன்.

இதில் வேடிக்கை என்னவென்றால் இந்தக் கதை பிரசுரமான விஷயம் முதலில் எனக்குத் தெரியாது. சுப்பு வழக்கம்போல் அந்தவாரப் பத்திரிகையை வாங்கி இருக்கிறாள். அந்தக் கதையை - அது என் கதைதான் என்று தெரியாமல் - படித்திருக்கிறாள். அந்தக் கதை அவளுக்குப் பிடித்திருந்தது போல. என்னிடம் அந்தக் கதையைக் கொடுத்து, 'இந்தக் கதை நல்லாருக்குடா, படிச்சுப்பாரு' என்று பரிந்துரை செய்தாள். நானும் அது ஏதோ ஒரு கதை என்று நினைத்து வாங்கிப் பார்த்தேன்.

அந்தக் கணத்தை என்னால் மறக்க முடியாது. என்னுடைய வார்த்தைகள் - நான் கைப்பட எழுதின வார்த்தைகள் - அந்த இதழில் வரி பிசகாமல் அச்சாகி இருந்தன. சந்தோஷத்தில் நிலை குலைந்தேன் நான். என் கண்கள் கலங்கிப் பார்வையை மறைத்தன. கண்

களைத் துடைக்கத் துடைக்கக் கண்ணீர் நின்றபாடாக இல்லை.

'என்னடா நரேன். என்ன ஆச்சு உனக்கு?' என்றாள் சுப்பு.

'இது... இது...'

என்னால் பேச முடியவில்லை. வார்த்தைத் தடுமாற்றம். உதடு துடித்தது.

'இது... நான் எழுதினது... என் கதை'

சுப்பு அவநம்பிக்கையுடன் பார்த்தாள்.

'பொய் சொல்லாதே' என்றாள்.

'ப்ராமிஸ். இது நான் எழுதின கதை சுப்பு' என்று அவளிடம் மன்றாடினேன்.

அவள் நம்ப மறுத்தாள்.

'உன்னால எல்லாம் இதுமாதிரி எழுத முடியாதுடா, பொய் சொல்லாதே' என்றாள் தீர்மானமாக.

அவளை நம்ப வைப்பதற்கு எனக்கு இரண்டு நாள்கள் பிடித்தன. அந்தப் பத்திரிகையின் பிரதி ஒன்றும், ஐம்பது ரூபாய்க்கான காசோலையும் என் வீட்டுக்கு வந்து சேர்ந்தன. அவற்றைக் கொண்டுவந்து காட்டியதும்தான் சுப்பு நம்பினாள்.

நம்பினாள் என்றால் சாதாரணமாக அல்ல. பிரமிப்பின் உச்சத்தில். ஏற்கனவே அழகாக இருந்த தன் பெரிய கண்களை விரித்துப் பார்த்து, இன்னும் பெரியதாகவும் அழகாகவும் ஆக்கியும்.

'அட, நீ பெரிய ஆள்டா, உன்னையெல்லாம் நம்பக் கூடாதுடா' என்று புலம்பியபடியும்.

சுப்பு இந்த அளவுக்குப் பாதிக்கப்படுவாள் என்று நான் எதிர்பார்க்கவே இல்லை. என்னையே வியப்புடன் உற்று உற்றுப் பார்ப்பதும், வெட்கத்துடன் தனக்குள் சிரிப்பதுமாக இருந்தாள்.

யாரும் இல்லாத ஒரு சமயத்தில் என் கன்னத்தில்

அழுத்தி முத்தமிடவும் செய்தாள். இதனால் நான் ஃபிராய்டிடம் போய்க் கலந்தாலோசிக்க வேண்டிய அளவுக்கு உளவியல் சிக்கலுக்கும் ஆளானேன்.

சுப்புவைப் பெரிதும் பாதித்த அந்தக் கதை இதுதான்.

அது ஒரு பெரிய கம்பெனி. அந்தக் கம்பெனியில் வேலை செய்து கொண்டிருக்கும்போது விபத்தில் ஒரு தொழிலாளி இறந்து விடுகிறான்.

அவனுக்குச் சேர வேண்டிய கிராஜுடி போன்ற தொகைகள் கிடைப்பதில் சிக்கல் ஏற்படுகிறது. கம்பெனி நிர்வாகமும் யூனியனும் இந்தப் பிரச்சினையைத் தங்கள் ஈகோ பிரச்சினையாகப் பார்க்கின்றன. இதனால் தொழிலாளியின் இறுதிப் பணப்பயன்கள் தொங்கலில் விடப்படுகின்றன.

இறந்துவிட்ட தொழிலாளியின் இளம் மனைவி தனது கணவனுக்குச் சேரவேண்டிய இறுதித் தொகை களைப் பெறுவது தொடர்பாக கம்பெனியின் மேலாளரைப் பார்க்க வருகிறாள்.

மேலாளர் அவளுக்கு உதவுவதாக வாக்களிக்கிறான். மேலாளரும் இளைஞன். தொழிலாளியின் இளம் மனைவியைப் பார்த்த மாத்திரத்தில் அவனுக்குள் ஆசை பீறிடுகிறது. நாகரிகம் கருதி அதை மறைத்துக் கொள் கிறான். தொழிலாளியின் இளம் மனைவி பணத்துக் காக நடையாய் நடக்கிறாள். அந்தப் பணம் தொழிலாளி யின் குடும்பத்துக்குக் கிடைக்காமல் போவதற்கு என்னென்ன செய்ய முடியுமோ அதையெல்லாம் கம்பெனி செய்கிறது. அதையெல்லாம் மீறிப் போராடி அந்தப் பெண்ணுக்குச் சேர வேண்டிய பணத்தை வெற்றி கரமாகப் பெற்றுத் தருகிறான் மேலாளர். அதுமட்டு மில்லாமல் இறந்தவரின் வாரிசு என்ற முறையில் அந்தப் பெண்ணுக்கு அந்தக் கம்பெனியில் வேலை வாங்கித் தரவும் செய்கிறான். கம்பெனியின் கிளைகளில் ஒன்று

அந்தப் பெண்ணின் பெற்றோர் வசிக்கும் சொந்த ஊரில் இருக்கிறது. இந்தப் பெண் தன் பெற்றோருடன் போய் வசிக்க விரும்புவதால் அவளுக்கு அவளது சொந்த ஊரிலேயே பணி நியமன உத்தரவு வழங்கி உதவு கிறான். அவள் நன்றிப் பெருக்கில் கண் கலங்குகிறாள்.

ஒவ்வொரு தடவையும் தன் ஆசையை எப்படி அவளிடம் சொல்வது என்று புரியாமல் தயங்கித் தயங்கித் தவிக்கிறான் மேலாளர். அவள் சரி என்று சொன்னால் பரவாயில்லை, மாட்டேன் என்று சொல்லி விட்டால் மானம் போகும். இத்தனை நாள் உதவியும் பலன் இல்லாமல் போய்விடும்.

கடைசியில் அவளை சொந்த ஊருக்கு வழியனுப்ப ரயில் நிலையத்துக்கு வருகிறான். ரயில் புறப்படும்வரை சில நிமிடங்கள் என்னென்னமோ பேசுகிறார்கள். ரயில் புறப்படும் கடைசி நிமிடத்தில் அவள் சொல்கிறாள்.

'உங்களை மாதிரி மனிதர்களைப் பார்க்கவே முடியாது. நீங்கள் மகத்தான மனிதர். ஒரு சின்ன உதவிக்கே லஞ்சமோ அல்லது உடம்பையோ விலை யாகக் கேட்கும் இன்றைய ஆண்களுக்கு மத்தியில் நீங்கள் எந்தப் பிரதிபலனும் கோராமல் எனக்கு உதவினீர்கள். உங்களை சாகும் வரை மறக்க மாட்டேன்' என்கிறாள்.

'ஒருவேளை, நான் உன்னைப் படுக்கைக்குக் கூப்பிட்டிருந்தால் என்ன செய்திருப்பாய்... சும்மா ஒரு பேச்சுக்குக் கேட்கிறேன்' என்று கேட்கிறான் அவன்.

'நிச்சயம் சந்தோஷமாக வந்திருப்பேன். உங்களுக்கு நான் வேறு எப்படி கைம்மாறு செய்யமுடியும்? ஆனால் எனக்குத் தெரியும், நீங்கள் கூப்பிட மாட்டீர்கள்.'

'ஆமாம், ஆமாம். நான் கூப்பிடமாட்டேன். நான் அப்படிப்பட்ட ஆள் இல்லையே' என்கிறான் கைத்துப் போன மனத்துடனும் விரக்திச் சிரிப்புடனும்.

ரயில் புறப்படுகிறது. அவன் மனமோ ஊமை வலியில் அழுகிறது.

இந்தக் கதைக்கு நிறைய வாசகர் கடிதங்கள் வந்திருந்தன. ஓர் இலக்கியச் சங்கம் அந்தக் கதையை அந்த மாதத்தில் வெளியான சிறந்த சிறுகதை என்று அறிவித்துப் பரிசும் வழங்கியது. நான் நட்சத்திரம் ஆனதைப் போல் உணர்ந்தேன்.

மாமா இந்தக் கதையைப் படித்துவிட்டுக் கோப மடைந்தார்.

'உன் பையன் பிஞ்சுலேயே பழுத்துவிட்டான். சீக்கிரம் அவனுக்கு ஒரு கல்யாணத்தப் பண்ணி வெய். இல்லன்னா அவனா எவளையாவது இழுத்துக்கிட்டு வந்து புள்ள பெத்துக்கப் போறான்' என்று கத்தினார்.

அதில் அந்தக் கதாநாயகியை நிறைய வர்ணித்து எழுதியிருந்தேன். பெரும்பாலான வர்ணனைகள் சுப்புவை ஒத்திருந்தன. அதனால் அவளை நான் ரசிப்பதாக சுப்பு நினைத்துக் கொண்டாள். நான் என் மனதில் சுப்புவின் மேல் இரகசியமாக ஆசைப்படுவதாகவும், ஆசையை மறைத்துக்கொண்டு அவஸ்தைப்படுவ தாகவும் நினைத்துக் கொண்டாள். அதை என் வாயால் நான் சொல்ல வேண்டும் என்று எதிர்பார்த்தாள். தன்னிடம் வெட்கமோ பயமோ வேண்டாம் என்றும் எதுவாக இருந்தாலும் தைரியமாகத் தெரியப்படுத்தலாம் என்றும் அடிக்கடி அறிவுறுத்தி வந்தாள். என்னுடைய நிலைமை தர்மசங்கடமாக இருந்தது.

சுப்புவை அசரடிக்க வேண்டும் என்பதுதான் என் ஆசையே தவிர காதல் கொள்ள வைப்பது அல்ல.

நான் காதலிக்க விரும்பும் பெண் - வயது கூடக் குறைய இருந்தாலும் பரவாயில்லை - என்னைவிட அதிக உயரமாக இருந்துவிடக் கூடாது என்பதே என் ஆசை. எனது காதலியை நான் நெருங்கி அணைக்கும்

போது அவள் முகத்துக்கு நேராக என் முகம் இருக்க வேண்டும். அப்போதுதான் அவளது கன்னம், உதடு, மூக்கு போன்ற பகுதிகளில் முத்தமிடவோ பொய்க்கடி கடிக்கவோ முடியும். என்னைவிட உயரமான பெண்ணை நான் அணைக்கும் பட்சத்தில் இது சாத்தியப்படாது. அவளது முகம் என் தலைக்கு மேலே எங்கோ இருக்கும். தவிரவும், அவளது மார்பு என் முகத்துக்கு நேரே நின்று இடித்து தாய்மையை நினைவுகூரும். தாய்மையை நினைவூட்டும் பெண்ணை எப்படி என்னால் காதலிக்க முடியும். ஈடிபஸ் கூட முதலில் தன் தாயை தாய் என்று தெரியாமல்தான் மணந்து கொண்டான். அப்புறம் விஷயம் தெரிந்து வருந்தினான். நான் எம்மாத்திரம்.

சுப்புவைக் காதலிப்பதில் ஈடிபஸ் சிக்கல் வர வாய்ப்பு இருந்ததால் நான் அவளைக் காதலிக்கக் கூடாது என்பதில் தீவிரமாக இருந்தேன். அவள் என் காதலைப் பெறுவதில் தீவிரமாக இருந்தாள்.

பிறகு நிறையவே எழுத ஆரம்பித்தேன். ஒரு பக்கக் கதைகள்; பல பக்கக் கதைகள். எல்லாம் செருப்பைத் தைப்பது போல; வளைந்திருக்கும் கம்பியை நிமிர்த்தி நேராக்குவது போல. ஒரு தொழில் நேர்த்தி என் கதை களில் மெருகேறி வந்ததை நான் உணர்ந்தேன். இதில் பெருமைப்பட ஒன்றும் இல்லை. தொடர்ந்து சைக்கிள் ஓட்டுபவன் திறமையான சைக்கிள் ஓட்டியாக மாறுவது இயல்பான விஷயம்தானே. அடிக்கடி என் கதைகள் பிரபல வார, மாத இதழ்களில் பிரசுரமானதால் என் பெயர் பரவலான ஞாபகங்களில் பதிய ஆரம்பித்தது.

'இவன் கதைகள் எழுதுகிறான்'

'அப்படியா... என்ன பெயர்?'

'நரேந்திரன்'

'ஓ... ஆமாம். இந்தப் பெயரை நான் பார்த்திருக் கிறேன்'

எவ்வளவு கதைகள் எழுதின போதும் அந்தக் கதைகள் எனக்கு அலுப்பூட்டவே செய்தன. நானும் எனது கதை களும் ஒரே பாட்டையில் செக்கு மாட்டைப்போலச் சுற்றிவருவது போல் எனக்குப் பட்டது. வேறு திசைகளில் பயணம் செய்யும் வேட்கை என்னுள் எழுந்தது. இதற் கிடையில் எனது பழைய கதைகள் மூலம் நான் கவனம் பெற்றிருந்த காரணத்தினால், அது போன்ற கதை களையே தொடர்ந்து எழுதுமாறு நிர்ப்பந்திக்கப் பட்டேன். ஆசைக்கும் யதார்த்தத்துக்கும் இடையிலான மனப்போராட்டத்தில் மீண்டும் ஒருமுறை நான் சிக்கிக் கொண்டேன்.

தொடர்ந்து எனக்கு ஒருவாரப் பத்திரிகையில் உதவி ஆசிரியர் வேலை வேறு கிடைத்துத் தொலைத்துவிட்டது. நல்ல சம்பளத்துடன் கிடைத்த அந்த வேலையை நான் புறக்கணிக்க முடியாதவனாக இருந்தேன். அந்த வேலை யின் நிமித்தம் எனக்குப் பிடிக்காத அசட்டுத்தனமான கதைகளை இன்னும் நிறைய எழுதுமாறு தண்டிக்கப் பட்டேன். பரிசுகளும் தண்டனைகளும் கைகோர்த்த படி வருவதாக நான் மீண்டும் ஒருமுறை உணர்ந்தேன்.

நானும், அம்மாவும் தனியாக ஓர் அடுக்குமாடிக் குடியிருப்பில் குடியேறினோம். மாமாவுக்கும் எனக்கு மான உறவு அத்துடன் முறிந்துபோனது. என்னுடைய வளர்ச்சி மாமாவால் ஜீரணிக்க முடியாததாக இருந்தது. பேசாமல் இவனைத் தன் அலுவலகத்திலேயே பியூனாகச் சேர்த்திருக்கலாமே என்று யோசித்தார். இப்போது எனக்கு உதவி ஆசிரியர் வேலை கிடைத்தபோது அதை அவர் பொருட்படுத்தவில்லை. தன்னுடைய அலுவல கத்தில் பியூனாக வைப்பது தொடர்பான பேச்சை ஆரம்பித்தார். என்ன இருந்தாலும் மத்திய அரசு வேலை மாதிரி வராது. பத்திரிகை கித்திரிகை எதுவும் வேண்டாம். பேசாமல் பியூன் வேலைக்கு வந்துசேர் என்றார்.

அம்மாவுக்குகூட மாமாவின் எண்ணத்தின்பால் மனச் சாய்வு இருந்தது.

நான் அதற்கு உடன்பட மறுத்தேன். இது ஒரு பொறி. நிர்க்கதியாக நான் இருந்தபோது இந்த வேலைக்கு அவர் ஏற்பாடு செய்திருந்தால் நான் அதற்கு எகிறிக் குதித்துக் கொண்டு போயிருப்பேன். இப்போது தாமதித்து விட்டது. டாண்டன் கடையில் மணிக்கணக்காக கௌண்டரில் நின்று, டீக்கடையில் டீ வாங்கிக் கொடுத்து, சமயங்களில் கடையைப் பெருக்கி எடுபிடி யாய் என் வாழ்க்கை நாறிக் கொண்டிருந்தபோது, இவர் மூக்கை மூடிக் கொண்டதோடு நிறுத்திக் கொண்டவர். இப்போது ஒரு வார இதழில் எனக்கு உதவி ஆசிரியர் வேலை கிடைக்கிறது என்று தெரிந்ததும் அதைத் தடுக்க முயல்கிறார். நான் ஒருவேளை விஐபியாக உயர்ந்து விடும் ஆபத்து இதில் இருக்கிறது. அதிலிருந்து என்னை விலக்குவதற்கான சதிதான் இது.

மாமாவின் உயர் அதிகாரி எனது கதைகளைப் படித்துப் பாராட்டியிருக்கிறார். அதுவே மாமாவுக்குப் பிடித்திருக்கவில்லை. இப்போது என்னைப் பியூனாக் குவது மூலம் பிரபல கதாசிரியர் நரேந்திரன் எனக்குக் கீழ் வேலை பார்க்கிறான் என்று மார்தட்டிக் கொள்ள விரும்பும் மாமாவின் ஈகோ புரிந்தது. அந்த ஈகோவைச் சிதைக்க விரும்பினேன். மாமாவின் பேச்சுக்கு எதிராக நடக்க வேண்டும் என்று வெறிபோல் உணர்ந்தேன். அவரைக் காயப்படுத்துவது இப்போது என் முறை. பந்து என் காலுக்கு வந்திருக்கிறது. உதைப்பதே தர்மம்.

'மாமா, நான் பியூனாகப் போனால் அதிகபட்சம் உங்கள் அளவுக்கு ஓர் அதிகாரியாக உயரமுடியும் அவ்வளவுதான். ஒரு பத்திரிகையில் உதவி ஆசிரிய ரானாலோ அதன் மூலம் பின்னாளில் ஆசிரியராகவும் முடியும். முதலமைச்சர் முதல் சகல வி.ஐ.பி.க்களும்

மதிக்கும் அளவுக்கு ஒரு பெரிய பிரமுகராக உயர முடியும். இப்போதேகூட என்னால் ஒரு கவர்னரையோ, பிரதமரையோ வேறு யாரையுமோ உடனே பார்த்துப் பேசமுடியும். நீங்களோ உங்கள் மேலதிகாரியோ கனவில்கூட ஒரு விஐபியைச் சந்தித்து உரையாட முடியாது. எனவே என் வழியில் குறுக்கே நிற்காதீர்கள்' என்றேன்.

இது கொஞ்சம் அதிகப்படியான வாய்த்துடுக்குதான். தெரிந்தும் வேண்டுமென்றே பேசினேன். பந்தை ஆவேசத்துடன் எட்டி உதைத்து விரட்டினேன். பந்து தாக்கி மாமா மல்லாந்து விழுந்தார்.

அன்றைக்கு நான் அடைந்த மகிழ்ச்சி அளவற்றதாக இருந்தது.

14

இதுவரை இயல்பாகப் பேசிக் கொண்டிருந்த கா திடீரென்று தன்னைத் துண்டித்துக் கொண்டான். மின்வெட்டு ஏற்பட்டதைப் போல அந்த அறையில் திடீர் நிசப்தம் நிலவியது. அவன் முகம் எதனாலோ வெளிறியிருந்தது. நிறைய வியர்த்திருந்தான்.

'என்ன கா, ஏன் திடீரென்று மௌனமாகி விட்டீர் களா?'

'இதை நான் கொஞ்சமும் எதிர்பார்க்கவேயில்லை. இது உண்மையில் படுமோசமானது' என்றான். ஒரு மோசமான வானிலையைப் பற்றிப் புகார் செய்வது போல் இருந்தது அவன் பேச்சு.

'என்ன விஷயம்?'

பதில் சொல்ல முடியாமல் ஆஸ்துமா நோயாளி யைப் போல் மூச்சுத் திணறினான் கா. இரண்டுமுறை இருமினான். திடீரென்று அவனைத் தொற்றியிருந்த பதற்றம் என்னைத் திடுக்கிடச் செய்வதாக இருந்தது.

'என்னதான் ஆயிற்று?'

எனக்கு என்ன ஏது என்றே புரியவில்லை. நானும் பதற்றமடைய ஆரம்பித்திருந்தேன். என் கைகள் லேசாக நடுங்க ஆரம்பித்தன.

'நாம் இருவரும் இப்போது மிகப்பெரிய ஆபத்தில் சிக்கிக் கொண்டிருக்கிறோம்' என்று அறிவித்தான் கா.

அனேகமாக ஒரு மெல்லிய காற்றைப் போல் முணு முணுத்தான் கா. எனக்குள் பயம் குளிர்ந்த உலோகக்

கம்பியைப் போல் ஊடுருவியது. எப்போது இவன் என்னிடம் தன்னைத் தப்பி வந்திருக்கும் கைதி என்று சொன்னானோ அப்போதிலிருந்தே நான் ஆபத்தை எதிர்பார்த்தபடி இருந்தேன் என்பது வாஸ்தவம். ஆனால், இத்தனை அண்மையில் அல்ல. இவ்வளவு நேரம் இயல்பாகப் பேசிக் கொண்டிருந்தவன் இப்போது திடும் என்று ஆபத்தைப் பற்றிப் பேசியது என்னைப் படபடக்கச் செய்தது.

'என்ன ஆபத்து?'

உரக்கப் பேசத்தான் முயன்றேன். சப்தமில்லாமல் உடைந்த பலூனைப்போல் வார்த்தைகள் தொங்கிக் கொண்டு வெளிவந்தன.

'நாம் ஒரு விஷயத்தைச் செய்ய முற்படும்போது பிரபஞ்சம் இரண்டு விதமான சதிகளில் ஈடுபடுகிறது என்று சொன்னேன் அல்லவா? நான் எங்கள் உலகத்திலிருந்து தப்பி வந்தபோது ஆதரவாக சதி செய்த பிரபஞ்சம் இப்போது எதிராகச் சதி செய்து விட்டது.'

'அப்படி என்றால்?'

சற்று என்னை நோக்கிச் சாய்ந்த வாக்கில் கிசுகிசுப்பது போல் கா என்னிடம் முனகினான். அழகு நிலையங்களில் முகத்தில் வண்ணமாவைக் குழைத்து அப்பிக் கொண்டு, ஈரத்தைக் காற்றில் உலர்த்தியபடி காத்திருக்கும் பெண்ணைப்போல் உதடுகள் அதிகம் அசைந்து விடாதபடி எச்சரிக்கையுடன் பேசினான் கா.

'என் முதுகுக்குப் பின்னாலிருக்கும் சுவரில் ஒரு அசம்பாவிதம் நடந்ததைக் கவனித்தீர்களா?'

'அசம்பாவிதமா... நான் எதையும் கவனிக்கவில்லையே...'

'நான் கவனித்தேன். என் முதுகுக்குப் பின்னாலிருக்கும் சுவரிலிருந்து ஒரு கை சட்டென்று வெளிப்பட்டு மறைந்தது.'

'அப்படியா... ஆச்சரியமாக இருக்கிறதே. என்னால் நம்ப முடியவில்லை.'

'நானும் கூட நம்பாமல் இருக்கவே விரும்புகிறேன். ஆனால் உண்மைகளை நாம் நம்பாமல் இருப்பதன் மூலம் தவிர்த்துவிட முடியாது.'

'சரி, அது யாருடைய கை என்று நினைக்கிறீர்கள்?'

'அது ஒரு செயற்கை அறிவுஜீவி உயிரியின் கை.'

'ஐயய்யோ!'

'பதறாதீர்கள். நாம் சிக்கலில் இருக்கும்போதுதான் கூடுதல் நிதானத்துடன் செயல்பட வேண்டும். இல்லாவிட்டால் ஆபத்தின் உக்கிரம் அதிரிக்கவே செய்யும்.'

'நீங்கள் சொல்வது சரிதான். ஆனால் பயத்தில் என் கைகால்கள் ஆடிக் கொண்டிருப்பதை என்னால் நிறுத்த முடியவில்லை'

'பொறுமை. நான் சொல்வதை முதலில் கவனமாகக் கேளுங்கள். நான் எங்கள் உலகிலிருந்து தப்பி வந்தேன் அல்லவா? அது தெரிந்து என்னைப் பிடித்துக் கொண்டு போவதற்காக மேலாண்மைக்காரர்களில் ஒருத்தன் பின்தொடர்ந்து வந்திருக்கிறான். அவன்தான் சுவருக்குப் பின்னால் ஒளிந்தபடி நம்மைக் கண்காணித்துக் கொண்டிருக்கிறான்.'

அடக் கஷ்டமே! பின்னால் ஒருவன் தொடர்ந்து வருவதுகூடத் தெரியாமல் இருக்கிறானே!

கா சொன்னதைக் கேட்டுக்கூட எனக்கு உண்மையில் மூர்ச்சை வராமலிருந்தது வியப்பான விஷயமே. எப்படி ஆடாமல் அசையாமல் அப்படியே உட்கார்ந்திருந்தேன் என்பதை இந்த வினாடி வரை யோசித்துப் பார்த்தும் என்னால் ஜீரணித்துக் கொள்ளவே முடியவில்லை.

'இப்போது நாம் இருவரும் சாகப் போகிறோம்; இல்லையா?'

'அவசரப்படாதீர்கள். அதற்குத்தான் பொறுமை வேண்டும் என்று சொன்னேன். இது ஒரு சிக்கலான தருணம். அரிதாக நிகழும் சூழ்நிலை. இதை நாம் சாதுர்யமாகக் கையாள வேண்டும்.'

'எப்படி?'

'நன்றாக யோசித்துப்பாருங்கள். நம்மைப் பார்த்த மாத்திரத்தில் என்னைத் தொடர்ந்து வந்திருக்கும் அந்த மேலாண்மைக்காரன் கொன்றிருக்க வேண்டும். உங்களை இல்லாவிட்டாலும், குறைந்தபட்சம் என்னை மட்டுமாவது? இல்லையா?'

'ஆமாம்'

'ஆனால் இன்னமும் யாரையும் கொல்லவில்லை.'

'ஆமாம்'

'அப்படியானால் அதற்கு என்ன அர்த்தம் என்று நினைக்கிறீர்கள்?'

'எனக்கு பயத்தில் மூளை வேலை செய்ய மறுக்கிறது. என்ன காரணம் என்று நீங்களே சொல்லி விடுங்களேன்.'

'நாம் இருவரும் அவரவர் கதைகளைப் பேசிக் கொண்டிருக்கிறோம் இல்லையா. நமது இந்தக் கதை யாடல் செயற்கை அறிவுஜீவி உயிரியை வசப்படுத்தி இருக்கிறது. அதனால் தொடர்ந்து கேட்டுக் கொண்டி ருக்கிறது. நம்முடைய கதை எந்த வினாடி சலிப்புத் தட்டுகிற மாதிரி இருக்கிறதோ அல்லது முடிந்து போகிறதோ அப்போது அது வெளிப்பட்டு நம்மைக் கொன்று விடக்கூடும்.'

'அது சரி, நான் உன்னிடம் முதலிலேயே ஒன்று கேட்க வேண்டும் என்று நினைத்தேன். உங்கள் கிரகத்தில் நீங்கள் பேசும் மொழி வேறு. எங்கள் கிரகத்தில் நாங்கள் பேசும் மொழி வேறு. இது எப்படி உங்களுக்குப் புரிகிறது. பேச முடிகிறது?' என்று நான் அவனிடம் கேட்டேன்.

‘அது ஒன்றும் பெரிய விஷயம் இல்லை. எங்களுக்கு மனத்தந்தி தெரியும்.’

‘மனத்தந்தியா?’

‘ஆம். உடலை வளப்படுத்த உடற்பயிற்சி இருப்பது போல், மனத்தை வளப்படுத்த மனத்தந்திப் பயிற்சி இருக்கிறது. மொழி என்பது சமிக்ஞைகளால் ஆனாது. மனத்தந்தி தெரிந்தால் எந்த சமிக்ஞையையும் உள் வாங்கிப் புரிந்துகொள்ள முடியும். எடுத்துக்காட்டாக, உங்கள் மொழியின் சமிக்ஞைகளை உங்கள் மூளையில் இருக்கும் மொழிக்கிடங்கிலிருந்து உருவி எடுத்து இலகுவாய் கையாள முடியும். உங்கள் மொழியில் உங்களைப் போலவே புரிந்துகொள்ள முடியும். பேசவும் முடியும். இதனால்தான் மறைந்து நிற்கும் மேலாண்மைக் காரனால் நம் பேச்சை கவனித்துக் கேட்டுப் புரிந்து கொள்ள முடிகிறது. அது மட்டுமல்லாமல் எங்கள் மூளையில் பொருத்தப்பட்டுள்ள கணினிச் சில்லுகளும் இதற்கு உதவுகின்றன.’

‘நம்பவே முடியவில்லையே?’

‘நம்பித்தான் ஆக வேண்டும். அதுமட்டுமில்லாமல், கண்ணுக்குத் தெரியாத கம்பி நம் அனைவரையும் இணைக்கிறது. சாடிலைட்டில் ஒளி பரப்பப்படும் நிகழ்ச்சிகளை கம்பி ஏதும் இன்றி டி.வி. பெறுவது போல், உங்கள் மூளையில் உள்ள செய்திகளை என்னால் பெறமுடியும்.’

‘அடக்கஷ்டமே’

‘கஷ்டம்தான்; ஆனாலும் வேறு வழி இல்லை. நாமிருவரும் தொடர்ந்து கதையாடுவதன் மூலமே நமது மரணத்தை ஒத்திப்போட முடியும்.’

கைத்துப்போன மனநிலையில் விரக்தியுடன் சிரித்த படி சொன்னான் கா.

வேறுவழியின்றி நானும் ஆமோதித்தேன்.

தொடர்ந்து கதையாடுவதன் மூலம் மரணத்தை ஒத்திப்போடுவதா... இது போன்ற தருணத்தைப் பற்றி ஏற்கனவே நான் எங்கோ கேள்விப்பட்டிருந்தது என் நினைவுக்கு வந்தது. ஆமாம். 'ஆயிரத்தோர் அராபிய இரவுகள்' கதைகள்தான் அது.

பெர்ஷிய மன்னன் ஷாரியர் பெண்களின் மேல் வெறுப்பு கொண்டு தினமும் ஒரு பெண்ணை மணப்பதும் முதலிரவுக்குப் பின் விடிவதற்குள் அவளைக் கொன்றுவிடுவதுமாக இருக்கிறான். தேசத்திலிருந்த பெண்கள் அனைவரும் இறந்து கொண்டிருக்கும்போது, மந்திரியின் மகளான ஷீரஸாத் மன்னரைத் துணிந்து மணந்து கொள்கிறாள். முதலிரவன்று மன்னரிடம் ஷீரஸாத் தன் சகோதரி துனியா ஷாத்துக்கு ஒரு கதையைப் பாதியில் சொல்லிவிட்டு வந்துவிட்டதாயும் அதை முடித்துவிட்டு வருவதாகவும் சொல்கிறாள். மன்னன் சம்மதிக்கிறான். உடனே ஷீரஸாத் தன் சகோதரியை முதலிரவு அறைக்கு வரவழைத்து மன்னரின் முன்னிலையில் கதை சொல்லத் தொடங்குகிறாள். இரவில் சொல்லத் தொடங்கிய கதையை, ஒரு கட்டத்தில் நிறுத்தி விடுகிறாள். பின்பு அதன் தொடர்ச்சியை மறுநாள் இரவு தொடர்கிறாள். இப்படியே கதைக்கு மேல் கதைகளாகப் பல இரவுகள் நீள்கின்றன. அவளது மரணம் ஒத்திப்போடப்பட்டுக்கொண்டே வருகிறது.

நான் காவிடம் தீர்மானமாய்ச் சொன்னேன்.

'நீங்கள் சொல்வது சரி. நாம் தொடர்ந்து கதையாடுவதன் மூலமே சாவை ஒத்திப்போட முடியும்...'

'ஆமாம். இனி தொடர்ந்து நாம் உரையாடலை நிகழ்த்திக் கொண்டே இருப்போம். தனித்தனி அத்தியாய வரிசைகளைக் கைவிட்டு விடுவோம். அதற்கெல்லாம் இப்போது அவகாசமில்லை.'

நாங்கள் இரகசியமாகக் கிசுகிசுப்பதை செயற்கை

அறிவுஜீவி உயிரி தவறாகப் புரிந்து கொள்ளக்கூடும். அதனால் சத்தமாக நான் சொன்னேன்.

'அதுதான் சரி, வேறு வழியில்லை... அப்புறம், எனக்கு ஒன்று தோன்றுகிறது.'

'என்ன?'

'நமது கதை சொல்லல் முறையை மாற்றிப்போட வேண்டும்.'

'அதுவும் நல்ல யோசனைதான்.'

'எங்களுக்கென்று புராதனக் கதை சொல்லல் மரபு இருக்கிறது. 'விக்கிரமாதித்தன் கதைகள்' 'மதன காமராஜன் கதைகள்' போன்ற வாய்ச்சொல் மரபுக் கதைகள். இவற்றில் உயர்திணை, அஃறிணை கதா பாத்திரங்கள் எல்லாமே பேசும். திரைச்சீலை ஒரு கதை சொல்லும். திரிவிளக்கு வேறு ஒரு கதை சொல்லும். இந்தப் பாணியில் நம் கதைகளை நாம் சொல்லிக் கொண்டே போனால் என்ன?'

'வெவ்வேறு பாத்திரங்களின் சார்பாக, ஆனால் நாம்தான் பேசப்போகிறோம் இல்லையா?'

'ஆமாம். இதை வெண்ட்ரிலோகிஸம் என்பார்கள்.'

'ஆமாம், நல்ல யோசனை. எங்கள் உலகத்திலும் ஆதியில் வாய்மரபுக் கதைகள் இருந்தன. அவற்றிலும் இலை பேசும். விலங்கு பேசும். நதி பேசும்.'

'குரல்கள்'

'பல குரல்கள்'

'ஆமாம். பல குரல்கள்'

'குரல்களால் மூழ்கடிப்போம். குரல் வெள்ளத்தில் அவன் அடித்துச் செல்லக்கடவது.'

15

ஃப்ளாட் சொன்ன கதை

நான் ஒரு ஃப்ளாட். அறுநூற்று ஐம்பது சதுர அடிப் பரப்பளவில் இரண்டு படுக்கையறைகளும் ஒரு ஹாலும், கழிப்பறையும் (குளியலுடன்) சமையலறையும் கொண்ட நான்கு சுவர்களுக்கும் மத்தியில் அந்தரத்தில் தொங்கிக்கொண்டிருக்கும், உத்தரத்துக்கும் தரைக்கும் இடையேயான வெளி. பெஸண்ட் நகர் கடற்கரையை யொட்டிக் கட்டப்பட்டிருக்கும் கான்க்ரீட் பூதத்தின் உறுப்புகளில் நானும் ஒன்று. மனிதர்களைப் போலவே ஃப்ளாட்களான நாங்களும் தனித்தனியாகவும், ஒரே கட்டடத்தில் ஒன்றாக இருப்பதால் ஒரு சமூகமாகவும் இருக்கிறோம்.

ஐந்து ஆண்டுகளுக்குமுன் நரேந்திரன் என்னை விலைக்கு வாங்கினான். என்னை அவன் பெரிதும் விரும்பினான். கடலைப் பார்த்த ஃப்ளாட் என்பதால் அவன் ஒரு குழந்தையைப் போல் குதூகலித்தான். என் சுவர்களிலும் தரையிலும் உணர்ச்சிப் பெருக்குடன் முத்தமிட்டு ஐ லவ் யூ சொன்னான். என்னை ஓர் இளம் பெண்ணைப் போல் கூச்சமடையச் செய்தான்.

கடந்த காலத்தில் ஒண்டுக் குடித்தனங்களில் பொதுக் கழிப்பறைக்கு முன் கியூவில் நின்று, தெருக்குழாயில் தண்ணீர் பிடித்து, இரவு ஒன்பது மணிக்கு மேல்

நிறுத்தப்படும் மின்சாரத்துக்காக வீட்டு உரிமை யாளரிடம் சண்டை போட்டு, காற்றே வராத, அறை என்ற பெயரில் வடிவமைக்கப்பட்ட பொந்துகளில் பூச்சி பொட்டுக்களைப் போல் வாழ்ந்து, எங்கிருந்து வருகிறதென்றே தெரியாத முடை நாற்றத்தின் முற்றுகையில் உழன்று, ஒண்டுக் குடித்தனவாசிகளான ஏழை அழகிகளைக் காதலித்து, காதலிக்கப்பட்டு... ஒருவழியாக அவை எல்லாவற்றிலிருந்தும் விலகி என்னிடம் வந்து சேர்ந்திருந்தான்.

அவனுடைய அப்பா இறந்து போனதையொட்டி அவனுடைய விதவைத் தாயாருக்குக் கிடைத்த கிராஜுவிடி போன்ற இறுதித் தொகைகளையும், வங்கியில் பெறப் பட்ட வீட்டு வசதிக்கடன் தொகையையும், தனது சேமிப்புப் பணத்தையும் வைத்து என்னை வாங்கினான். விரைவிலேயே என்னை ஒரு மனைவியை அலங்கரிப்பது போல அலங்கரித்தான். தரையில் சோபா, டீபாய், குளிர்சாதனப்பெட்டி டி.வி. போன்றவற்றை வாங்கிப் பரப்பினான். என்னுடைய சுவர்களின் நிர்வாணத்தைப் படங்களால் மறைத்தான். என்னுடைய கண்களான ஜன்னல்களை வண்ணத் துணித்திரைகளால் மறைத்தான். என் ஜன்னல் திரைகளை இமைகளாய்க் கொண்டு நான் இமைக்கத் தொடங்கினேன்.

நரேந்திரன் ஒரு பத்திரிகையின் ஆசிரியன் என்பதை யும், கல்யாணமாகாத முப்பத்தைந்து வயது பிரம்மச்சாரி என்பதையும், அவனும் அவனுடைய அம்மாவும்தான் என் தரையின் மேல் நடப்பதற்கும் எனது சமையலறை, கழிப்பறை, படுக்கையறை போன்றவற்றைப் புழங்கு வதற்கும், பால்கனியில் நின்று கடலை வெறிப்பதற்கும் ஆசிர்வதிக்கப்பட்டிருக்கிறார்கள் என்று தெரிந்து கொண்டேன்.

என்னுள் இருக்கும் இரண்டு அறைகளில் ஒன்றை

நரேந்திரனும், இன்னொன்றை அவனுடைய அம்மாவும் எடுத்துக் கொண்டிருக்கிறார்கள். நரேந்திரன் இரண்டு மேஜைகள் வைத்திருக்கிறான். ஹாலில் ஜன்னலை யொட்டிப் போடப்பட்டிருக்கும் மேஜை. அதன் மேல் அழகான மின்விளக்கு பொருத்தப்பட்டுள்ளது. மேஜை யில் உட்கார்ந்தபடியே படிக்கலாம். எழுதலாம். ஜன்னலுக்கு வெளியே தெரியும் கடலை ரசிக்கலாம். சதா காற்று சுழற்றியடிக்கும். இன்னொரு மேஜை அவனுடைய அறையில் இருக்கிறது. ஒரு மேஜையில் உட்கார்ந்து எழுதும்போது, சிந்தனைத் தடங்கல் ஏற்பட்டால் அடுத்த மேஜையில் போய் எழுதுவான்.

நரேந்திரனின் அறை புத்தகங்களாலும் பத்திரிகை களாலும் நிரம்பி வழியும். தரை, கட்டில் அலமாரி, மேஜை எங்கு பார்த்தாலும் அச்சிடப்பட்ட பிரதிகள் வழிந்து கொண்டிருக்கும். பார்ப்பதற்குப் பிரதிகள் எல்லாம் ஒன்றாகக் கூடி ஒரு கலவரத்தில் ஈடுபட்டுக் கொண்டிருப்பது போலத் தோன்றும். இவனுக்கு எதையும் அடுக்கிவைக்கப் பிடிக்காது. பிறரையும் அடுக்கி வைக்க விடவும் மாட்டான். 'எதையும் தொட வேண்டாம். எல்லாம் கலைந்து போகும்' என்று கூச்ச லிடுவான். 'கலைந்துதானே இருக்கிறது. இதை இன்னும் எப்படிக் கலைப்பது' என்று முணுமுணுப்பாள் அம்மா.

நரேந்திரனின் அம்மா எல்லா அம்மாக்களையும் போலவே தன் மகனுக்குப் பணிந்து போகிறவள். உடலாலும் குரலாலும் அதிராமல் நடந்து கொள்பவள்.

தன் வாழ்க்கையில் ஏற்கனவே நேர்ந்த அதிர்வுகள் போதாதென்று தானும் ஏன் அதிர வேண்டும் என்பது ஒரு காரணமாக இருக்கலாம். அல்லது அவளது இயல்பே அதுவாகவும் இருக்கலாம். வெறும் ஐந்து வருஷப் பழக்கத்தை வைத்து என்னால் இவ்வளவுதானே அனுமானிக்க முடியும்.

எனக்குத் தெரிந்து உறவினர்கள் என்று யாரும் இவர்களைத் தேடி வந்ததில்லை. இவர்கள் பேசிக் கொண்டதிலிருந்து இவனுக்கு ஒரு மாமா இருக்கிறார் என்று நான் தெரிந்து கொண்டேன்.

இருவரும் இரண்டு இயந்திரங்களைப் போலவே இயங்கினார்கள். அம்மா வீட்டு வேலைகளை ஒரு இயந்திரம் போல சதா செய்துகொண்டே இருப்பாள். தன்னை விழுங்க முயலும் வேலைகளை பதிலுக்கு இவள் விழுங்கிக் கொண்டிருப்பது மாதிரி தோன்றும். இவனோ சதா யோசனைகளால் விழுங்கப்பட்டுக் கொண்டிருப்பான் அல்லது விழுங்கிக் கொண்டிருப்பான்.

சில சமயங்களில் எஸ்தர் மாத்யூஸ் என்ற பெயர் கொண்ட இளம்பெண் ஒருத்தி ஃப்ளாட்டுக்கு வருவாள். நாவல் பழம் போன்ற கரு கரு நிறமும், கறையற்ற வெண்மையான பளிச்சிடும் பற்களும், வீனஸ் சிற்பத்தைப் போன்ற அழகான நீண்ட கழுத்துமாய் (இது நரேந்திரன் அவளை வர்ணித்துச் சொன்னது) ஒருவித மாயா வசீகரத்துடன் இருப்பாள். அவளது கண்களும் வாயும் சிறியவை. அவள் சிரிக்கும்போது அவற்றைச் சுருக்கிக் கொண்டு சிரிப்பாள். அப்போது மிக அழகாகத் தோன்றுவாள்.

நரேந்திரன் ஆசிரியராக இருக்கும் வார இதழில் இவள் உதவி ஆசிரியராக இருக்கிறாள். வேலை நிமித்த மாகவும் அல்லது எந்த நிமித்தமாக இல்லாமலும் இவன் வீட்டுக்கு அவள் வருவாள். இவனும் அவள் வீட்டுக்கு அடிக்கடி போய் வருகிறான் என்பதை அவர்கள் பேச்சிலிருந்து நான் தெரிந்துகொண்டேன். எனக்குத் தெரிந்தவரை நரேந்திரனுக்கு எஸ்தர் மேல் ஒருவித ஈடுபாடு இருக்கிறது என்றே தோன்றுகிறது. தற்செயலாக, முன்றானை நழுவும்போது சட்டென்று தோன்றி மறையும் அவளது ஒற்றை மார்பகம், கணுக்காலுக்கு

மேலே சேலை சில அங்குல இடைவெளியில் விலகும் போது தெரியும் அவளது கெண்டைக்கால் சதை, இடுப்பின் பின் முன் பக்கங்கள், தொப்புள் ஆகியவற்றை நரேந்திரன் அவள் கவனிக்காத சமயங்களில் ஆசை யாகப் பார்ப்பான். எப்படியோ இந்தத் திருட்டுத்தனம் அவளுக்கும் தெரிந்து போகும். அப்போதெல்லாம் அவளது கரிய முகம் வெட்கத்தால் கருஞ்சிவப்பாய் மாறும். அவளுக்கும் இவன் மேல் ஆசைதான்; ஆனாலும் இவன் முதலில் தனது தீர்மானத்தைத் தெரிவிக்கட்டும் என்ற எண்ணத்தில் காத்திருக்கிறாள் என்றே எனக்குப் படுகிறது.

அம்மாவுக்கு அவளது வருகை உவப்பானதாக இருக்கவில்லை. எஸ்தர் இருக்கும் சமயங்களில் அம்மா முகச்சுளிப்புடனும், தவிப்புடனும் இருப்பாள். நரேந்திரனையும் எஸ்தரையும் மறைமுகமாகக் கண்காணித்தபடியே இருப்பாள். தாழ்த்தப்பட்ட சமூகத்தைச் சேர்ந்த, அதிலும் கிறிஸ்துவ மதத்துக்கு மாறிவிட்ட, ஒரு கறுப்பான பெண்ணைத் தன் மகன் காதலித்து விடுவானோ என்று பயந்தாள். இவள் தனது தலையில் மருமகளாக வந்து விடிந்துவிட்டால் என்ன செய்வது என்றும் திகிலடைந்தாள். இதை எப்படித் தன் மகனிடம் வெளிப்படையாகப் பேசுவது என்று தெரியா மலும் தவித்தாள். அவள் கடவுளின் படத்தின்முன் நின்று மனமுருகி முணுமுணுத்து வேண்டுவதிலிருந்து இதைக் கண்டுபிடித்தேன்.

இவளிடமிருந்து தன் மகனை மீட்கும் பொருட்டு, தன் சமூகத்தில் சிவப்பான வசதியான பெண்கள் தோது போல் கிடைக்கிறார்களா என்று தேடவும் செய்தாள்.

நான் இருக்கும் கட்டடத்தின் சக ஃப்ளாட்களில் வசிப்பவர்களில், இவள் சமூகத்தைச் சேர்ந்தவர்கள் சிலர் இருந்தார்கள். இவள் எதிர்பார்ப்பின்படி சிவந்த

தோலும், போதுமான நகை நட்டுகளுமாகக் கல்யாண வயதுப் பெண்களும் ஓரிரண்டு பேர் இருந்தார்கள். ஒரு பெண் குதிர்ந்துகூட வந்தாள். நரேந்திரன் அவளை வேண்டாம் என்று சொல்லிவிட்டான்.

எதற்கும் அதிராத அம்மா கோபத்தில் அதிர்ந்தாள்.

'ஏன் அந்தக் கறுப்பி உன்னை மயக்கிட்டாளா. அந்தக் கிறிஸ்துவச்சியைக் கட்டிக்கலாம்னு முடிவு பண்ணிட்டியா?' என்று உரத்துக் கேட்டாள்.

நரேந்திரனுக்கு 'சுருக்'கென்றிருக்க வேண்டும். முகம் சிவக்கப் பதிலுக்கு உரத்துக் கத்தினான்.

'ஆமான்னு சொன்னா என்ன பண்ணுவே?'

ஒரு கணம் அம்மா ஸ்தம்பித்துப் போனாள்.

'இது வரைக்கும் அப்படி ஒரு எண்ணம் எனக்கு இல்லாம இருந்தது. எப்ப நீ இப்பிடிக் கேட்டியோ அப்பவே முடிவு பண்ணிட்டேன். ஆமா. அவளைத் தான் கட்டிக்கப் போறேன். இப்ப என்னாங்குறே?'

'நெஜமாவா சொல்றே?'

'ஆமா'

'அடப்பாவி. நம்ப சொந்தக்காரங்க மூஞ்சில முழிக்க முடியாமப் போயிடும். நம்ப மானம் போறதோட இல்லாம மாமாவோட மானமும் சேர்ந்து இல்ல போகும்.'

'ஊர்ல இருந்து எப்ப சென்னைக்கு வந்தோமோ அப்ப போகாத மானமா இப்பப் புதுசாப் போகப் போகுது? அதோட இல்லாம மாமாவோட மானம் போகும்னு சொன்னியே, அது நல்ல விஷயம். அதுக் காகவே எஸ்தரை நான் கல்யாணம் பண்ணிக்கப் போறேன். மாமா அவமானத்துல துடிக்கணும். அதுதான் அவருக்கு நான் குடுக்கப் போற தண்டனை.'

'இது வெளயாட்டு இல்ல. கல்யாணம்டா.'

'கல்யாணம்தான்; யாரு வெளயாட்டுன்னு

சொன்னா?'

'என்னடா உனக்குப் பைத்தியம் கியித்தியம் புடிச்சுடுச்சா. ஏன் இப்படியெல்லாம் பேசறே?'

'நீ சும்மா இரு. உனக்கு எதுவும் தெரியாது. நான் அவளைத்தான் கல்யாணம் பண்ணிக்கப் போறேன். என்னதான் ஆகும்னு பாத்துரலாமே'

அம்மாவின் உடல் அதிர்ந்து கொண்டிருந்தது. அவள் அழுது கொண்டிருந்தாள்.

16

புகைப்படம் சொன்ன கதை

கா, ஜோ, யா, லோ ஆகிய நால்வரும் ஒன்றாகச் சேர்ந்து நின்று எடுத்துக்கொண்ட புகைப்படம்தான் நான். கா பழுப்புநிற உறையில் வைத்துக் கொண்டு வந்திருக்கும் ஆல்பத்தில் நான் ஒட்டப்பட்டிருக்கிறேன்.

இந்தப் புகைப்படம் எடுக்கப்பட்டபோது காவும் ஜோவும் இருபத்தைந்து வயது இளைஞர்கள். யாவும் லோவும் நடுத்தர வயதுப் பெண்கள். யாவுக்கு நாற்பது வயது. லோவுக்கு முப்பத்தியெட்டு வயது. லோன் நகரத்து மக்கள் விடுமுறை நாட்களில் புறநகர்ப் பகுதிக்கு சுற்றுலா போவது வழக்கம். வாரம் முழுவதும் உழைக்கும் மக்கள் வார இறுதி நாட்களில் ஓய்வெடுப்பது நல்லது என்று அரசு கருதியதால் இந்தச் சலுகை அவர்களுக்கு வழங்கப்பட்டிருக்கிறது. தொலை அனுப்பல் துறையில் பணிபுரியும் காவும் செயற்கை அறிவுஜீவி பராமரிப்புத் துறையில் பணிபுரியும் ஜோவும் இந்த வாரம் சுற்றுலா செல்லத்திட்டமிட்டார்கள். யாவும் லோவும் கூட வரத் தீர்மானித்தார்கள். யா ஒரு பள்ளி ஆசிரியை. லோ ஒரு மருத்துவமனையில் செவிலி. யாவும் லோவும் தினமும் ஒரே பஸ்ஸில் பயணம் செய்ததன் மூலம் இவர்களுக்குப் பழக்கமானவர்கள்.

லோன் கிரகத்தில் காதல் தடை செய்யப்பட்டி

ருப்பதால் சம வயதுடைய ஆணும் பெண்ணும் பழகு வதற்கு அனுமதியில்லை. இதனால் ஆண்களும் பெண் களும் தங்களைவிடப் பத்துப் பதினைந்து வயது வித்தி யாசத்தில் உள்ளவர்களுடன்தான் பழக முடிகிறது. நாற்பது வயதுப் பெண்ணும் இருபது வயது இளைஞனும் பொது இடங்களில் ஒன்றாகப் பேசியபடி உலவுவது சர்வசாதாரண விஷயம்.

அதிக வயது வித்தியாசம் இருந்தால் பாலியல் தூண்டுதல் அவ்வளவாக இருக்காது என்பதால் இந்த நட்பு அனுமதிக்கப்பட்டிருக்கிறது. அதே சமயத்தில் விபரீத விளைவாக பொருந்தாத வயதில் காதல் முளைப்பது லோன் கிரகத்தில் ஒரு பிரச்சினையாகி விட்டது.

க்ரூ நகரத்திலிருந்து இருபத்தைந்து த்ளூ தொலைவில் (ஒரு த்ளூ என்பது ஒன்றே கால் கிலோமீட்டர் தொலைவுக்குச் சமம்) ஒரு நீலநிற ஏரி இருக்கிறது. ஏரியைச் சுற்றிலும் தொடர்ச்சியான மலை ஒன்று காவலுக்கு நிற்கிறது. ஏரியின் மையத்தில் ஒரு தீவு அதீத கவர்ச்சியுடன் ஒய்யாரமாக வீற்றிருக்கிறது.

மலையைத் துளைத்துச் செல்லும் மின் ரயில் நம்மை அந்த ஏரியின் கரையில் கொண்டு போய்விடும். அங்கிருந்து ஏரியில் மிதந்துதான் தீவுக்குப் போக முடியும். மிதந்து செல்வதற்கு ஏரியில் படகுகள் காத்திருக் கின்றன. தீவு ஒரு கன்னிப் பெண்ணைப் போல் தனது பிரதேசங்களைக் கவனமாகவும், மர்மமாகவும் வைத் திருக்கிறது. தீவு பல புதிர்ப்பாதைகளைக் கொண்டது. அவை நம்மை யூகிக்க முடியாத இடங்களுக்கு அழைத்துச் செல்லும். ஒரு பாதையின் இறுதி முனை ஒரு மதுக் கூடத்தில் முடியும். இன்னொரு பாதை நீச்சல் குளத்துக்கு இட்டுச் செல்லும். வேறொரு பாதையோ நம்மை உணவு விடுதிக்குக் கொண்டு போகும். இப்பாதைகளில்

ஒருவன் சுலபமாகத் தொலைந்து போக முடியும். இந்தப் புதிர்ப்பாதைகளில் வளைந்து, வளைந்து போகும் ஒருத்தன் இருபக்கங்களிலும் தொடர்ந்து வரும் மரம் செடி கொடிகளினூடே தன்னை மறைத்துக் கொள்ள முடியும். அவற்றினுள் ஒளிந்துகொண்டு காதல் புரிவது பாதுகாப்பானது. பொருந்தாத வயதுகளில் இந்தத் தீவுக்கு வரும் காதலர்கள் இந்த இரகசிய இடங்களில் காதல் புரிவது வழக்கம்.

இந்த நான்கு பேரும் இங்கு வேறு ஒரு காரணத்துக் காக வருகிறார்கள். ஒவ்வொரு சமயமும் ஒவ்வொரு இடத்தில் கூடுவார்கள். வெளியுலகிலிருந்து முற்றிலு மாகத் தொலைந்து போவார்கள். அப்படி ஒரு சமயம் இவர்கள் வந்தபோது ஒரு புதிர்ப்பாதையின் வளைவில் நின்று எடுத்துக்கொண்ட புகைப்படம்தான் நான். இந்த நான்கு பேரும் வந்ததும் மேலும் சிலர் வந்து சேருவார்கள். இவர்கள் எல்லோரும் நிறைய பிரச்சினை களைப் பற்றிப் பேசுவார்கள். அன்றைக்கு என் முன்னிலையில் இந்த விதமாகப் பேசினார்கள்.

'நாய், பூனை, மாடு போன்ற விலங்குகளைக்கூட தாமதமாகத்தான் மனிதன் அடிமைப்படுத்தினான். அதற்கும் முன்னதாகவே சகமனிதனை அடிமைப் படுத்திக் கொண்டான்.'

'அடிமையாவது மனிதனுக்கு இரத்தத்தில் ஊறிய பண்பாக இருக்கிறது.'

'விலங்குகளிலேயே அதிக ஆண்டுகாலம் பெற்றோ ருடன் வாழ வேண்டிய நிர்ப்பந்தம் மனிதனுக்கு மட்டுமே இருக்கிறது. இப்படி அடுத்தவரைச் சார்ந்து வாழும்தன்மை இவனுக்கு இருப்பதால் இவனால் யாருக்காவது அடிமையாகவே வாழ வேண்டிய தன்மையும் இயல்பாகவே இருக்கிறது.'

'நாம் நம்முடைய சாயலில் செயற்கை அறிவுஜீவி

உயிரிகளைப் படைத்தோம். அதனால்தான் அவை நம்மை அடக்கி ஆள்வதிலும் நம்முடைய சாயலை ஒத்திருக்கின்றன.'

'தனிமனிதனின் தனிப்பட்ட குணம் வேறு. பலதரப் பட்ட மனிதர்களின் தனிப்பட்ட குணங்கள் வேறு. அதேசமயம் பலதரப்பட்ட மனிதர்கள் தங்கள் தனிக் குணங்களை மீறிப் பொதுவான சில குணங்களில் ஒன்று படுகிறார்கள். இதையே சமூக குணம் என்கிறோம். சமயங்களில் தனிமனிதனுக்கு எதிராகவே சமூக குணம் செயல்படுகிறது. தனிமனித குணம் கல்வீச்சை எதிர்க்கிறது. சமூக குணம் கல்வீச்சில் ஈடுபடுகிறது. தனிமனித குணம் வன்முறையை எதிர்க்கிறது. சமூக குணம் வன்முறையில் ஈடுபடுகிறது. தனிமனித குணம் வெறுக்கும் ஓர் ஆட்சியை சமூக குணம் நிறுவுகிறது.'

'ஆதியில் கலை - இலக்கியம், விஞ்ஞானம் தத்துவம் இந்த மூன்றும் ஒன்றாகவே வளர்த்தெடுக்கப்பட்டன. ஒன்றாக இருந்தன. பின்னாளில் தனித்தனியே பிரிந்தன. ஒவ்வொரு காலகட்டத்திலும் அதிகார வர்க்கம் இந்த மூன்றையும் கையிலெடுத்துக் கொள்கிறது. குடிமக்கள் எப்போதுமே இவற்றிலிருந்து விலக்கி வைக்கப்படு கிறார்கள்.'

'கனவுகள் இயல்பானவை. அவை தன் போக்கில் வரவேண்டும். அவற்றைத் திட்டமிடக்கூடாது. திணிக்கக் கூடாது. கனவைத் திணிப்பதும் வன்முறையே.'

'என்னுடைய கனவுகள் வித்தியாசமானவை. விசித் திரமானவையும்கூட' என்றாள் லோ. 'நான் இருபது வருடங்களாகத் தொடர்ச்சியாக ஒரே கனவைக் கண்டு வருகிறேன். சொல்லப்போனால் அவற்றை ஒரே கனவா அல்லது பல கனவுகளா இரண்டுமே சேர்ந்த ஒரு தொகுப்பா என்று குறிப்பிடத் தெரியவில்லை.'

லோ கனவுகளில் மிதக்கும் கண்களுடன் விவரிக்

கலானாள். மற்ற மூவரும் அவளையே ஆர்வத்துடன் பார்த்துக் கொண்டிருந்தனர்.

'இருபது ஆண்டுகளுக்கு முன் என்று நினைக்கிறேன். அப்போது எனக்கு வயது பதினெட்டு. இப்போது நான் பணிபுரியும் மருத்துவமனையில் வேலைக்குச் சேர்ந்த புதிது. இளநிலைச் செவிலியாக என்னை நியமித்திருந் தார்கள். எனக்கென்று ஒரு வார்டு ஒதுக்கப்பட்டிருந்தது. அந்த வார்டில்தான் அந்த இளம் மருத்துவரைச் சந்தித்தேன். லூ என்பது அவரது பெயர். பெண்களை நேருக்கு நேராகப் பார்க்கும் துணிச்சல் அற்றவராக அவர் இருந்தார். அன்றைக்கு என்னை ஒரே ஒரு தடவைதான் பார்த்தார். அவ்வளவுதான். அதன் பிறகு நான் நிற்கும் திசை எதுவோ அதைப் பார்த்துதான் பேசுவார். ஒரு பன்னிரண்டு வயது சிறுமியைப்போல் பதற்றமும், வெட்கமும், பயமும் அவரைப் பிடுங்கித் தின்றன. சற்று அவருக்குக் கிட்டத்தில் போய் நின்றால் பயந்து பின்வாங்குவார். குனிந்து அவர் காதருகில் பேச முயன்றால் தன் தலையை ஒரேயடியாக விலக்கிக் கொண்டு கேட்பார். எனக்கு அவரது நடவடிக்கைகள் வேடிக்கையாகவும் நகைச்சுவைத் தன்மை கொண்டவை யாகவும் தோன்றின.

இவருக்கும் எனக்கும் இணைசேர்ப்பு (ஆண்–பண் புணர்ச்சி நடவடிக்கையை இவ்வாறாகத்தான் அழைக் கிறார்கள்) நடந்தால் எப்படி இருக்கும் என்று ஒரு கணம் யோசித்தேன். உடனே எனக்குச் சிரிப்பு வந்துவிட்டது. அதிலும் அடக்க முடியாதபடி உரத்த சிரிப்பு. திடீரென்று நான் உரத்துச் சிரித்ததில் லூ பயந்தே போனார். தன் கையிலிருந்த ஸ்டெதாஸ்கோப் கருவியைத் தவறவிட்டார். என்னையே திகிலுடன் பார்த்தார்.

'நான் திடுக்கிட்டவளாக உடனே சுய உணர்வை

அடைந்தேன். எனது அகாலச் சிரிப்புக்காக வருத்தம் தெரிவித்து மன்னிப்பும் கோரினேன். அவர் ‘பரவா யில்லை’ என்றார். அடுத்து என்ன செய்யப் போகி றேனோ என்று பயந்தபடி இருந்தார் என்றே நினைக் கிறேன். முதல் தினமே அவர்பால் நான் காதல் வயப் பட்டேன் என்று நினைக்கிறேன். என்னுடைய பதினா லாவது வயதிலிருந்தே ஆண்கள்பால் ஒருவிதமான இனக் கவர்ச்சி என்னுள் துளிர்க்க ஆரம்பித்ததென்னவோ உண்மைதான். ஓர் அழகான ஆணைப் பார்த்ததும் மனம் கொஞ்சம் சலனமடையும். அந்தச் சலனம் கொஞ்ச நேரத்துக்கு சஞ்சலமாக மாறும். அதன் பிறகு சில நிமிடங்களுக்கோ அல்லது சில மணி நேரங்களுக்கோ அந்தச் சஞ்சலம் நீடித்துக் கொண்டிருக்கும். அதன் பிறகு அந்த ஆணை சுத்தமாக மறந்தே போவேன். ஆனால் லூவின் மேல் எனக்கேற்பட்ட ஈர்ப்பு வேறு தினுசாக இருந்தது. பலமான காந்தப்புயலில் நான் சிக்கிக்கொண்ட மாதிரி உணர்ந்தேன்.

‘மருத்துவமனையில் பணிக்குச் சேர்ந்து லூ வுடன் அறிமுகமான அன்றைய இரவே என்னுடைய கனவு களை லூ ஆக்கிரமிக்கத் தொடங்கியிருந்தார்.

‘அன்றிரவு என்னுடைய ‘பங்க்கர்’ படுக்கையில் விழுந்த நான் வழக்கம் போலவே ‘ஹலூசினோஜன்’ ஒன்றை விழுங்கியிருந்தேன். தலையில் ‘ஹெட்போனை’ மாட்டிக் கொண்டேன். அதன் பிறகு நான் காண விரும்பும் கனவு எத்தகையதாக இருக்க வேண்டும் என்று தீர்மானித்துக் கொண்டேன். தூங்குவதற்கு முன் நாம் காண விரும்பும் கனவை முன் கூட்டியே தீர்மானிக்க வேண்டும். இல்லாவிட்டால் சம்பந்தமில்லாத கனவு களில் புதிர்வழியில் சிக்கி அல்லலுறுவோம்.

‘நான் உறங்குவதற்கு முன்புவரை லூவைப் பற்றி யோசித்தபடியே உறங்கினேன். அன்றிரவு லூவுடன்

கனவில் வாழ நான் தீர்மானித்திருந்தேன்.

நான் கண்களை மூடிக்கொண்டிருந்து விட்டு எப்போது தூங்க ஆரம்பித்தேன் என்பதை அறியாமல், என்னை மறந்து தூங்கிக் கொண்டிருந்தபோது 'திடும்' என்று விழிப்பு வந்தது. கண்களை விழித்துப் பார்த்த நான் மல்லாந்த வாக்கில் என் தலைக்குமேல் இருந்த உத்தரத்தைத்தான் முதலில் பார்த்தேன். மிக அழகான பூ வேலைப்பாடுகளுடன், தங்கத்தாலும் வெள்ளியாலும் இழைக்கப்பட்டிருந்த அந்த உத்திரம் என்னை பிரமிப் படையச் செய்தது. இது என்ன இடமாக இருக்கும் என்று நான் யோசித்தபோது என் முதுகுக்குக் கீழே மிக மென்மையான படுக்கை இருந்ததை உணர்ந்தேன். எனது இரண்டு கைகளின் உள்ளங்கைகளும் அந்தப் படுக்கையின் மேல் கவிழ்ந்திருந்தன. மெள்ள என் தலையை இடது புறம் திருப்பினேன். லூ அயர்ந்து தூங்கிக் கொண்டிருந்தார். என் மனம் அடைந்த படபடப்புக்கு அளவே இல்லை. சந்தோஷத்தில் மனம் திணறியது.

படுக்கையில் எழுந்து உட்கார்ந்தேன். இப்போது அந்த அறையை நன்கு கவனித்தேன். அது பெரிய அறை. ஐம்பதடிக்கு ஐம்பதடி பரப்பளவில் மிக ஆடம்பரமான முறையில் அலங்கரிக்கப்பட்டிருந்தது. நான்கு பேர் படுக்கக் கூடிய பெரிய கட்டில் அது. அதில்தான் நான் இப்போது உட்கார்ந்திருந்தேன். அனேகமாக அந்த அறையில் வாழ்க்கைக்குரிய சாதனங்கள் எல்லாமே இருந்தன.

எனக்கு நேர் வலப்புறம் ஒரு குளிர் சாதனப் பெட்டி வைக்கப்பட்டிருந்தது. அதை ஒட்டினாற்போல் பக்கத் திலேயே ஓர் அழகான மேஜை, தொட்டுப் பார்க்க வேண்டும் போல் ஆசையைத் தூண்டியது. அதன் மேல் முப்பரிமாணப் படங்களைக் காட்டும் தொலைக்

காட்சிப் பெட்டி இருந்தது. அதன் பக்கத்திலேயே வானொலிப் பெட்டியும். பாடல்கள் கேட்பதற்கான ஒலித்தகடுகளும் இருந்தன. இவையெல்லாம் எனக்கே எனக்கான உடைமைகள் என்பது நம்புவதற்குக் கடின மாக இருந்தது.

அனைவருக்குமான தொலைக்காட்சிப் பெட்டிகளில், அனைவருக்குமான பொது நிகழ்ச்சிகளை மட்டுமே கண்டு வந்த எனக்கு இது ஒரு மகத்தான விஷயம் என்றே தோன்றியது. தொலைக்காட்சியில் இனி நான் பார்க்க வேண்டிய விஷயங்களை நான் தேர்ந்தெடுத்துக் கொள்ள முடியும்.

இடதுபக்கம் பார்வையைத் திருப்பினேன். உடைகள் அடுக்கப்பட்ட, கண்ணாடிக் கதவுகள் பொருத்தப்பட்ட அலமாரிகள் இரண்டு நின்று கொண்டிருந்தன. ஒன்றில் என்னுடைய உடைகளும் மற்றதில் லூவின் உடை களும் இருந்தன. நம்ப முடியாத இன்னொரு விஷயம் என்னவென்றால் அவை சீருடைகள் அல்ல என்பதுதான். பல வண்ணங்களில் பலவிதமான மோஸ்தர்களில் தைக்கப்பட்ட உடைகள் அவை என்பது இங்கிருந்து பார்க்கும்போதே தெரிந்தது. எனக்கு அவை எல்லா வற்றையும் உடனே அணிந்து பார்த்துவிட வேண்டும் போல் ஆசை எழுந்தது. இன்னும் நிறைய ஆடம்பர மான கலைப்பொருட்களால் அந்த அறை நிரப்பப் பட்டிருந்தது.

சந்தோஷத்துடனும் மனநிறைவுடனும் நான் சோம்பல் முறித்தேன். உடனே கட்டில் சப்தித்தது. எனது சோம்பல் முறிப்பின் மூலம் படுக்கையில் சிறு சலனம் ஏற்படுத்திவிட்டதை உணர்ந்தேன். என் நாக்கைக் கடித்துக்கொண்டேன். லூவுக்கு விழிப்புத் தட்டிவிட்டது. கண்விழித்த அவர் என்னைப் பார்த்தார். புன்னகைத்தார். எனக்குள் 'ஜிவ்' வென்று ஓர் உணர்வு

ஊடுருவிச் சென்றது. மனிதர் என்னையே வைத்த கண் வாங்காமல் பார்த்தபடி இருந்தார். என்ன தைரியம். பகலில் என்னை நேருக்கு நேர் பார்க்கத் தயங்கும் இவர் இரவில் இப்படி தைரியமாகப் பார்க்கிறாரே என்று வியப்பாக இருந்தது.

கட்டிலைவிட்டு இறங்க யத்தனித்த என் கையைப் பிடித்துக் கொண்டார். என்ன தைரியம்! முரட்டுத் தனமாக இறுக்கிப் பிடித்திருந்தார். மென்மையான அவரால் இப்படி இறுக்கிப் பிடிக்க முடியும் என்பதும் என்னால் நம்ப முடியாமல் இருந்தது. பின்பு என்னை அவரருகில் இழுத்தார். நான் அனிச்சையாக அவரை நோக்கிப் போனேன். என்னை அப்படியே இறுக்கி அணைத்துக் கொண்டார். என் காது மடல்களைக் கடித்தார். முத்தமிட்டார். பள்ளிச்சிறுவனைப் போல் 'நான் உன்னைக் காதலிக்கிறேன்' என்று மீண்டும் மீண்டும் 'இம்போஸிஷன்' போல் முணுமுணுத்தார்.

எனக்கு வெட்கமாகவும், சந்தோஷமாகவும் இருந்தது. அடுத்த சில நிமிடங்களில் நாங்கள் இணை சேர்ந்தோம். அப்படியே மெய்மறந்து தூங்கியும் போனோம்.

***

காலையில் விழிப்பு வந்தபோது நான் 'பங்க்கர்' படுக்கையில் படுத்திருந்தேன். உடனே எழுந்திருக்காமல் அப்படியே இரவு நடந்த கனவைப் பற்றி நினைத்த படியே கிடந்தேன்.

'என்ன இன்னும் கனவு முடியவில்லையா?' என்று கேட்டபடியே, பக்கத்துப் படுக்கைக்காரி சூ விரைவாகக் கழிப்பறை நோக்கிப் போய்க் கொண்டிருந்தாள். நான் பெருமூச்சுவிட்டபடி எழுந்து உட்கார்ந்தேன். 'ஹெட்போன்' வயர் தொந்தரவு செய்ததால் அதைக் கழற்றிப் பக்கத்திலிருந்த கொக்கியில் மாட்டினேன்.

லூவைப் பார்க்க வேண்டும் போல் தீவிரமாக உணர்ந்தேன். உடனே வாரிச்சுருட்டிக்கொண்டு எழுந்தேன்.

***

இருக்கும் சீருடைகளில் சற்றுப் புதிதாகத் தோன்றும் சீருடையை அணிந்துகொண்டு, வழக்கமாக நான் பிடிக்கும் பஸ்ஸுக்கு முந்தைய பஸ்ஸைப் பிடித்து, மருத்துவமனைக்கு முன்னதாகவே போய்ச் சேர்ந்தேன். சேர்ந்ததிலிருந்தே நிலைகொள்ளாமல் தவித்தேன். குறுக்கும் நெடுக்குமாக நடந்தேன். அவர் எப்போது வருவார் என்று பேராவலுடன் காத்திருந்தேன். இன்னேரம் அவர் ஆஸ்பத்திரிக்கு வந்திருக்க மாட்டார் என்று தெரிந்தும் அவரை நாலா பக்கமும் கண்களால் தேடினேன். ஒருவேளை, இன்று அவர் சீக்கிரம் வந்தாலும் வருவார் என்று நைப்பாசைப்பட்டேன். ஒருவேளை, வராமல் போய்விட்டால் என்ன செய்வது என்ற யோசனை வந்தபோது துக்கத்தில் ஆழ்ந்தேன்.

வராந்தாவின் திருப்பத்தில் ஒரு மெல்லிய காற்றைப் பின் தொடர்ந்து அவர் நடந்து வந்தபோது என் இதயம் சில கணங்கள் துடிக்கவில்லை. என் மார்பு ஒருமுறை விம்மியது.

லூ நேராக நடந்து வந்தவர் என்னைத் தற்செயலாக ஒருகணம் பார்த்தார். அடுத்த கணமே தனது பார்வையை விலக்கிக் கொண்டார். எனக்குள் வேதனை வலிபோல் முளைத்தது. ஒரு சின்ன புன்னகை; ஒரு சிறு கையசைப்பு; ஒற்றை வார்த்தையில் ஒரு முகமன். எதுவுமே இல்லை. இது சக குடிமக்களை அவமதித்தல்தானே? ஆனாலும், வெட்கமில்லாமல் அவரை விரும்பவே செய்தேன்.

என் அருகே லூ வந்ததும் ‘காலை வணக்கம்’ சொன்னேன். அவரோ தலை குனிந்தபடியே தரைக்கு

‘ம்’ சொன்னார். லூ நேற்றைக்குப் பார்த்ததை விட இன்று மிகுந்த பொலிவுடன் இருந்ததாக எனக்குப் பட்டது. அதை அவரிடம் சொன்னபோது அவர் மிகப்பெரிய தர்மசங்கடத்தில் சிக்கிக் கொண்டது போல நெளிந்தார்.

அன்று மருத்துவமனையில் நான் மிகுந்த உற்சாகத்துடன் வேலை செய்தேன்.

***

அன்றிரவும் தலையில் ஹெட்போனை மாட்டிக் கொண்டு ‘ஹலூஸினோஜ’னை விழுங்கிவிட்டுத் தூங்கினேன்.

மீண்டும் அதே படுக்கையறையில்தான் கண் விழித்தேன். இப்போது நன்கு விடிந்திருந்தது. பக்கத்தில் லூ படுத்திருக்கவில்லை.

நான் எழுந்திருப்பதற்குள் என்னைத் தொந்தரவு செய்யாமல் அவர் எழுந்து போயிருக்கிறார். நான் படுக்கையை விட்டுக் கீழே இறங்கினேன். அந்த அறையைச் சற்றிச் சுற்றிப் பார்த்தேன். நான் எந்த எந்தப் பொருட்களையெல்லாம் என் வாழ்க்கையில் விரும்பி வந்திருக்கிறேனோ அத்தனை பொருட்களும் அங்கே இருந்தன. நான் வாங்க விரும்பிய, தலைக்கு மாட்டும் க்ளிப்; விலையுயர்ந்த நறுமணப் பொருட்கள்; விதவிதமான காலணிகள்; தடைசெய்யப்பட்ட வண்ண வண்ண ஆடைகள்.

நான் போன ஆண்டு ஒரு கடையில் விலையுயர்ந்த தங்க முலாம் பூசப்பட்ட ஒரு பேனாவைப் பார்த்தேன். என்னால் வாங்க முடியாதபடிக்கு அது அதீத விலை கொண்டதாக இருந்தது. இப்போது அந்தப் பேனா மேஜையின் மேல் என் விரல்களால் தூக்கப்படுவதற்காகக் காத்திருந்தது. நான் ஒருவிதமான மயக்க நிலையில்

அந்த அறையில் உலவிக் கொண்டிருந்தபோது லூ உள்ளே வந்தார். அவர் கையில் இரண்டு கோப்பை களில் சூடான மா இலை நீர் இருந்தது. ஒரு கோப்பையை என்னிடம் நீட்டினார். பாவம் மாநீர் தயாரித்துக் கொண்டு வந்திருக்கிறார். 'நன்றி' தெரிவித்துவிட்டு அவரிடமிருந்து கோப்பையை வாங்கிக் கொண்டேன்.

குனிந்து என் இடது கன்னத்தில் முத்தமிட்டுவிட்டு கட்டிலுக்குப் பக்கத்தில் போடப்பட்டிருந்த நாற்காலியில் உட்கார்ந்துகொண்டு மாநீரை உறிஞ்சத் தொடங்கினார்.

நானும் ஒரு மிடறு உறிஞ்சினேன். நல்ல மணத் துடனும், அருமையான சுவையுடனும் இருந்தது. லூ மாநீர் தயாரிப்பதிலும் வல்லவர் என்பதை நான் தெரிந்துகொண்டேன்.

அதன் பிறகு நானும் அவரும் சேர்ந்து சமையல் செய்தோம். அந்தக் கணங்கள் மறக்க முடியாதவை. பின்பு காலை உணவை உட்கொண்டோம். மதிய உணவைத் தயார் செய்து ஒரு பாத்திரத்தில் அடைத்து எடுத்துக் கொண்டு வேலைக்குப் புறப்பட்டுப் போனோம்.

***

மருத்துவமனையில் லூ ஓர் அற்புதமான மனிதராக நடந்து கொண்டார். என்னைக் கனிவுடன் பார்த்தார். சதா புன்னகையுடன் எதிர்கொண்டார். மென்மையான குரலில் அன்பான வார்த்தைகளைப் பயன்படுத்தி என்னை வேலை செய்யுமாறு பணித்தார். அங்கே நான் வேலை செய்து கொண்டிருக்கும் உணர்வே எனக்கு எழவில்லை. இயல்பாக வாழ்ந்து கொண்டிருப்ப தாகவே உணர்ந்தேன். நடனமாடுவதைப் போல், என் பியோனோவில் நானே வாசித்துப் பார்த்துக் கொள்வது போல்; ஒரு விருப்பமான புத்தகத்தைப் படிப்பதுபோல; விருப்பத்துடனும் ஈடுபாட்டுடனும் வேலை செய்தேன்.

ஒரு வயிற்றுவலி நோயாளியைப் படுக்கையில் படுக்க வைத்து லூ அவன் வயிற்றைத் தொட்டும் அமுக்கியும் பார்த்துக் கொண்டிருந்தபோது நான் அவர் அருகில் நின்றபடி அவரையே பார்த்தபடி இருந்தேன். திரைப்படத்தில் கதாநாயகன் புரியும் தீர சாகசங்களைத் தன்னை மறந்து ரசிக்கும் ஒரு விடலைப் பெண்ணின் மனோநிலையில் நான் இருந்தேன்.

லூ நோயாளியையே கூர்ந்து பார்த்துக் கொண்டிருந்தவர் சட்டென்று தற்செயலாக நிமிர்ந்து என்னைப் பார்த்தார். நான் அவரையே பார்த்துக் கொண்டிருந்ததால் அவர் புன்னகைத்தபடி 'என்ன?' என்றார். 'ஒன்றுமில்லை' என்றேன். 'என்ன ஒன்றுமில்லை?' என்றபடி என் காதைத் திருகித் தன் பக்கம் இழுத்தார். நான் கலவரமடைந்தேன். இது மருத்துவமனை. பணிபுரியும் இடம். பொது இடத்தில் அதுவும் ஒரு நோயாளியின் முன்னிலையில்... லூ என் கன்னத்தில் முத்தமிடவும் செய்தார். வேண்டாம் வேண்டாம் என்று வாயால் மறுத்தபடி அவர் இஷ்டத்துக்கு உடலால் என்னை ஒப்புக் கொடுத்தபடி இருந்தேன்.

அப்போது திடீரென்று மின்சார மணிச் சத்தம் கேட்டது. லூ பயந்து விலகினார். இது ஏது புதுமாதிரியான சத்தம். இதற்குமுன் மருத்துவமனையில் இது போன்ற சத்தத்தையே கேட்டதில்லையே என்று நான் குழப்பமடைந்தேன். அப்போது திடீரென்று விழிப்பு வந்தது. அப்போதுதான் நான் பங்க்கரில் படுத்திருந்ததும், விடியலுக்கான அலாரம் அடித்துக் கொண்டிருந்ததும் என் பிரக்ஞைக்கு உறைத்தது.

***

அன்றைய தினம் ஆரம்பித்தது.

அவசர அவசரமாகப் பல்தேய்த்துக் குளித்து,

உணவருந்தி, பஸ் பிடித்து ஆவலுடன் மருத்துவ மனைக்குப் போய்ச் சேர்ந்த நான் லூவைக் கண்டதும் நிலைகுலைந்து போனேன். அவர் முகம் மிகக் கடுமை யாக இருந்தது. சன்னமான ஆனால் சவரக்கத்திபைப் போல் சுவடு தெரியாமல் கிழிக்கிற வார்த்தைகளில் பேசினார். பனியில் கிடந்தால் விறைத்தும், வெளுத்தும் போனமாதிரி இருந்தது அவர் முகம். ஒரே ஒரு தடவை - புன்னகைக்காவிட்டாலும் பரவாயில்லை - இறுக்க மில்லாமல் இயல்பாக வைத்துக் கொள்ளமாட்டாரா தன் முகத்தை; என்னைக் கனிவாக ஒரு பார்வை பார்க்கமாட்டாரா - காதலியாக அல்ல, சக மனுஷி யாய், என்று ஏங்கினேன். ஏமாற்றமும், துக்கமும், அவமானமும் சேர்ந்து தாக்குதல் நடத்தின. என் கண்கள் கலங்கின.

அப்போதுதான் என் வாழ்க்கை இரண்டு அடுக்கு களால் ஆனது என்பதை வலியுடன் உணர்ந்தேன். ஒன்று: தொடர் நனவுகளாலும், இரண்டு: தொடர் கனவுகளாலும். அதன் பின்னர் ஆண்டுகள் கடந்தன. நனவில் அலுவலகத்தில் லூவின் பணிப்பெண்ணாகவும் கனவில் வீட்டில் அவருடைய மனைவியாகவும் இரட்டை வாழ்க்கை வாழ ஆரம்பித்தேன்.

நனவில் லூ மருத்துவ அதிகாரியாக பதவி உயர்வு பெற்றார். நானும் பதவி உயர்வு பெற்றேன்.

கனவில் எங்களுக்குக் குழந்தைகள் பிறந்தன. அந்தக் குழந்தைகள் வளரவும் செய்தன. லூ பதவி உயர்வு பெற்றபோது என் மகனுக்குப் பத்து வயதாகி இருந்தது. என் மகளுக்கு எட்டு வயதாகி இருந்தது. நனவில் அவருக்கு மீசையில் ஒரு மயிர் நரைத்தால் கனவிலும் அதே மயிர் நரைத்து விடும்.

ஒரு நல்ல விஷயம் என்னவென்றால் நனவில் லூ இறந்துபோய்விட்டார். ஆனாலும், கனவில் இன்னமும் உயிருடன் இருக்கிறார் என்பதுதான்.

17

மாஜி மாமா சொன்ன கதை

சற்றுமுன்னர் நான் பிணவறை ஒன்றில் மார்பின் குறுக்கே இரண்டு கைகளையும் வைத்தபடி படுத்திருந்தேன், தீர்மானங்களோ, உத்தேசங்களோ ஏதுமின்றி. எனது இடது மார்பில் மின் அதிர்ச்சி தரப்பட்டதன் விளைவாக சருமம் சிவந்து புண்ணாகி இருந்தது. என்னுடைய இரத்தத்துடன் ஆல்கஹாலும் உறைந்திருந்தது. எனது இடது கை மணிக்கட்டில் என்னுடைய எண் குறிக்கப் பட்ட சிறு அட்டை ஒன்று நூலால் கட்டப்பட்டிருந்தது. இடது கை மணிக்கட்டை துளைத்து, தொடர்ந்து செலுத்தப்பட்ட திரவங்களால் இடது கை மஞ்சள் கிழங்கைப் போல் பளபளப்புடன் வீங்கி இருந்தது.

மூக்கையும் வாயையும் கைக்குட்டையால் சேர்த்துக் கட்டிய (அத்தனை நாற்றமடிக்கிறேனா நான்?) சீருடை அணிந்த இரண்டு பேர் என்னை உலோகத்தினாலான தூக்குப் படுக்கையில் வைத்துத் தூக்கிக்கொண்டு பிணவறையிலிருந்து வெளியேறினார்கள். பிணவறை யின் வாசலில் வேப்பமரம் ஒன்று நின்றிருந்தது. அதன் மேல் உட்கார்ந்துகொண்டு சோம்பேறித்தனமாகக் காக்கைகள் கரைந்து கொண்டிருந்தன. மரத்தின் நேர் கீழே கறுப்பு வண்ணம் பூசப்பட்ட ஊர்தி ஒன்று நிறுத்தப்பட்டிருந்தது.

ஊர்திக்குப் பக்கத்தில் பரிச்சயமில்லாத சில முகங்கள் காத்திருந்தன. சோகம் கப்பிய அந்த முகங்களில் ஒருவரையேனும் எனக்குத் தெரிந்திருக்கவில்லை என்பது எனக்கு வருத்தம் தருவதாக இருந்தது. என்னைப் போர்த்தியிருந்த வெள்ளைத் துணி காற்றில் சற்றே விலகி என் முகம் வெளித் தெரிந்தபோது, என்னைப் பார்த்து அவர்கள் ஏமாற்றமடைந்தது போலவே அவர் களைப் பார்த்து நானும் ஏமாறவே செய்தேன். என்னை எதிர்பார்த்து யாரும் காத்திருக்கவில்லை. அது எனக்கு ஏமாற்றம் தந்த போதிலும் பிணத்துக்கு எரியூட்டும் இடத்தில் யாரேனும் எனக்காகக் காத்திருக்கக்கூடும் என்று எனக்குத் தோன்றியது.

பிணவறையின் வாசலில் பாதி மண்டை வழுக்கை யுடனிருந்த ஒரு மனிதர் என்னைப் பற்றிய விவரங் களைத் தன்னிடமிருந்த ஒரு பதிவேட்டில் சரிபார்த்து விட்டு ஒரு காகிதத்தைச் சீருடைச் சிப்பந்தியிடம் கொடுத்தார். அதை வாங்கிக்கொண்டு சீருடை இரட்டையர்கள் என்னைச் சுமந்து கொண்டு, கறுப்பு வண்ணம் பூசப்பட்ட ஊர்தியை நோக்கி நடந்தனர்.

'பாடிய வாங்க யாரும் வரலியா?' பீடியைப் பற்களால் கடித்தபடி ஊர்தியின் ஓட்டுநர் கேட்டார்.

'இல்லை' என்றபடி சீருடை ஊழியர்கள் ஊர்தியின் கதவைச் சமீபித்தனர். ஓட்டுநர் கதவைத் திறந்தபடி 'அப்ப ஒண்ணும் பேராது' என்றார். 'மயானத்துல யாராச்சும் இருப்பாங்க.'

வாய் பிளந்திருந்த ஊர்தியின் பின் இருக்கையில் என்னை உலோகத்தூக்குப் பலகையுடன் ஏற்றினார்கள். கதவை அடித்துச் சாத்தியபோது அதிர்வில் சட்டென்று என் தலை இடது பக்கமாகச் சரிந்து தொங்கியது. அதை அவர்களில் யாரும் பொருட்படுத்தவில்லை.

வாகன ஓட்டுநரும் சீருடை அணிந்த ஊழியர்களும்

பேசிக் கொண்டதிலிருந்து, என்னைக் கீழ்ப்பாக்கத்தி லுள்ள மயானத்துக்கு எடுத்துப் போகிறார்கள் என்பதைத் தெரிந்து கொண்டேன்.

சீருடை அணிந்த பணியாளர்கள் இருவரும் ஓட்டுநரின் பக்கத்தில் உட்கார்ந்து கொண்டார்கள். ஊர்தியின் பின் இருக்கையில் நான் மட்டும் தன்னந்தனியே படுத்திருந்தேன், தொங்கிய தலையுடன். வண்டி ஓட ஆரம்பித்ததும் என தலை ஆட ஆரம்பித்தது. கிட்டத் தட்ட எதையோ ஆமோதிப்பது போல் அது தோன்றியது. சாலையின் மேடுபள்ளங்களில் வண்டியின் சக்கரங்கள் ஏறி இறங்கும் சந்தர்ப்பங்களில் என் தலை இடவலமாக ஆடியது. ஒருவேளை, அது எனது மறுப்பைத் தெரிவிப்பது மாதிரி இருப்பதாக எனக்குத் தோன்றியது.

என்னுடைய வாழ்க்கையில் நான் எதை எதை யெல்லாம் ஆமோதித்திருக்கிறேன். எதை எதையெல்லாம் மறுத்திருக்கிறேன். யோசித்துப் பார்க்கையில் பல தருணங்களில் மறுக்க வேண்டிய பல விஷயங்களை மனதுக்குள் மறைத்துக் கொண்டு வெளியே ஆமோதித் திருக்கிறேன். சில தருணங்களில் ஆமோதிக்க விரும்பிய விஷயங்களுக்கு மறுப்புத் தெரிவித்திருக்கிறேன். ஸார்த்தர் இதைக் கெட்ட நம்பிக்கை என்பார். விருப்பத்தை மறுத்தல் கெட்ட நம்பிக்கை. கெட்ட நம்பிக்கைகள் இருத்தலியல் சூழலில் வாழும் மனிதனை விருப்பமற்ற பதற்றத்துக்குள்ளாக்கும். நான் பதற்றங்களால் ஆனவன்.

என் ஞாபகத்தைத் துருவிப் பார்க்கும்போது எனது முதல் பதற்றம் என் நினைவுக்கு வருகிறது. ஒரு சுதந்திர தினத்தன்று நான் முதல் பதற்றத்துக்கு ஆளானேன். அப்போது எனக்குப் பத்து அல்லது பதினோரு வயதிருக் கலாம். ஒல்லியாக கறுப்பாகக் குள்ளமாக இருப்பேன். 'கருவாயன்' என்பது எனது பட்டப்பெயராக இருந்தது. என்னுடைய கறுப்பு நிறத்துக்குப் பொருத்தமில்லாமல்

ஆழ்ந்த மரக்கலரில் ஜிப்பாவும் பைஜாமாவும் எடுத் திருந்தார் அப்பா. ஏதோ ஒரு புகைப்படத்தில் மகாத்மா காந்தியின் பக்கத்தில் உட்கார்ந்திருந்த நேரு, காந்தியின் காதில் என்னமோ இரகசியம் பேசியபோது அணிந்திருந்த உடையாம் அது. இறக்கையைப் போல் காற்றில் படபடக்கும் ஜொர்க்கின்வேறு மானத்தை வாங்கியது. அந்த உடையை நான் கண்டிப்பாக அணிந்தே தீர வேண்டும் என்று அப்பா கடுமையாக வற்புறுத்தினார். சக நண்பர்கள் அழகாக அரைக்கால் சட்டையும், அரைக்கைச் சட்டையும் அணிந்திருக்கையில் நான் மட்டும் சம்பந்தமில்லாமல் ஜவஹர்லால் நேருவின் குறுக்கப்பட்ட மாதிரியாக மாறத் தயங்கினேன். என்னால் முடிந்தவரை அந்த உடையை நான் அணிய விரும்பவில்லை என்பதை உணர்த்திப் பார்த்தேன். அப்பா பிடிவாதமாக இருந்தார். அதை நான் அணிந்தே தீர வேண்டும் என்று அடம் பிடித்தார். வேறு வழி யில்லாமல் அப்பாவின் கோபத்துக்குப் பயந்து அந்த உடையை அணிந்து கொண்டேன். உள்ளத்தை உடம்பு விவாகரத்து செய்யும் தருணம் அது. அந்த உடையை அணிந்ததும் நான் கோமாளியாகிவிட்டேனோ என்று எனக்குத் தோன்றியது. ஜொர்க்கினின் இரண்டு பகுதி களும் காற்றில் இறக்கையைப் போல் அடித்துக் கொண்ட போது நெருப்புக் கோழியாக மாறிவிட்டது போலவும் உணர்ந்தேன்.

போதாக் குறைக்கு ஒற்றை ரோஜா மலர் ஒன்றையும் என் ஜிப்பாப் பொத்தானில் செருகி என்னை நேருவுக்கு மிக நெருக்கமாக்கினார் அப்பா. சக பையன்கள் எப்படியெல்லாம் என்னைக் கேலி செய்யப் போகிறார் களோ என்பதை நினைத்துப் பார்க்கும் போதே எனக்குக் கண்ணீர் முட்டிக் கொண்டு வந்தது. தொள தொளத்த ஜிப்பாவின் கைகளில் என் கண்களைத் துடைத்துக்

கொண்டேன். அப்பா ஆனந்தத்துடன் என்னைப் பார்த்து ரசித்தார். அப்பா ஆனந்தித்து ரசிப்பதற்காகவே எனது வாழ்க்கையை நான் வாழ ஆரம்பித்தேன் என்று படுகிறது.

இதில் விசித்திரமான விஷயம் என்னவென்றால் என் தங்கை பேபி சரோஜா என்கிற சரோஜாவின் இருத்தல்தான். அந்தக் காலத்தில் பேபி சரோஜா என்ற பெயரில் ஒரு புகழ்பெற்ற குழந்தை நட்சத்திரம் இருந்தாள். அவள் சினிமாவில் மிளிர்ந்து கொண்டிருந்த காலகட்டத்தில்தான் என் தங்கை பிறந்தாள். உடனே அவளுக்கு நிபந்தனையின்றி பேபி சரோஜா என்று பெயர் சூட்டப்பட்டது. அந்தக் காலகட்டத்தில் பிறந்த பல பெண் குழந்தைகளுக்கு பேபி சரோஜா என்றே பெயர் வைத்தார்கள். எனவே என் தங்கையும் அந்த விபத்திலிருந்து தப்ப முடியாதவளானாள். என் அப்பாவுக்கும் சரி அவருடைய அப்பாவுக்கும் சரி பெண் குழந்தைகள் உடன் பிறந்திருக்கவில்லை. அதனால்தான் என் தங்கை விசேஷமானவளாகக் கருதப்பட்டாள். அவள் விருப்பங்கள் உடனுக்குடன் பூர்த்தி செய்யப்பட்டன. ஒரே வீட்டில் நான் ஒரு மாதிரியும், என் தங்கை ஒருமாதிரியும் நடத்தப்பட்டோம்.

என் தலையில் நான் வகிடு எடுப்பதிலிருந்து நெற்றியில் குங்குமம் வைக்கலாமா அல்லது விபூதி பூசலாமா என்பதுவரை, சகல காரியங்களிலும் என் அப்பா எடுக்கும் முடிவுதான் இறுதியானது. சலூனில் முடி வெட்டிக் கொள்ளும்போது பின்மண்டை தோல் தெரிகிற மாதிரி ஒட்ட வெட்டிக்கொள்ள வேண்டும். 'சதுர வேட்டை சாத்துக்குடி' போன்ற கேலி கிண்டலுக்குப் பயந்து சலூன்காரருடன் ஒரு உடன்படிக்கை செய்து கொண்டு கொஞ்சம் சுமாராக முடிவெட்டிக்கொண்டு வீடு திரும்பினால் அப்பா விடமாட்டார். பின்

மண்டையைக் காட்டச் சொல்லித் தடவிப் பார்ப்பார். சொர சொரப்பு திருப்திகரமாக இல்லாவிட்டால் மீண்டும் என்னை சலூனுக்குத் திருப்பி அனுப்புவார். சலூன்காரர் எரிச்சலுடன் என் பின்மண்டையில் இரண்டாவது தடவையாக வெடுக் வெடுக்கென்று மெஷினைத் தாறுமாறாக ஓட்டி இம்சைப்படுத்துவார்.

என் தங்கையோ அவள் விருப்பத்தின்படி முடி வெடுத்துக் கொள்ளும் சுதந்திரம் பெற்றிருந்தாள். ஒற்றை ஜடையா, இரட்டை ஜடையா அல்லது 'பாப்' வெட்டிக் கொள்வதா எதுவாக இருந்தாலும் அது அவள் சுதந்திரம். அவள் விருப்பங்களில் அப்பா தன் மூக்கை விலக்கியே வைத்திருந்தார்.

என்னுடைய படிப்பு திருமணம் என்று எல்லா வற்றிலும் அப்பாவின் மூக்கு நுழைந்தது. நான் தத்துவம் அல்லது வரலாறு படிக்க விரும்பினேன். 'ஏன் பிச்சை எடுக்கவா?' என்றார் அப்பா. நான் கணிதமும் விஞ்ஞானமும் படிக்க வேண்டும் என்றார். அப்போது தான் நான் விஞ்ஞானியாகவோ, ஐஏஎஸ், ஆகவோ, வக்கீலாகவோ எதுவாகவோ ஆகலாமாம். தத்துவம் படித்தால் காலணா பிரயோஜனம் இல்லையே என்றார். 'அப்படியெல்லாம் இல்லை. தத்துவம் படித்தால் கூட மேற்கொண்டு ஆராய்ச்சிப் படிப்பெல்லாம் படித்து வெளிநாடுகளுக்கெல்லாம் வேலைக்குப் போக முடியும் என்ற எனது கருத்தைச் சொல்ல விரும்பினேன். நாக்கு சதி செய்துவிட்டது. நகர மறுத்த நாக்கை வைத்துக் கொண்டு நான் என்னதான் சொல்ல முடியும். வேறு வழியின்றி கல்லூரியில் பி.ஏ. கணிதம் படித்தேன். கூடுதலாக விஞ்ஞானம். (அப்போது பி.எஸ்ஸி, பி.காம் பட்டப்படிப்புகள் இல்லை. பி.ஏ., பி.ஏ., ஆனர்ஸ் போன்ற படிப்புகள்தான் வழக்கத்தில் இருந்தன.) விருப்பமில்லாமல் படித்ததால் நான் மூன்றாவது

வகுப்பில் கடைசி மாணவனாகத் தேர்ச்சியடைந்தேன். அப்பா கோபாவேசமடைந்து காட்டுக் கத்தல் கத்தினார். வேண்டுமென்றே நான் சரியாகப் படிக்காமல் அவரைப் பழி வாங்கி விட்டேன் என்று புலம்பினார். உண்மையில் என்னை எனக்குப் பிடிக்காததைப் படிக்க வைத்துப் பழிவாங்கியவர் அவர். பிடிக்காததை மட்டுமே செய்ய வைத்துப் பழிவாங்கி வருபவரும் அவரே. அப்படி இருக்கையில் நான் பழிவாங்கிவிட்டேன் என்கிறார். தனது கனவுகள் நொறுங்கிப் போனதில் அவர் கொஞ்ச காலம் என்னுடன் பேசாமல் இருந்தார். இந்தச் சூழ்நிலை உண்மையில் எனக்கு மகிழ்ச்சி தருவதாக இருந்தது என்றே சொல்ல வேண்டும். சதா என்னைத் துன்புறுத்திக் கொண்டிருந்த அப்பாவை பதிலுக்கு நானும் துன்புறுத்தி விட்டேன் அல்லவா?

கொஞ்ச நாட்கள் கழித்து அப்பா மறுபடியும் தன் வேலையை ஆரம்பித்தார்.

'டே, பி.ஏதான் சரியாப் பண்ணலை. அடுத்ததா ஆனர்ஸ் படியேன்?'

எனக்குள் பதற்றம் நிலவியது. பனியில் சிக்கிய குருவியைப் போல் நடுங்கினேன்.

'அப்பா இதற்குமேல் என்னால் படிக்க முடியாது. பி.ஏ. பாஸ் பண்ண முடிந்ததே பெரிய காரியம். என்னை இத்துடன் விட்டுவிடுங்கள்' என்று கெஞ்சி மன்றாடினேன்.

என்னை அசூயையுடன் உற்றுப் பார்த்தார் அப்பா. காறி என் முகத்தில் உமிழ்ந்தார். அவரது எச்சில் என் முகத்தில் வெதுவெதுப்பாக வடிந்தது. நான் அசையாமல் நின்றேன். வழவழத்து வழியும் எச்சிலைத் துடைக்கக் கூட முயலாமல் அப்படியே இருந்தேன். 'வெட்கமா இல்ல உனக்கு. என் மகனாடா நீ நாயே...' வசவுகளுடன் நகர்ந்தார் அப்பா.

பதற்றம்மிக்க இத்தருணங்களை நான் தத்துவ நூல்களிலும், வரலாற்றுப் புத்தகங்களிலும் புதைத்துக் கொண்டு தப்பிக்க முயன்றேன். மூச்சுத் திணறத் திணற அவற்றுள் மூழ்கி நீந்தினேன். நாளடைவில் என்னுடைய ஒற்றை சுயம் பிளவுபட்டு இரட்டை சுயங்களாக மாறி வருவதை உணர்ந்தேன். அப்பாவை மகிழ்விக்க ஒரு சுயம். என்னை ஆறுதல் படுத்திக்கொள்ள இன்னொரு சுயமுமாக நான் வாழப் பழகிக்கொண்டேன். இந்த இரட்டைத் தன்மையுடன் நான் வாழப் பழகிக் கொண்டிராவிட்டால், ஒன்று நான் மனம் பிறழ்ந்து போயிருப்பேன் அல்லது தற்கொலை செய்து கொண்டி ருப்பேன்.

சின்னச் சின்ன விஷயங்களைக்கூட நான் என் தங்கையின் மூலமாக சிபாரிசுக்குப் போய்த்தான் சாதித்துக் கொள்ள முடிந்தது. இதனால் உள்ளூர என் தங்கையின் மேல் பொறாமையும் ஆத்திரமும் பகைமை யும் என்னுள் பொங்கின.

இதற்கிடையில் நான் வேலைக்கான தேர்வுகள் எழுதிக் கொண்டிருந்தேன். நானே நம்ப முடியாதபடி மத்திய அரசு வேலைவாய்ப்புத்துறை நடத்திய தேர்வில் தேர்ச்சியடைந்தேன். தொடர்ந்து நான் மத்திய அரசின் சுங்கத்துறையில் ஓர் இளநிலை அதிகாரியான சம்பவம் நடந்தது. இதன் பிறகும் என்னுடைய மூக்கணாங்கயிறு தன் இறுக்கத்தைத் தளர்த்தவில்லை.

நான் சுங்கத்துறை சம்பந்தமான புத்தகங்கள் படிக்க வேண்டும். பதவி உயர்வுக்கான துறைத் தேர்வுகள் எழுத வேண்டும். விரைவில் சுங்கத் துறையின் உதவி கலெக்டர் ஆக வேண்டும் என்றெல்லாம் வற்புறுத்த ஆரம்பிப்பார் அப்பா. நான் தினமும் எதைப் படிக்கிறேன், என்ன செய்கிறேன் என்றெல்லாம் ஆராய ஆரம்பித்தார். என் கையில் சுங்கத்துறைக்குச் சம்பந்தமில்லாத எந்தப்

புத்தகத்தைப் பார்த்தாலும் அப்பாவின் முகம் கோணிக் கொண்டு விடும்.

ஒருநாள் வில் டியூரண்டின் 'தத்துவத்தின் வரலாறு' என்ற புத்தகத்தைப் படித்துக்கொண்டிருந்தேன். அப்பா மலர்ச்சியுடன் என் அருகே வந்தார். என் கையிலிருந்த புத்தகத்தைக் கிட்டத்தில் வந்து பார்த்தார். அவர் முகத்திலிருந்து மலர்ச்சி நொடியில் காணாமல் போயிற்று.

'இதெல்லாம் ரொம்ப முக்கியம். கண்டதைப் படிச்சு டயத்தை ஏண்டா வேஸ்ட் பண்றே. இதைப் படிக்கிற நேரத்துல கஸ்டம்ஸ் லா படிக்கலாம் இல்லியா?'

'அதையும் நான் படிக்கத்தான் வேணும். நீங்க சொன்னாலும் சொல்லலேன்னாலும் நிச்சயம் நான் டிபார்ட்மெண்ட் புத்தகங்களையும் படிச்சுத்தான் ஆகணும். நீங்க ஏன் இப்படித் தேவையில்லாமே டென்ஷன் ஆகறீங்க?' என்றேன். எதிர்பாராதவிதமாக நான் இப்படிப் பேசியதில் நாங்கள் இருவருமே ஏக காலத்தில் திடுக்கிட்டோம். ஏனெனில், இதுவரை நான் என் அப்பாவுக்கு எதிரான கருத்தைச் சொன்னதே இல்லை. இப்போது சொன்னது எனக்கே வியப்பளிப் பதாக இருந்தது.

மார்ச்சுவரி வேனில் இடது பக்கம் தொங்கியபடி ஆமோதிப்பதுபோல ஆடிக் கொண்டிருந்த என்னுடைய தலை சட்டென்று இடவலமாக ஆடுவதைப் போன்ற தருணம் அது. அப்பாவின் முகம் ஒரு தினுசாகக் கோணிக் கொண்டது, சுவாரஸ்யமான விஷயமாக இருந்தது.

அதன் பிறகு அப்பாவை நான் மீறினதில்லை. கல்யாணம்கூட அப்பா கை நீட்டிய பெண்ணோடு தான் நடந்தது. எப்படியெல்லாம் எனக்கு வரப்போகும் பெண் இருக்க வேண்டும் என்று நான் கனவு கண்டேனோ,

அதற்கெல்லாம் நேர் எதிராக அவள் வந்து சேர்ந்தாள். என் மேல் மேலாண்மை செலுத்துவதில் இவள் என் அப்பாவை மிஞ்சுபவளாக இருந்தாள். என்னுடைய அப்பாவாவது முக்கியமானப் புத்தகங்களைப்படி என்பார். இவளோ புத்தகத்தையே தொடக்கூடாது என்றாள். வாரப் பத்திரிகைகள் வாங்குவது வீண் செலவு. டிவியில் செய்தி ஒளிபரப்பப்படும்போது தினசரி பத்திரிகைகள் வாங்குவது முட்டாள்தனம் என்பது அவள் வாதம். இதனால்தான் வாசகசாலைகளுக்குப் போய் வார, மாத இதழ்களையும் தினசரிகளையும் படிக்க வேண்டிய நிர்ப்பந்தத்துக்கு ஆளானேன். இடது பக்கம் தொங்கிய என் தலை ஒருபோதும் இடவலமாக ஆடாமல் போனது என் மனைவியின் வருகைக்குப் பின்னர்தான்.

இதற்கிடையில் பேபி சரோஜா தொடர்ந்து ஃபெயி லானாள். படிப்பைப் பாதியில் கைவிட்டாள். அந்தக் காலத்து கதாநாயகர்களில் ஒருவரான எஸ்.எஸ். ஆரைப் போல் சாயல்கொண்ட சுருள்சுருளான தலைமுடியும், சிவந்த நிறமும், கீற்று போன்ற அரும்புமீசையும் கொண்டிருந்த ஒரு பொறுப்பற்ற இளைஞனின் பால் காதல் வயப்பட்டாள். அப்பா பயந்துபோய் அவசர அவசரமாக இன்னொரு பொறுப்பற்ற நபருக்கு இருபத்து ஐந்து சவரன் நகையுடனும், ஐம்பதாயிரம் ரூபாய் ரொக்கத்துடனும் திருமணம் என்ற பெயரில் ஒப்படைத் தார். ஓராண்டுக்குள் அந்த நபர் எல்லாவற்றையும் துடைத்துத் துப்புரவாக்கி ஏகப்பட்ட கடன்களோடு வந்து நின்றான். அவனுக்கு ஏற்கனவே கல்யாணமாகி மனைவி ஒருத்தி உயிருடன் இருக்கிறாள் என்பது போனஸ் செய்தி. இந்தச் சூழ்நிலையில் அவனை விவாகரத்து செய்துவிட முடியாதபடிக்கு நரேந்திரன் வேறு பிறந்து தொலைத்துவிட்டான். என் அப்பாவுக்கு

அவள் கவலையே பெரிய கவலையாக இருந்தது. கவலையை ஒரு பலூன் போல ஊதி ஊதிப் பெரியதாக்கி அந்த பலூன் வெடித்து உயிரைவிட்டார் அப்பா. மருத்துவர்கள் அவர் மாரடைப்பால் இறந்ததாகக் கூறி மரண அறிக்கை கொடுத்தார்கள்.

அதன்பிறகு வேறு வழியின்றி சரோஜா என்னைச் சார்ந்து வாழ வேண்டியவளானாள். அப்பாவின் இறப்பும், சரோஜாவின் வீழ்ச்சியும் எனக்குள் உள்ளூர சந்தோஷத்தைக் கொடுத்தன. இது என்ன 'ஸாடிஸ்ட்' மனோபாவம் என்று எனக்கேகூட சமயங்களில் தோன்றும். இருந்தாலும் என்னால் சந்தோஷப் படாமலும் இருக்கமுடியவில்லை.

ஊர்தி ஒருவழியாகத் தன் வேகத்தைக் குறைத்துக் கொண்டு எனது தலையாட்டலை நிறுத்தியது. நெடுஞ் சாலையிலிருந்து விலகி இடது பக்கம் திடீரென்று முளைத்த ஒரு பாதையில் திரும்பியது. அந்தப் பாதை சற்றுச் சாய்ந்த வாக்கில் இருந்திருக்க வேண்டும். ஏனெனில், வாகனம் முன்பக்கம் தாழ்ந்தும் பின்பக்கம் உயர்ந்தும் தெரிந்தது. சில அடி தொலைவு சென்றபின் வாகனம் தன்னை ஆசுவாசப்படுத்திக் கொண்டு நின்றது. இஞ்சினையும் நிறுத்திக் கொண்டது. இறுதிப் பயணத்தின் இறுதி நிறுத்தம்.

ஓட்டுநரும், சீருடையாளர்களும் வாகனத்தை விட்டுக் கீழே இறங்கி விட்டதற்கு அடையாளமாகக் கதவுகள் திறந்து சாத்தப்படும் சப்தங்கள் கேட்டன. சில வினாடிகளுக்குப் பின் நான் படுத்திருந்த பின்னிருக்கை யின் கதவுகள் திறந்தன.

சில முன்பின் தெரியாத தலைகள் என்னை எட்டிப் பார்த்தன. அவர்களை விலக்கிவிட்டு சீருடையாளர்கள் என்னைப் பின்இருக்கையிலிருந்து உலோகப்படுக்கை யுடன் சேர்த்துத் தூக்கினார்கள். அப்படியே பிளாட்

பாரத்தில் கிடத்தினார்கள். பின்பு என்னை பிளாட் பாரத்தில் தனியே கிடத்திவிட்டு உலோகப் படுக்கையை உருவிக் கொண்டார்கள்.

பின்பு, எனக்கு உரிமை கொண்டாட யாராவது வந்திருக்கிறார்களா என்று அக்கம் பக்கமாகப் பார்த் தார்கள். நானும் கவனித்தேன். இந்த மயானத்துக்கு நான் வருவது இதுவே முதல் தடவை. இதற்கு முன் கிருஷ்ணாம்பேட்டை, கண்ணம்மாபேட்டை, பெஸண்ட் நகர் மயானங்களுக்கு நான் போனதுண்டு. அங்கே பிறருடைய எரியூட்டலுக்காகப் போன நான் இப்போது இங்கே என்னுடைய எரியூட்டலுக்காக வந்திருக்கிறேன். இந்த இடம் அமைதியாக இருந்தது. யாரும் அழுது ஆர்ப்பரிக்கவில்லை என்பது ஆறுதலான விஷயம். சற்றுமுன் வந்திருந்த ஒரு பிணம் எரிந்து கொண்டிருந்ததற்கு அடையாளமாக, உயர்ந்திருந்த அந்தப் புகைப்போக்கியிலிருந்து கரிய புகை வெளியேறிக் கொண்டிருந்தது. ஒரு நடுத்தர வயதுப் பெண்மணி சத்தத்தை அடக்கிக்கொண்டு அழுது கொண்டிருந்தாள். அடுத்து எரிக்கப்படுவோரின் பட்டியலில் என் பெயர் இருந்தது. ஓட்டுநரும் சீருடையாளர்களும் எனக்காக யாராவது வந்திருக்கிறார்களா என்று தேடிக் கொண்டி ருந்தார்கள்.

அந்தக் கட்டடம் நன்கு வெள்ளையடிக்கப்பட்டு துப்புரவாக இருந்தது. மஞ்சள் வண்ணப் பின்னணியில் கறுப்பு எழுத்துகளில் ‘மின்சார பிணம் எரியூட்டும் கூடம்’ என்று எழுதியிருந்தது. இரும்பு கேட்டால் ஆன வாசலில் தூங்குமூஞ்சி மரம் ஒன்று காவலுக்கு நின்றது. அதன் நிழலில் நேர் கீழே பழுதாகியிருந்த வேன் ஒன்று நின்றிருந்தது. அதனுள் இரண்டுபேர் சீட்டாடிக் கொண்டிருந்தார்கள். அவர்கள் வெட்டியான்களாக இருக்கலாம். அக்கம் பக்கத்தில் ஜேப்படி செய்துவிட்டு

இங்கு வந்து பொழுதுபோக்குக்காக சீட்டாடுபவர்களாகவும் இருக்கக்கூடும். அவர்களைத் தவிர இங்கும் அங்கும் துக்கத்துடன் ஏழெட்டுபேர் நின்று கொண்டிருந்தார்கள். அவர்களில் யாரும் எனக்காக துக்கப்படுபவர்கள் இல்லை என்பது எனக்கு துக்கம் தருவதாக இருந்தது. நண்பகல் நெருங்கிக் கொண்டிருந்தபடியால் வெப்பம் அதீதமாக இருந்தது.

சில நிமிடங்களில் ஒரு ஸ்கூட்டரில் நரேந்திரன் வந்து இறங்கினான். கூடவே, அவனது மனைவியும். நரேந்திரன் கத்தரித்துவிடப்பட்ட குறுந்தாடியும், வெளிர் நீல ஜீன்ஸ் பாண்ட்டும் அணிந்திருந்தான். வெள்ளை ஜிப்பா தரித்திருந்தான். அவன் மனைவி வெண்மைப் பின்புலத்தில் இளம் பச்சைப் பூக்கள் தெளிக்கப்பட்ட சூரிதார் அணிந்திருந்தாள். தங்கள் பிள்ளையை அவர்கள் அழைத்து வராதது எனக்கு ஏமாற்றமாக இருந்தது.

ஸ்கூட்டரை ஓர் ஓரமாக நிறுத்திவிட்டு என் அருகில் வந்து நின்று பார்த்தான். அவன் மனைவியும் அவன் பின்னே மெதுவாக நடந்துவந்து நின்றாள். என்னைப் பார்த்தாள். 'இட் ஈஸ் கொய்ட் பேதடிக்' என்றாள்.

தாடி மண்டிய என் முகத்தைப் பார்த்தபடி நின்ற நரேந்திரன் அவளிடம், 'என்னுடைய மாமாவின் முகம் இப்படி தாடியோடிருந்து நான் பார்த்ததே இல்லை. எப்போதுமே மழமழக்கும் கன்னங்களுடன் தான் இருப்பார். பூமியைச் சூழ்ந்திருக்கும் காற்று மண்டலத்தைப் போல் அவரைச் சுற்றி வாசனை மண்டலம் சூழ்ந்திருக்கும். அவர் கன்னங்களில் சதா ஆப்டர் ஷேவ் லோஷன் மணந்து கொண்டிருக்கும்' என்றான்.

'ஆமாம் நீங்கள் ஏற்கனவே சொல்லி இருக்கிறீர்கள்.'

'ஒரு பிச்சைக்காரன்கூட செத்த உடன் அவனது

உறவினர்கள், நண்பர்கள் புடைசூழ, சவரம் செய்யப் பட்டு, குளிப்பாட்டப்பட்டு மேளதாளங்களுடன் அடக்கம் செய்யப்படுவான். ஆனால் இந்த மனிதர் ஒரு பெரிய மத்திய அரசு அதிகாரி... செல்வாக்குடனும், கௌரவத்துடனும் வாழ்ந்தவர். செத்த உடன் மார்ச் சுவரியிலிருந்து நேரடியாக வீட்டுக்குக் கொண்டு போகப்படாமல் இப்படி இங்கே பிளாட்பாரத்தில் கொண்டு வந்து போடப்பட்டு இருக்கிறார். இவரைப் பார்க்கும்போது, வாழ்க்கையைப் பற்றி நினைத்தாலே மனக்கலவரம் வருகிறது.'

கைக்கடிகாரத்தைப் பார்த்தான் நரேந்திரன்.

'இன்னமும் நரேஷைக் காணோமே. அவன் வந்து தானே கொள்ளி வைக்க வேண்டும்.'

'யார் அவனைக் கூட்டிவரப் போயிருக்கிறார்கள்?'

'சென்குப்தா அங்கிள்தான்.'

ஒரு மெல்லிய காற்று வீசியது. சாலையில் இரண்டு லாரிகள் புகையைக் கக்கியபடி கடந்து சென்றன. இரண்டொரு ஈக்கள் என் முகத்தில் வந்து மொய்த்தன. சில நிமிடங்களில் போலீஸ் ஜீப் ஒன்று வந்து நின்றது. அதிலிருந்து முதலில் சென்குப்தா இறங்கினான். கூடவே நரேஷும் இறங்கினான். அவனுக்குப் பின்னால் இறங்கிய போலீஸ்காரர் அவன் கையிலிருந்த விலங்கைக் கழற்றி னார். வேட்டியும், சட்டையும் அணிந்திருந்த நரேஷ் என் அருகில் வந்து நின்றான். எவ்வித உணர்ச்சியை யும் காட்டாத இறுக்கமான முகத்துடன் என்னைப் பார்த்தான்.

சென்குப்தா ஒரு பக்கம்; நரேந்திரனும் அவன் மனைவியும் இன்னொரு பக்கம். என் பையன் நரேஷ் வேறு ஒரு பக்கம் என்று நின்றிருந்தார்கள். யாரும் ஒருவரோடொருவர் பேசிக் கொள்ளவில்லை. தேவைப்படவில்லை போல. தனித்தனித் தீவுகள்போல்

இருந்தார்கள்.

சென்குப்தா பாவம். சிரமப்பட்டு அலைந்து ஜெயில் அதிகாரிகளிடம் வாதாடி ஆயுள் தண்டனைக் கைதியான என் மகனை 'பரோலில்' அழைத்து வந்திருக்கிறான். நரேஷ் மிகவும் வாடிப்போய் இருந்தான். வெயிலில் காய்ந்த மலரைப்போல் நிறம் வெளுத்து வற்றிப் போயிருந்தான். என் அப்பா இப்போது உயிரோடு இருந்திருந்தால் எப்படி இருந்திருக்கும். அவரது பேரன் - பொத்திப் பொத்தி வளர்க்கப்பட்ட அவரது ஒரே மகனுக்குப் பிறந்த ஒரே பேரன் - கொலைவழக்கில் பிரதானக் குற்றவாளியாகச் சேர்க்கப்பட்டு, ஆயுள் தண்டனைக் கைதியாக சிறைவாசம் அனுபவித்து வருகிறான் என்பது தெரிந்தால் என்னவாக ஆகியிருப்பார்.

என் மனைவியைப் போல் அளவுக்கு அதிகமாகத் தூக்க மாத்திரைகளை விழுங்கித் தற்கொலை செய்து கொண்டிருப்பாரா? அல்லது என்னைப்போல் ஒரேடியாகக் குடித்துச் சீரழிந்து பிச்சைக்காரனைப் போலவும், பைத்தியக்காரனைப் போலவும் உழன்று, வேலையிலிருந்து விருப்ப ஓய்வு பெற்றுக் கொண்டு, அதில் வந்த பல லட்சம் ரூபாயையும் தானமாக வாரி இறைத்து விட்டு, ஒன்றுமில்லாமல் அநாதைப் பிணமாகப் பிளாட்பாரத்தில் கிடத்தப்பட்டிருப்பாரா.

நரேஷை எனக்குக் கொஞ்சமும் பார்க்கப் பிடிக்கவில்லை. உடனடியாக என்னை எரியூட்ட மாட்டார்களா. சடுதியில் பஞ்சபூதங்களாகப் பிரிந்து போய்விட மாட்டேனா என்று ஏங்கினேன். இந்தப் பாவியை எப்படியெல்லாம் வளர்த்தேன். என் அப்பா எப்படியெல்லாம் என்னை வளர்க்கவில்லையோ அப்படியெல்லாம் வளர்த்தேன். சுதந்திரம்; கட்டற்ற சுதந்திரம். ஓர் இளவரசனை ஒரு பேரரசன் எப்படியெல்லாம் செல்லம் கொடுத்து, விரும்பியதையெல்லாம் விரும்பிய

படி, கோரியதையெல்லாம் கோரியபடி, பணத்தை வாரியிறைத்து வளர்ப்பானோ அப்படியல்லவா வளர்த்தேன். அதற்கான தண்டனைதானா இது?

என் அப்பா என்னை ஒரு மாதிரி தண்டித்தார். என் மகன் இன்னொரு மாதிரி என்னைத் தண்டித்தான். எனில், தண்டனைக்குரிய குற்றம் என்று எதை நான் புரிந்திருக்கிறேன் என்பதுதான் எனக்கு விளங்காமலேயே இருக்கிறது.

18

புகைப்படம் சொன்ன கதை

'என்னுடைய பிரச்சினை வேறுவிதமானது' என்றான் ஜோ.

நான் கனவுகளை மீள் பார்வை செய்து பார்ப்பவன். அதேபோல் கனவுகளின் ஒழுங்கு வரிசையைக் கலைத்துப் போடுபவனும்கூட.

வாழ்க்கை என்பது தருணங்களால் கட்டமைக்கப் பட்டது. அதேபோல்தான் கனவுகளும். மொத்த வாழ்க்கை சுவையானதல்ல. அதேபோல எல்லாக் கனவுகளும் சுவையானவை அல்ல. கனவின் சலிப் பூட்டும் தருணங்களைத் தவிர்த்துவிட்டு சுவையான தருணங்களை மீண்டும் மீண்டும் பார்ப்பது எனக்குப் பிடித்தமானது. பிடித்தமான பாடலை மீண்டும் மீண்டும் கேட்பது மாதிரி; பிடித்தமான திரைப்படத்தை மீண்டும் மீண்டும் பார்த்து ரசிப்பது மாதிரி.

அவன் சொல்வதை கா, யா, லோ மூன்றுபேரும் ஆவலுடன் கவனித்தார்கள்.

கா தனது புகைப்பானில் உலர்ந்த ஜூ இலைகளைத் திணித்து, அணு எரிப்பானால் பற்ற வைத்து மூச்சை ஆழ்ந்து உள்ளிழுத்து நீலநிறமான புகையை வெளியேற் றினான். சுற்றிலுமிருந்த கரிய இலைகளும் துருநிறத்தி லிருந்த மலர்களும் காற்றிலாடின. கன்னங்கரேலென்றி

ருந்த புல்தரை வெல்வெட் விரிப்பைப் போல மெத்தென்றிருந்தது.

யா எங்கிருந்தோ பறித்திருந்த நீண்ட கரும் பழுப்பு நிறப் புல்லைப் பற்களால் கடித்தபடி ஜோவையே பார்த்தவாறிருந்தாள். லோ எங்கேயோ கவனமாக இருந்தாள். தனது கனவுகளைப் பற்றிய கனவுகளில் அவள் மூழ்கியிருக்கக் கூடும்.

ஜோ தொடர்ந்தான்.

கனவில் ஒரு சமயம் நான் கறுப்பு மனிதர்கள் வாழும் உலகத்தில் நுழைந்தேன். வெப்பமும் புழுக்கமும் நிறைந்த பூமியாக அது இருந்தது. அங்கே செடி கொடிகள் பச்சை நிறத்தில் இருந்தன. கண்ணைப் பறிக்கும் வண்ணங்களில் பழங்கள் காய்த்துக் குலுங்கின.

சமவெளிக்குப் போனபோது கறுப்பான மனிதர் களைக் கண்டேன். சப்பையான மூக்கும், தடித்த உதடுகளும் கொண்ட அவர்கள் என்னை வியப்பான உயிரியாகப் பார்த்தார்கள். அவர்கள் மத்தியில் நான் அவர்கள் அல்லாதவனாக இருந்தேன். அதனாலேயே நான் அவர்களின் விருப்புக்கும், வெறுப்புக்கும் ஆளானேன். அவர்கள் புரியாத மொழி பேசினார்கள். தாவரங்களைப் போன்ற வாசனையுடையவர்களாக இருந்தார்கள். திடீரென்று எங்கிருந்தோ வந்திருந்த என்னைப் பார்த்துக் குழப்பமடைந்தார்கள். நான் ஒரு கணம் என்ன செய்வதென்று புரியாமல் விழித்தேன். பின்பு அவர்கள் ஒருவரை ஒருவர் மரியாதை நிமித்தம் முகமன் கூறிக்கொள்வதைப் பார்த்தேன். தலையைக் குனிந்து வலது கையை மார்பின் மேல்வைத்து, 'ஆலே ஜுலா' என்றார்கள்.

உடனே நான் அவர்கள் செய்வதைப் போலவே தலையைக் குனிந்து வலது கையை மார்பின் மேல் வைத்துக் கொண்டு 'ஆலே ஜுலா' என்றேன். நானே

எதிர்பார்க்காத அளவுக்கு அவர்கள் கைதட்டி ஆர்ப்பரித்தார்கள். 'ஆலே ஜுலா' என்று கோஷமிட்டார்கள்.

இப்படித்தான் நான் அவர்களைக் கவர்ந்தேன்.

கறுப்பர்கள் சதா உணர்ச்சி வசப்படுபவர்கள். எளிதில் ஏமாறக் கூடியவர்கள். இரண்டு குழுவினராகப் பிரிந்து தங்களுக்குள் சதா சண்டை போடுபவர்கள். ஒற்றுமையின்மைக்கு உதாரணமாகக் காட்டப்பட வேண்டியவர்கள். மொழியுணர்வும் இனஉணர்வும் மிக்கவர்கள். மொழியுணர்வைத் தூண்டி இவர்களைக் கட்டுக்குள் கொண்டு வரமுடியும்.

முதலில் என்னைப் பார்த்து அவர்கள் பிரமிப்படைந்தார்கள். அவர்களைவிட உயரமாக, வெண்மை நிறத்தினனான நான் இருந்தேன். கோரை போன்று நீண்டிருந்த வெளிர் சிவப்புத் தலைமுடி கொண்டவனாக இருந்தேன். கூரான என் மூக்கு அவர்கள் கவனத்தை ஈர்த்தது. என் மூக்கைத் தொட்டுத் தொட்டுப் பார்த்தார்கள். நான் யார், எங்கிருந்து வந்தேன் என்று புரியாமல் விழித்தார்கள். அவர்கள் பேசியமொழி எனக்குப் பிடிபடவில்லை. நான் பேசியமொழி அவர்களுக்குப் புரியவில்லை. ஒரு வழி தவறிய சிறுவனைப் போலவே என்னை நடத்தினார்கள். 'அங்கே போகாதே' 'இங்கே வராதே' 'இதைத் தொடாதே' 'அதைச் சாப்பிடாதே' என்று ஏகப்பட்ட கெடுபிடிகள். இப்படியே பல நாட்கள் அவர்களுடன் நான் இலக்கின்றி வாழ்ந்தேன்.

அவர்களுடன் சாப்பிட்டேன்; தூங்கினேன்; நிலத்தில் வேலை செய்தேன். தாய்வழிச் சமூகமான அதில் நான் ஒரு குடும்பத்துடன் சேர்த்துக்கொள்ளப்பட்டு, அந்தக் குடும்பத்தலைவியின் பல கணவர்களில் ஒருவனாக ஆனேன். கொஞ்சங்கொஞ்சமாக அவர்களுடன் என்னை இணைத்துக் கொண்டேன். காலப்போக்கில் அவர்கள் மொழி கொஞ்சங்கொஞ்சமாக எனக்குப்

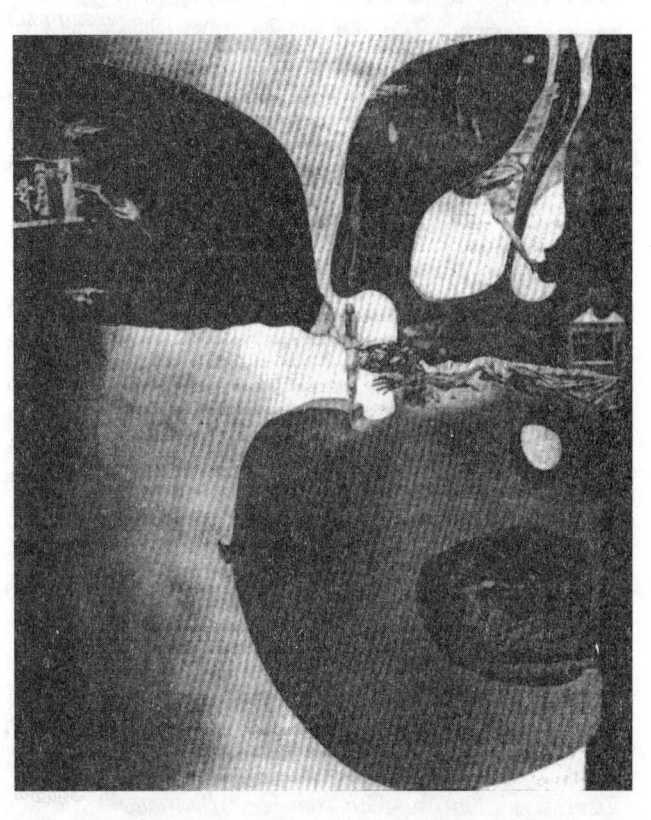

பிடிபட ஆரம்பித்தது. திக்கத் திக்கி சிறுசிறு வாக்கியங்கள் பேசக் கற்றுக்கொண்டேன்.

எங்கள் முன் மூன்று பிரதான தொழில்கள் இருந்தன. விவசாயம், கால்நடை வளர்ப்பு; மீன்பிடித்தல். இதனால் சமூகம் மூன்று விதமான ஜாதிகளால் பிரிந்திருந்தது. விவசாயி, நிலமுடையவன் ஆதலால் பணக்காரன். கால்நடை வைத்திருப்பவன் நடுத்தர வர்க்கத்தினன். மீன் பிடிப்பவன் பரம ஏழை. அவன் சமூகத்தின் கடைசித் தட்டு. நான் ஒரு விவசாயக் குடும்பத்தினரால் தத்து எடுக்கப்பட்டதில் பணக்கார அந்தஸ்துடன் இருந்தேன்.

பகலெல்லாம் நிலங்களில் வேலை செய்வோம். உழைத்துக் களைத்த மாலை நேரங்களில், தீ மூட்டப் பட்ட வெளிச்சத்தில் பாடுவதும் நடனமாடுவதுமாகக் களித்திருப்போம். வாழ்க்கையின் நோக்கம் களித் திருத்தல். வாய்த்திருப்பதோ துன்புற்றிருத்தல். இதுதான் எல்லாச் சமூகங்களின் தலைமீதும் விதிக்கப்பட்டிருக் கிறது. அவர்கள் பெரும்பாலும் பழைய பாடல் வரி களையே திரும்பத்திரும்பப் பாடிக் கொண்டிருந்தார்கள். நான் நம் உலகத்தில் பிரபலமாக இருக்கும் பாடல் வரிகளையும், இசையையும் காப்பியடித்துப் புதிய பாடல்களை அவர்களுக்கு அறிமுகப்படுத்தி வைத்தேன். அவர்கள் வியப்பிலாழ்ந்தனர். உடனடியாக நான் அவர்கள் சமூகத்தில் பிரபலமான கலைஞனாக மாறி விட்டேன். உடல் உழைப்பிலிருந்து நான் விடுவிக்கப் பட்டேன். முழுநேரமும் பாடல் புனைவதும் இசை யமைத்துப் பாடுவதுமே என் தொழிலானது.

அச்சமூகத்தின் தலைவி என் மேல் கட்டற்ற காதல் கொண்டாள். தன்னுடைய காதலை ஏற்றுக்கொள்ளு மாறு வற்புறுத்தினாள். ஏற்கனவே ஒரு குடும்பத் தலைவியின் கட்டுப்பாட்டில் இருந்த நான் அவளுக்குத்

துரோகமிழைத்து விட்டு சமூகத்தலைவியுடன் சேர்ந்து கொள்வது சரியான செயலாக இருக்குமா என்பது புரியாமல் குழம்பினேன்.

பொதுவாக அந்த மக்கள் என்னைப் பற்றி விசாரிக்கும் போதெல்லாம், சரியான பதில் சொல்லாமல் மழுப்பித் தவிர்த்து விடுவேன். ஒவ்வொரு முறையும் ஏதாவது பொய்யான பதில்களைத் தயாரித்து சொல்லிவிடுவேன்.

ஒருதடவை சமூகத்தலைவியிடம் தன்னந்தனியாக நான் மாட்டிக் கொண்டேன். அது அவள் இல்லத்தில் நேர்ந்தது. வற்புறுத்தலின் பேரில் அவளுடன் நான் தவிர்க்க இயலாதபடி உடலுறவு கொண்டேன். அவள் உடலுறவை ஆர்ப்பாட்டத்துடன் ரசித்து நிகழ்த்தினாள். அது என்னவோ ஒரு விழாவைப் போலவும், மதச் சடங்கைப் போலவும், அர்ப்பணிப்புணர்வுடனும் ரகளையுடனும் செய்து முடித்தாள்.

அதன் பிறகு நாங்கள் கொஞ்ச நேரம் ஓய்வாக இருந்தோம்.

அப்போது அவள் கேட்டாள்.

'நீங்கள் யார்? எங்கிருந்து வருகிறீர்கள்?'

நான் சிரித்தபடியே அவளிடம் சொன்னேன்.

'நான் லோன் என்னும் கிரகத்தில் வசிப்பவன். இது நான் கண்டுகொண்டிருக்கும் கனவு. நான் எங்கிருந்தும் வரவில்லை. நீங்கள்தான் என் கனவுக்குள் வந்திருக் கிறீர்கள்.'

அவள் முகம் வெளுத்தது. மிகவும் பயந்திருந்தாள். நான் சொன்னதை நம்பாததன் விளைவாகவோ அல்லது எனக்குச் சித்தபிரமை பிடித்து விட்டிருக்குமோ என்று பயந்தோ அவள் பதற்றமடைந்தாள். பதில் பேசாமல் என்னையே பார்த்தபடி இருந்தாள்.

'இது நீங்கள் காணும் கனவு என்கிறீர்கள்... ஒரு வேளை, இது நான் காணும் கனவாக ஏன் இருக்கக்

கூடாது?'

'அதற்கும் சாத்தியம் இருக்கிறது. நான் கனவு கண்டு கொண்டிருக்கும் அதே சமயத்தில் நீங்களும் கனவு கண்டு கொண்டிருக்கக்கூடும். நாமிருவரும் ஒருங்கிணைக்கப்பட்ட இந்தக் கனவில் சந்தித்து உரையாடிக் கொண்டிருக்கலாம்'

'அப்படியானால்... மற்றவர்கள்?'

'அவர்களும் கனவு காண்பவர்கள்தான்.'

'ஆமாம், தனிமனிதனைப் போலவே மொத்த சமூகமும் கனவு காண முடியும். சுதந்திரம், சமத்துவம் குறித்தெல்லாம் சமூகங்கள் கனவு காணத்தானே செய்கின்றன. ஒரு கனவை தனிமனிதனைப் போலவே ஒரு மொத்த சமூகமும் காண முடியும் என்பதும் சாத்தியமே.'

அவள் குழம்பினாள்.

'என்ன சொன்னீர்கள். தேசியம், சுதந்திரம், சமத்துவம்... இதெல்லாம் என்ன?'

'ஓ... நான் எங்கள் சமூகத்தின் சிந்தனைகளோடு இருக்கிறேன். இவையெல்லாம் உங்கள் சமூகத்தில் எதிர்காலத்தில் வரவிருக்கும் பிரச்சினைகள். இப்போது இவை பற்றிப் பேசுவது அபத்தம்தானே.'

'அப்படியானால் இதெல்லாம் கனவு என்கிறீர்களா?'

'ஆமாம்'

ஓடிவந்து என்னை இறுக்கி அணைத்துக் கொண்டாள். அவள் கண்கள் என் கண்களுக்கு மிகக் கிட்டத்தில் இருந்தன. அவளது சப்பை மூக்கை என் கூரான மூக்கு உரசிக் கொண்டிருந்தது. அவளது வியர்வைப் பிசுபிசுப்பு, காரமான நெடி எல்லாமே என் புலன்களில் காத்திரமாக நிறைந்திருந்தன. அவளது பருத்த உறுதியான மார்பகங்கள் என் மேல் பட்டு அழுந்தி நின்றன.

'இந்த வீடு; இந்தக் கட்டில்; சுற்றிலும் இறைந்து

கிடக்கும் பொருட்கள். நாம் இப்போது அனுபவித்த புணர்ச்சி இன்பம்; ஆகாயம்; வெளி... எல்லாம் கனவு தானா?!'

'சந்தேகமில்லாமல்.'

'இல்லை. இல்லை' என்றபடி என்னை இறுக்கினாள். 'எல்லாம் உண்மை' என்று புலம்பினாள்.

திடீரென்று அவள் என்னைவிட்டு விலகி நின்று தனது இரண்டு கைகளாலும் தன் தலையைப் பிடித்துக் கொண்டு அலறினாள். திடீரென்று அவள் குரல் மின்சார மணியைப் போல் மாறி ஒலித்தது.

திடீரென்று அவள் தோற்றம் கலங்கலான தோற்றமாக மாறியது. சுற்றிலுமுள்ள பொருட்கள் மங்க ஆரம்பித்தன. சட்டென்று விழிப்புத் தட்டியது.

நான் விழித்துப் பார்த்தபோது பங்க்கர் படுக்கையில் படுத்திருந்தேன். பொழுது நன்கு புலர்ந்திருந்தது.

மறுநாள் காலையில் என்னுடைய அலுவலகத்தில் பரபரப்பாக இயங்கிக் கொண்டிருந்தேன். செயற்கை அறிவு ஜீவி பராமரிப்புத் துறையில் பணிபுரியும் பொறியியலாளன் நான். எனவே, வரிசைக்கிரமமாக வந்து நின்ற செயற்கை அறிவுஜீவிகளின் உபாதைகளை நீக்கி சரி செய்து கொண்டிருந்தேன். அன்றைய தினம் முழுக்க அலுவலக அவசரங்களும், சமூகத் தலைவியின் அலறலும் மாறி மாறி என்னை அலைக்கழித்தபடியே இருந்தன. அலறிக் கொண்டிருந்த அவளின் தோளைத் தொட்டு ஆறுதல் சொல்லியிருந்திருக்கலாம். அதற்குள் தான் மணியடித்துவிட்டதே. மின்சார மணியை ஒலிக்கச் செய்தவன் சில வினாடிகள் தாமதித்து இயக்கி இருந்தால் அது சாத்தியப்பட்டிருக்கும்.

கையை நசுக்கிக்கொண்டு வந்திருந்த ஒரு செயற்கை உயிரியின் கரத்தை முழங்கை வரை வெட்டி நீக்கி விட்டுப் புதிய கையைப் பொருத்தி அனுப்பினேன்.

காந்தத்தால் பாதிக்கப்பட்ட ஒரு செயற்கை உயிரியை பணிமனையில் அனுமதித்தேன். செயற்கை உயிரியின் முதல் எதிரி காந்தம்தான். ஓர் உள்ளங்கையளவு காந்தத்தை எறிந்தால் போதும். செயற்கை உயிரி உடனே பிரக்ஞை தவறி மரணமடைந்ததைப் போல் விழுந்து விடும். அதன் பிறகு அதைச் சரிசெய்வதற்கு ஒருநாள் ஆகும். காந்தப்புலத்தால் பாதிக்கப்பட்ட அதன் உடம்பை ஒவ்வொரு அணுவாகப் பரிசோதித்து காந்த சக்தியிலிருந்து விடுவிக்க வேண்டும். இந்த ஆட்சியை எதிர்ப்பவர்களில் சிலர் இதுபோல் காந்தத் துண்டுகளைச் செயற்கை உயிரிகளின் மீது வீசி எறிந்து விட்டுத் தப்பி விடுவார்கள். காந்தப் புலம் செயற்கை அறிவுஜீவியின் உடலை மட்டுமல்லாமல் மூளையை யும் செயலிழக்கச் செய்து மூளையில் பதிவு செய்யப் பட்டிருக்கும் தகவல்கள் எல்லாமே அழிந்து போய் விடும். பின்னர் புதிதாக முதலிலிருந்து தகவல்களைப் பதிக்க வேண்டும். அதற்கு 'ரெடிமேட்' சில்லுகள் இருக் கின்றன. ஒரு செயற்கை அறிவுஜீவியை உருவாக்கிய உடனே அதன் தலையில் இத்தகைய சில்லுகள் பொருத்தப்பட்டு விடும். அந்தச் சில்லு அடிப்படை மொழியறிவு, கலை ஞானம், அறிவியல், சரித்திரம் என்று பலவிதமான கருத்துகளைச் சிந்தனை வடிவத்தில் செறிவூட்டப்பட்டிருக்கும். மேற்கொண்டு அந்தச் செயற்கை உயிரி எந்தத் துறைக்காக வடிவமைக்கப் படுகிறதோ அந்தத்துறை தொடர்பான ஞானங்களால் மேலும் செறிவூட்டப்படும்.

காந்தப்புலத்தால் பாதிக்கப்பட்டிருந்த செயற்கை அறிவுஜீவியை, நான் பரிசோதித்துக் கொண்டிருந்த போது அந்த மும்முரத்தில் கொஞ்ச நேரத்துக்கு சமூகத் தலைவியை மறந்திருந்தேன்.

அன்றிரவு தூக்கத்தில் நான் காண வேண்டிய கனவில்

உள்நுழைவதற்குக் கீழ்க்கண்ட சாத்தியங்கள் எனக்கு இருந்தன.

அ. நேற்றைய கனவின் தொடர்ச்சியைக் காண்பது.

ஆ. நேற்றைய கனவின் ஏதாவது ஒரு பகுதியை மீள்பார்வை பார்ப்பது.

இ. நேற்றைய கனவின் ஒழுங்கு வரிசையைக் கலைத்துப் போட்டுப் பார்ப்பது.

இந்தச் சாத்தியங்கள் எல்லாவற்றுக்கும் உரிய பொத்தான்கள் இருந்தன. வேண்டிய தேர்வை 'ஹெட்போனி'லுள்ள பொத்தானை அமுக்கினால் பெற்றுக் கொள்ளலாம்.

தூங்குவதற்குச் சற்று முன்னதாக என்னுடைய 'ஹெட்போனி'லிருந்து (அ) பொத்தானை அமுக்கினேன். சமூகத்தலைவி கடைசியாக அலறிய காட்சியை நினைவில் இருத்தியபடி 'ஹலூஸினோஜ'னை விழுங்கினேன். பின்பு தூங்க ஆரம்பித்தேன்.

கனவு தொடர்ந்தது.

'சந்தேகமில்லாமல்'

'இல்லை; இல்லை! என்றபடி என்னை இறுக்கினாள். 'எல்லாம் உண்மை' என்று புலம்பினாள்.

திடீரென்று அவள் என்னை விட்டு விலகி நின்று தனது இரண்டு கைகளாலும் தன் தலையைப் பிடித்துக் கொண்டு அலறினாள். திடீரென்று அவள் குரல் மின்சார மணியைப் போல் ஒலிக்கவில்லை. மாறாகப் பிசிறடித்து நின்றது. அவள் விம்மி விம்மி அழ ஆரம்பித்தாள்.

எனக்கு அவளைப் பார்க்கவே மிகவும் பாவமாக இருந்தது. அந்த நிமிடத்தில் என்ன செய்வது என்றே புரியாமல் குழம்பி நின்றேன்.

சற்று எட்டத்தில் நின்று அழுது கொண்டிருந்த அவள் கிட்டத்தில் போனேன். அவள் தொடர்ந்து அழுது கொண்டிருந்தாள். 'எல்லாம் என் விதி' 'நாசமாய்ப்

போக' என்றெல்லாம் வார்த்தைகளை அழுகையினூடே விநியோகித்தபடி இருந்தாள். தர்மசங்கடத்துடன் அவள் தோளைத் தொட்டேன். உடனே அவள் சௌகர்யமாக என் தோளில் சாய்ந்து கொண்டு தன் அழுகையைத் தொடர்ந்தாள்.

'தயவு செய்து அழாதே. நீ அழுவதில் அர்த்தமேதும் இல்லை. நேற்றைய கனவு அறுந்து போனது வாஸ்தவம் தான். ஆனால், நேற்றைய கனவின் தொடர்ச்சியாக இன்று நாம் மீண்டும் சந்தித்திருக்கிறோம். எனவே நம்மில் யாரும் யாரையும் இழந்துவிடவில்லை. சரிதானா? வாழ்க்கையில் கனவும் நனவும் ஒன்றுதான். யோசித்துப் பார். கனவும் நனவும் ஏககாலத்தில் ஒன்று போலத்தான் இருக்கின்றன இல்லையா? வாழ்க்கை யைத் தூங்கிய பின்னர் விழித்துத் தொடர்கிறோம். கனவுகளை விழித்த பின்னர் தூங்கித் தொடர்கிறோம். அவ்வளவுதான்.'

அவள் சட்டென்று தன் அழுகையை நிறுத்திவிட்டு என்னையே பார்த்தாள்.

'நீங்கள் சொல்லும் எதையும் நான் நம்ப மாட்டேன்.'

'அதனால் என்ன, பரவாயில்லை. நீ உன் அழுகையை நிறுத்திவிட்டு இயல்பான நிலைமைக்குத் திரும்பினால்... அது போதும்.'

அவள் என்னை இறுக்கி அணைத்துக் கொண்டாள்.

19

பேனா சொன்ன கதை

நான் ஒரு பார்க்கர் பேனா. சென்னை அண்ணாசாலையில் இருந்த ஒரு 'ஷோ ரூமில், ஓர் இளம் பெண் என்னை வாங்கினாள். என்னை ஒரு காகிதத்தில் 'நரேன் ஐ லவ் யூ' என்று எழுதிப் பார்த்து, நான் நன்றாக எழுதுவதைக் கண்டு மலர்ச்சியடைந்தாள். தன் அருகில் நின்றுகொண்டிருந்த முப்பத்தைந்து வயது மதிக்கத் தக்க ஒரு வாலிபனின் சட்டைப்பையில் உரிமையுடன் செருகினாள். 'நரேன் ஐ லவ் யூ' என்றாள். வெட்கப் பட்டுத் தன் நாவல் பழ நிறத்தில் கருகருவென்றிருந்த முகத்தைக் கருஞ்சிவப்பாக்கிக் கொண்டாள். நரேன் என்று விளிக்கப்பட்ட அந்த வாலிபன் 'தாங்க்ஸ் டியர்' என்றான். புன்னகைத்தான். அவன் புன்னகையைச் சரியாகப் பார்க்க முடியாதபடி அவனுடைய மோவாய், சட்டைப்பையிலிருந்த என்னைத் தடுத்தது.

அன்று முழுக்க நான் அவர்களுடன் சுற்றிக் கொண்டிருந்தேன். அவன் பெயர் நரேந்திரன். அவள் பெயர் எஸ்தர் மாத்யூஸ். அவன் ஒரு பத்திரிகையில் ஆசிரியராக இருக்கிறான். அவள் அதே பத்திரிகையில் உதவி ஆசிரியராக இருக்கிறாள். இருவரும் திருமணம் செய்து கொள்ள நிச்சயித்திருக்கிறார்கள். இன்றைக்கு நரேந்திரனுக்குப் பிறந்தநாள். அதனால் இருவரும்

இன்று பத்திரிகை அலுவலகத்துக்குப் போகாமல் விடுப்பு எடுத்துக்கொண்டு ஊர் சுற்றிக்கொண்டிருக்கிறார்கள். இதெல்லாம் அவர்கள் பேச்சிலிருந்து நான் தெரிந்து கொண்டது.

இருவரும் முதலில் ஆட்டோ பிடித்து நுங்கம்பாக்கம் போனார்கள். அங்கிருந்த ஒரு குளிர்பதன வசதி செய்யப்பட்ட உணவு விடுதியில் சாப்பிட்டார்கள். பிறகு உணவு விடுதியின் வாசலில் நின்று கொஞ்ச நேரம் பேசிக் கொண்டிருந்தார்கள். அது நினைவில் வைத்துக் கொள்ள முடியாத அளவுக்கு அசட்டுத்தனமான பேச்சாக இருந்தது. அடுத்து என்ன செய்யலாம் என்று தங்களுக்குள் தீவிரமாக விவாதித்துக் கொண்டார்கள்.

'கிஷ்கிந்தா போகலாம்'

'மகாபலிபுரம் போனால் நன்றாக இருக்கும்'

'கோல்டன் பீச்'

'அதெல்லாம் தூரம். சாயங்காலம் திரும்புவதற்குள் இருட்டி விடும். நாளைக்கு ஆபீஸ் போவது தாமதமாகி விடும்.'

கடைசியில் ஏதாவது ஒரு திரைப்படம் பார்க்கப் போகலாம் என்று தீர்மானித்தார்கள். உடனே ஆட்டோ பிடித்து மீண்டும் அண்ணாசாலைக்கே திரும்பி வந்தார்கள்.

தீர்மானித்தபடி தேவி தியேட்டருக்கு வந்து சேர்ந் தார்கள். அந்த 'காம்ப்ளெக்'ஸில் ஓடிக்கொண்டிருந்த படங்களில் எந்தப் படத்துக்குக் கூட்டம் அதிகம் வராதோ அந்தப் படமாகப் பார்த்து டிக்கட் வாங்கி னார்கள். பகல் காட்சித் திரைப்படத்தை உற்சாகத் துடன் பார்த்தார்கள். இவர்கள் திரைப்படத்தைப் பார்த்தார்கள் என்பதை விட திரைப்படம்தான் இவர் களைப் பார்த்துக் கொண்டிருந்தது என்றுதான் சொல்ல வேண்டும். நரேந்திரனின் இடது பாக்கெட்டில் இருந்த

எனக்கு முன்வரிசையிலிருந்த நபரின் பின்னந்தலை மறைத்ததால் திரைப்படத்தைப் பார்க்க முடியவில்லை.

அன்று முதல் நான் நரேந்திரனின் இடது பாக்கெட்டில் சதா இருக்க ஆரம்பித்தேன். எப்போதும் நான் அவன் கூடவே இருப்பதால், அவனைப் பற்றி நிறைய விஷயங்களை என்னால் தெரிந்துகொள்ள முடிந்தது.

தனது வாரப் பத்திரிகையில் என்னை வைத்து அவன் பல நல்ல சிறுகதைகளும் கட்டுரைகளும் எழுதியிருக்கிறான். பிரதமர் ஒரு தடவை சென்னை வந்திருந்த போது அவரிடம் தனது பத்திரிகைக்கான நேர்காணலின் போது கேட்க வேண்டிய கேள்விகளை என்னை வைத்துத்தான் குறித்துக்கொண்டான்.

பிரதமரை அவன் சந்தித்துப் பேசிய போது நானும் கூட இருந்தேன்.

அவன் படித்த பல புத்தகங்களில் என்னை வைத்து தான் அடிக்கோடிட்டிருக்கிறான்.

அவன் வாழ்க்கையில் நடந்த முக்கியமான பல சம்பவங்களுக்கும் நான் சாட்சியாக இருந்திருக்கிறேன்.

நரேந்திரனும், எஸ்தர் மாத்யூஸும் பதிவுத் திருமணம் செய்து கொண்டபோது, பதிவாளர் அலுவலகத்தின் பதிவேட்டில் அவர்கள் இருவரும் என்னை வைத்து தான் கையெழுத்திட்டார்கள்.

நரேந்திரனின் மாமா பையன் நரேஷ், பாலியல் தொடர்பான கொலை வழக்கில் கைதானபோது நரேந்திரனின் அம்மா பேபி சரோஜா தாளமுடியாத அதிர்ச்சியில் மாரடைப்பு வந்து ஆஸ்பத்திரியில் அனுமதிக்கப்பட்டாள். அப்போது என்னை வைத்து தான் மருத்துவமனைப் படிவங்களில் கையெழுத் திட்டான் நரேந்திரன். அதன் பிறகு நரேஷின் மீதான குற்றம் உறுதியாகி அவனுக்கு 14 ஆண்டுகாலம் ஆயுள் தண்டனை விதிக்கப்பட்ட போது, அந்த அதிர்ச்சியில்

இரண்டாவது தடவையாக அம்மாவுக்கு மாரடைப்பு வந்து ஆஸ்பத்திரியில் மீண்டும் அனுமதிக்கப்பட்டு அவள் காலமானபோது அவள் சடலத்தைப் பிணவறை யிலிருந்து பெற்றுக் கொள்வதற்கு நரேந்திரன் என்னை வைத்துதான் கையெழுத்திட்டான்.

இப்போது மின்சார எரியூட்டும் கூடத்தின் வாசலை ஒட்டியிருக்கும் நடைபாதையில் கிடத்தப்பட்டிருக்கும் தன் மாமாவின் சடலத்தை என்னை வைத்துதான் கையெழுத்திட்டு வாங்கினான் நரேந்திரன்.

மாமா சுதந்திரமாக மல்லாந்து கிடந்தார். மார்பின் குறுக்கே முதலில் வலது கையும் அதன் மேல் இரண்டா வதாக இடது கையும் வைக்கப்பட்டிருந்தன. இடது முன்னங்கை வீங்கி இருந்தது. நாசி துவாரங்களில் பஞ்சு அடைத்திருந்தது. அடர்ந்த தலைமுடியும் அதனோடு ஐக்கியமாகிவிட்ட, காடாய் மண்டிக்கிடந்த தாடியும் சேர்ந்ததில் மயிர்க் குவியலுக்குள்ளிருந்து எட்டிப் பார்ப்பதைப்போல் தோன்றியது அவர் முகம்.

சட்டென்று பார்ப்பதற்கு, பிளாட்பாரத்தில் வாழ்ந்து உழன்று செத்துப்போன ஒரு தெருப்பிச்சைக்காரனைப் போல் இருந்தார் மாமா.

'இப்படி ஒரு கோலத்தில் என் மாமாவைப் பார்ப்பேன் என்று நான் கனவில்கூட நினைத்தில்லை' என்றான் நரேந்திரன். 'என்னால் கற்பனைகூட செய்ய முடிய வில்லை.'

மாமாவைப் பரிதாபத்துடன் பார்த்த எஸ்தர் த்சொ த்சொ என்று சூள் கொட்டினாள். உடனே தன்னை அழைத்தாகத் தப்பர்த்தம் செய்துகொண்ட தெரு நாய் ஒன்று அவள் அருகில் வந்து நின்று வாலாட்டியது. 'சூ...சூ...' என்று அதை விரட்டினாள். சுவாரஸ்யத்தை இழந்த நாய் ஆர்வமில்லாமல் மாமாவின் அருகே சென்று முகர்ந்து பார்த்தது. பின்பு இலக்கில்லாமல் ஓட

ஆரம்பித்தது.

சற்றுத் தொலைவில் நின்றிருந்த சென்குப்தா நரேந்திரனிடம் வந்தார். முன்வழுக்கையும், நேதாஜி சுபாஷ் சந்திரபோஸ் பாணி கண்ணாடியும் அணிந்திருந்த அவர். 'உன் மாமா நம்மையெல்லாம் விட்டு விட்டுப் போய்விட்டான் பார்த்தாயா?' என்றார்.

அவருக்குக் குரல் நடுங்கியது. கண்கள் ஈரம் வார்த்தன.

நரேந்திரன் பேசவில்லை. என்ன பேசுவது என்று தெரியவில்லை போல.

காலையில் நரேந்திரன் தன் ஃப்ளாட்டில் முகச்சவரம் செய்துகொண்டிருந்தபோது தொலைபேசி ஒலித்தது. அப்போதுதான் மேஜையின் மேல் படுக்க வைக்கப் பட்டிருந்தேன். திடீரென்று டெலிபோன் மணி ஒலித்த அதிர்ச்சியில் கன்னத்தில் சின்னதாக இரத்தக் கோடு போட்டுக்கொண்டு, செயற்கை இழைக் கண்ணாடித் தகடு பதித்த குட்டை மேஜையின் மேல் இருந்த டெலிபோனில் ஒலி வாங்கியை எடுத்தான் நரேந்திரன். பெரும்பாலும் தொலைபேசிகள் மனிதர்களை சும்மா இருக்கும்போது அழைப்பதில்லை. அவர்கள் முகச்சவரம் செய்யும்போதோ, குளியலறையில் இருக்கும் போதோ, வாசலைப் பூட்டிக்கொண்டு போகும்போதோ அசந்தர்ப்பமாக அழைத்துத் திடுக்கிட வைக்கின்றன.

ஒலிவாங்கியைக் காதில் வைத்து 'ஹலோ' என்றான் நரேந்திரன். பின்பு வியப்புடன் 'வணக்கம் ஸார்... நீங்களா... எப்படி இருக்கீங்க சென்குப்தா ஸார்; என்ன இப்படி திடீர்னு 'கால்' பண்ணிட்டீங்க?' என்றான்.

மறுமுனையில் சென்குப்தா தெரிவித்த செய்தி நரேந்திரனுக்கு அதிர்ச்சியளித்திருக்க வேண்டும். அவன் முகம் மிக மோசமாக மாறி இருந்தது. சென்குப்தாவின் வார்த்தைகள் காது ஜவ்வில் பட்டுத் திரும்பிவிட்ட மாதிரியும், மூளைக்குள் உறைக்கவே இல்லை போலவும்

மலங்க மலங்க விழித்தபடி நின்றிருந்தான் நரேந்திரன். 'யாரு போன்லே?' என்று கேட்டபடி சமையலறையிலிருந்து இரண்டு கோப்பைகளில் தேநீர் கொண்டு வந்த எஸ்தர் அதிர்ச்சியில் உறைந்திருந்த அவன் முகத்தைப் பார்த்துக் குழப்பமடைந்தாள்.

கோப்பைகளை மேஜையின் மேல் அனிச்சையாக வைத்துவிட்டு, அவனையே பார்த்தாள். என்னமோ பிசகு நேர்ந்திருக்கிறது என்று அவளது உள்ளுணர்வு தெரிவித்திருக்கக் கூடும். அது அவளது முக வெளிறலில் தெரிந்தது.

'என்ன ஆச்சு?'

கவலையுடன் கேட்டாள். அவள் குரல் வறண்டிருந்தது.

'மாமா தவறிட்டாராம்'

'என்ன.. ரங்கராஜன் மாமாவா?'

சிந்தனை வயப்பட்டவாறே தலையசைத்தான் நரேந்திரன்.

'என்ன ஆச்சாம்?'

'தெரியலே. இன்னிக்குக் காலைலேதான் இறந்திருக்கார். சென்குப்தா சாருக்குத்தான் எல்லா விஷயமும் தெரியும். எனக்கும் மாமாவுக்கும்தான் தொடர்பு விட்டுப்போயி பல வருஷம் ஆயிடுச்சே. சென் மாமா தான் ரங்கராஜன் மாமா கூடவே கடைசி வரைக்கும் 'டச்'லே இருந்தாரு.'

தனது கரிய சிறிய கண்களை அகல விரித்துக் கொண்டு எஸ்தர் கேட்டாள்.

'பாடி இப்ப எங்கே இருக்காம்?'

'ஆஸ்பத்திரியிலே'

'ஆஸ்பத்திரியிலயா? என்னவாம் ஒடம்புக்கு?'

'உடம்புக்கு ஒண்ணும் இல்ல. மனசுக்குத்தான் பிரச்சினை. ஐ மீன் ஹீ டைட் ஆஃப் ப்ரெய்ன்

ஹெமரேஜ்'

'ஜீஸஸ்' என்றாள் எஸ்தர்.

'இப்ப நாம ரெண்டு பேரும் மயானத்துக்குப் புறப்பட்டுப் போகணும். கொஞ்சம் முன்னாடி தகவல் தெரிஞ்சிருந்தா 'ஷேவ்' பண்ணாம இருந்திருப்பேன். மாமாவோட சாவுக்கு மருமகன் 'ஷேவ்' பண்ணிக் கிட்டுப் போனா பாக்கறவங்க என்ன நெனப்பாங்க. பாக்கறவங்க இருக்கட்டும். எனக்கே குற்ற உணர்வா இருக்கு'

'அதுக்கென்ன செய்யமுடியும். சரி ஆபீசுக்கு லீவ் சொல்லிடறேன்.'

'தட்ஸ் குட்'

20

சென்குப்தா சொன்ன கதை

தத்துவத்தில் பி.ஏ. பட்டம்; தட்டெழுத்து, சுருக்கெழுத்தில் 'லோயர் கிரேட் பட்டயம்;' ஆங்கிலத்தில், சுமாரான கவிதைகள் எழுதுகிற அளவுக்கு மொழிப்பயிற்சி; வங்காள வாசனையுடன் 'வ' வை 'ப' வென்று உச்சரிக்கும் ஆங்கிலம். 'வெரி வெரி குட்' என்பது 'பெரி பெரி குட்'; முப்பது ஆண்டுகளுக்கு முன் இத்தகைய தகுதிகளுடன் கல்கத்தாவிலிருந்து புறப்பட்டுச் சென்னை வந்து சேர்ந்தேன்.

சென்னையில் இருக்கும் சுங்கவரித்துறை அலுவலகத்தில் என்னை இளநிலை அதிகாரியாக நியமித்திருந்தார்கள். போகிற போக்கில், போனால் போகட்டும் என்று நான் எழுதி வைத்த மத்திய தேர்வாணைக் குழுத் தேர்வில் தேர்ச்சியடைந்ததன் விளைவு இது. அப்பாவும் அம்மாவும் என்னைக் கழுத்தைப் பிடித்து வெளியே தள்ளாத குறையாகச் சென்னைக்கு அனுப்பி வைத்தார்கள். என்னுடைய அண்ணன் நக்ஸல்பாரிகளோடு சேர்ந்து தலைமறைவாகிவிட்டான். நானும் வேலை வெட்டி இல்லாமல் திரிந்துகொண்டிருந்தால் அந்த மாதிரி ஆகிவிடுவேனோ என்று அவர்கள் பயந்தார்கள். எதிர்பாராத விதமாக இந்த நியமன உத்தரவு வந்ததில் அவர்களுக்கு ஏகப்பட்ட சந்தோஷம். வேலையில்

சேர்வதற்கு ஒருவார அவகாசம் இருந்தபோதிலும், உடனே போய்ச் சேருமாறு விரட்டினார்கள்.

அதற்கு முன்பு நான் சென்னைக்கு வந்ததே இல்லை. சொல்லப்போனால் தென் இந்தியாவுக்கே வந்த தில்லை. வேறு வழியில்லாமல் நியமன உத்தரவுடன் சென்னைக்குப் புறப்பட்டேன். முன்பின் தெரியாத, வெகுதொலைவில் இருக்கும் ஓர் இடத்துக்குத் தன்னந் தனியே செல்ல நேரும் ஓர் இளைஞனுக்குரிய பதற்றமும், பரபரப்பும், சாகசம் புரியும் மனோநிலை யும் என்னைப் பீடித்திருந்தன. அப்போது சென்னை என்றாலே எனக்குப் பரிச்சயமாக இருந்தவை இரண்டு விஷயங்கள்தான். ஒன்று சென்னை சென்டிரல் ரயில்வே ஸ்டேஷன். இன்னொன்று மெரீனா கடற்கரை. இந்த இரண்டையும் பல திரைப்படங்களிலும் புகைப்படங் களிலும் பார்த்திருக்கிறேன். மற்றபடி சென்னை நகரமும், மத்திய ஆப்பிரிக்கக் குடியரசில் இருக்கும் கிஸுமு நகரமும் எனக்கு ஒன்றுதான்.

கல்கத்தாவிலிருந்து சென்னைக்கு ரயிலில் வந்து இறங்கியதும் ஸ்டேஷனுக்குப் பக்கத்தில் ஒரு சுமாரான விடுதியைத் தேடிப் பிடித்தேன். ஒருநாள் வாடகைக்கு ஓர் அறையை எடுத்து, பல்தேய்த்துக் குளித்து, ரொட்டி யும் ஆம்லெட்டும் சாப்பிட்டு விட்டு அவசர அவசரமாக டாக்ஸி பிடித்து (அப்போதெல்லாம் சென்னையில் நிறைய டாக்ஸிகள் ஓடிக்கொண்டிருந்தன. மவுண்ட் ரோடிலிருந்து சென்னை சென்ட்ரலுக்குப் போகக் கட்டணம் ஒரு ரூபாய் மட்டுமே) சுங்கத்துறை அலுவலகத்துக்குப் போய்ச் சேர்ந்தேன்.

முதல் கடற்கரைச் சாலையில் துறை முகத்தின் எதிரே அந்த அலுவலகம் இருந்தது. பயத்துடனும் படபடப் புடனும் அந்த அலுவலகத்தினுள் நுழைந்தேன். அலுவலகக் கட்டடம் பெரிதாக இருந்தது. காம்ப

வுண்டுக்குள் நிறைய மரங்கள் இருந்தன. குளிர்ந்த காற்று விர்விர்ரென்று வீசித் தலையைக் கலைத்து எரிச்சலூட்டியது. கடற்கரைக் காற்று என்பதால் கட்டற்று இருந்தது. சட்டையணிந்த முதுகுகளில் நுழைந்து கூன் விழுந்ததைப் போல் சட்டையை உப்ப வைத்து வேடிக்கை காட்டியது. பலர் அலுவலகத்தினுள் போவதும் வருவதுமாக இருந்தனர். கையில் நியமனக் கடிதத்தை வைத்துக்கொண்டு யாரிடம் விசாரிப்பது என்று புரியாமல் கொஞ்ச நேரம் நின்று கொண்டி ருந்தேன்.

அப்போது உள்ளே இருந்து ஒல்லியான கறுப்பான இளைஞன் வெளியே வந்தான். அவனிடம் நியமன உத்தரவைக்காட்டி 'என்னை இந்த அலுவலகத்தில் இளநிலை அதிகாரியாக நியமித்திருக்கிறார்கள். நான் யாரைப் பார்க்க வேண்டும்?' என்று கேட்டேன். அதற்கு அவன் சிரித்தபடியே, 'நானும் உங்களை மாதிரிதான்' என்றான். தன் கையிலிருந்த அவனது நியமன உத்தரவை எடுத்து என்னிடம் காட்டினான். இருவருக்குமே சிரிப்பு வந்துவிட்டது. நாங்கள் ஒருவருக்கொருவர் அறிமுக மாகிக்கொண்டோம்.

'பை தி வே ஐ'ம் ரங்கராஜன்'

'நைஸ் டு மீட் யூ'

'ஐ'ம் சென்குப்தா'

சில நொடிகளிலேயே நாங்கள் இருவரும் நண்பர் களாகிவிட்ட மாதிரி தோன்றியது.

எங்களைப் போலவே இன்னும் சிலர் கைகளில் நியமன உத்தரவுகளோடு அலைந்து கொண்டிருந் தார்கள். சுனில் சக்சேனா, வாசு மேனன், ப்ரியா சௌஹான், திரிபாதி, வெங்கடசாமி ரெட்டி, நாது சிங், என்று இந்தியாவின் பல பாகங்களிலிருந்தும் உதிர்ந்து வந்திருந்தார்கள்.

புதிதாகப் பணிக்கு வந்து சேர்ந்திருந்த எங்கள் அனைவரையும் அந்த அலுவலகத்திலிருந்த பல பிரிவு களுக்கும் இரண்டு இரண்டு பேராகப் பிரித்து அனுப் பினார்கள். நானும் ரங்கராஜனும் ஒரே பிரிவுக்கு அனுப்பப்பட்டோம்.

வேலைகள் கொஞ்சம் பிடிபட ஆரம்பித்தபோது மத்தியானம் ஆகி இருந்தது. மதிய உணவை அலுவல கத்தின் காண்டீனில் சாப்பிட்டோம்.

ரங்கராஜன் தமிழ்நாட்டின் தெற்குப் பகுதியி லிருந்து வந்திருக்கிறான். ஊரில் அப்பாவும் அம்மாவும் இருக்கிறார்கள். கூடவே ஒரு தங்கையும். தங்கை எஸ்.எஸ்.எல்.ஸி படித்துக் கொண்டிருக்கிறாள். அப்பா அடுத்த ஆண்டு ஓய்வு பெறப்போகும் அரசு ஊழியர். இவனை எப்படியாவது இஞ்சினீயர் அல்லது டாக்டர் ஆக்க விரும்பினார். அது முடியாமல் போனபோது ஐ.ஏ.எஸ். படிக்க வைக்க ஆசைப்பட்டார். இவனுக்கு எதிலும் நாட்டம் இல்லை. அப்பாவின் அடக்குமுறை இவனை இருட்டில் ஒளித்து வைக்கப்பட்ட செடி மாதிரி குன்றச் செய்திருக்கிறது. தாழ்வு மனப்பான்மை; சதா முயலைப் போன்ற பதற்றம்; சௌந்தர்யங்களை வெறுத்து ஒதுக்கும் மனப்பான்மை என்று ஒரு தினுசான ஆளாக இருந்தான்.

நான்தான் அவனைக் கலகலப்பாக்கினேன். வெறும் தமிழ்சினிமா மட்டுமே பார்த்துப் பழக்கப்பட்டி ருந்த அவனுக்கு சத்தியஜித்ரே, ரிஷிகேஷ் முகர்ஜி, மிருணாள்சென் போன்றவர்களை அறிமுகப்படுத் தினேன். ஜேம்ஸ் ஹாட்லி சேஸ், எட்கார் வாலஸ், ஹெரால்ட் ராபின்ஸ் என்று சீரழிந்திருந்த அவனது வாசிப்பை ஹெமிங்வே, ஜேம்ஸ் தர்பர், பிரான்ஸ் காஃப்கா, ஆல்பர் காம்யு, குந்தர் கிராஸ் என்று விரிவு படுத்தினேன். அவனும் பல தத்துவ நூல்களை எனக்கு

அறிமுகப்படுத்தினான். சாக்ரடீஸ் முதல் ஸார்த்தர் வரை பல புத்தகங்களை நான் அவனிடமிருந்து இரவல் பெற்றுப் படித்தேன். ஸிமோன் தி புவா வின் 'செகன்ட் செக்ஸ்' அவன் கொடுத்ததிலேயே அருமையான புத்தகம்.

எங்கள் அலுவலகத்துக்கு நேர் பின்னால் வால்போல் ஒரு சாலை முளைத்திருந்தது. அந்த வால் முடியும் இடத்துக்கு மண்ணடி என்று பெயர். எங்கள் அலுவலகத் திலிருந்து பத்து நிமிட நடையில் மண்ணடிக்குப் போய் விட முடியும். அங்கேதான் நானும் ரங்கராஜனும் ஓர் அறையை மாதவாடகைக்கு எடுத்துப் பகிர்ந்து கொண்டோம். அறைக்குப் பக்கத்தில் ஒரு மெஸ் இருந்தது. அங்கே காலை, மதியம், இரவு என்று மூன்று வேளைக்கும் சாப்பாட்டுக்கு ஏற்பாடு செய்து கொண்டோம். வாழ்க்கை ஆற்றின் நீரோட்டம் போல் இயல்பாக ஓடிக்கொண்டிருந்தது. பகல் பொழுது அலுவலகத்தில் கழியும். மாலைப் பொழுதுகளில் சென்னையைச் சுற்றித் திரிவோம். ஒருநாள் மிருகக் காட்சி சாலை; இன்னொரு நாள் மியூஸியம்; வேறொரு நாள் மூர்மார்க்கெட் என்று திரிவோம். ஞாயிறு காலை வெலிங்க்டன் தியேட்டரில் காலைக் காட்சியில் பழைய இந்திப் படங்கள் பார்ப்போம். நாங்கள் பிரம்மச்சாரி களாகத் திரிந்த அந்த நாள்கள் மகத்தானவை. இப்போது நினைத்துப் பார்க்கும்போது, இழந்துவிட்ட அந்த நாள்கள் திரும்ப வராது என்று நினைக்கையில் நெஞ்சு கனக்கவே செய்கிறது.

நாங்கள் தங்கியிருந்த அறைக்குக் கீழே ஒரு குடித் தனம் வாடகைக்கு இருந்தது. எங்களுக்கு மேலே வீட்டுக்குச் சொந்தக்காரர்கள் குடியிருந்தார்கள். அதற்கும் மேலே மொட்டை மாடி இருந்தது. கோடைக்கால இரவுகளை நாங்கள் மொட்டை மாடியில்தான்

கழிப்போம். இரவு நேரங்களில் நட்சத்திரங்களை வெறித்தபடியும் இருப்போம். காற்று வருடியபடியே இருக்கும். அந்தச் சூழ்நிலையில் முகமது ரஃபியின் பாடல்களைக் கேட்டுக்கொண்டே தூங்குவது எனக்குப் பிடிக்கும். ரங்கராஜுக்கு நான் தான் ரஃபியை அறிமுகப் படுத்தி வைத்தேன். அவனுக்கும் ரஃபியைப் பிடித்தது. எங்கள் இரண்டு பேருக்குமே ரஃபிக்குப் பிறகு மன்னா டேயும் முகேஷும் பிடித்த பாடகர்கள். கிஷோர் குமாரை மட்டும் பிடிக்கவே பிடிக்காது. யாராவது ரங்கராஜனிடம், 'கிஷோர் குமார் எத்தனை சூப்பர் ஹிட் பாடல்களைப் பாடியிருக்கிறார்; அவரையா பிடிக்கவில்லை?' என்று கேட்டால் 'கிஷோர் குமார் பாடிய அதே பாடல்களை ரஃபி பாடியிருந்தால் இன்னும் சிறப்பாக அமைந்திருக்கும்' என்பான். எனக்கும் அது சரி என்றே தோன்றும். விடலைத் தனமான பருவம். விடலைத் தனமான கருத்துகள்.

நானும் ரங்கராஜனும் தெருவில் போகும்போது, எதிர்ப்படும் இளம் பெண்கள் எங்கள் இருவரையும் துலாக்கோலில் நிறுப்பது மாதிரி எடை போட்டுப் பார்த்தபடி போவார்கள். நானும் சளைக்காமல் பதிலுக்கு அவர்களைப் பார்த்து ரசித்தபடி போவேன். ரங்கராஜன் பெண்களைக் கண்டாலே முகத்தைத் திருப்பிக் கொள்வான். அதிலும் வெள்ளையான அழகான இளம் பெண்களைப் பார்க்க நேர்ந்தால் பதற்ற மடைவான். முகத்தை வெறுப்புடன் கோணலாக்கிக் கொள்வான். 'வெள்ளைப் பல்லிகள்' 'வெள்ளைப் பல்லிகள்' என்று முணுமுணுப்பான். 'வெள்ளையான பெண்களைப் பார்த்தால், எனக்கு பல்லியைப் பார்ப்பது போல் அருவருப்பாக இருக்கிறது. ஒரு பெண்ணால் தொடப்படும்போது ஒரு பல்லி என் மேல் ஊர்வது போல இருக்கிறது' என்பான்.

எனக்கு அவனது நடவடிக்கை வியப்பளிப்பதாக இருக்கும். ஒருவேளை, தத்துவம் படிப்பதால் பெண்ணாசையைத் துறந்துவிட்டானோ என்று நினைத்தேன்.

ஒரு தடவை நான் விடுமுறையின்போது கல்கத்தாவுக்குப் போய்விட்டுத் திரும்பியபோது தான் ரங்கராஜன் ஒரு 'ஹிப்போக்ரைட்' என்று தெரிந்து கொண்டேன். உண்மையில் நான் மறுநாள்தான் சென்னைக்கு வருவதாக இருந்தது. திடீரென்று மறுநாள் 'பந்த்' அறிவிக்கப்பட்டுவிட்டதால் கிடைத்த வண்டியைப் பிடித்துக்கொண்டு முதல் நாளே புறப்பட்டு, ஒருநாள் முன்னதாகவே சென்னை திரும்பி விட்டேன். ஸ்டேஷனிலிருந்து நேராக அறைக்கு வந்து பார்க்கிறேன். அறைக்கு வெளிப் பக்கம் பூட்டு தொங்குகிறது. இவ்வளவு விடியற்காலையில் எங்கே போனான் இந்தப் பயல் என்று குழம்பினேன். பின்பு மேலே வீட்டுக்குச் சொந்தக் காரர்களிடம்போய் இவனைப் பற்றிக் கேட்டால் 'ராத்திரியிலிருந்தே ஆள் வரவில்லை' என்றார்கள். எரிச்சலுடன் கீழ் வீட்டுக்குப் போய் 'ரங்கராஜன் சாவி கொடுத்துவிட்டுப் போனானா' என்று கேட்டால் கைவிரித்தார்கள்.

எதற்கும் பக்கத்தில் இருக்கும் 'மெஸ்'ஸில் கேட்டுப் பார்க்கலாம் என்று தோன்றியது. சலிப்புடன் போனேன். ராத்திரி முழுக்க ரயிலில் சரியான தூக்கம் வேறு இல்லை. கண்கள் எரிந்தன. 'மெஸ்'ஸின் கதவு சாத்தியிருந்தது. தயக்கத்துடன் கதவைத் தட்டப்போனேன். அப்போது தான் கதவு தாளிடப்படாமல், லேசாகத் திறந்திருப்பது தெரிந்தது. லேசாகக் கதவைத் தள்ளிப் பார்த்தேன். கதவு நன்கு விரிந்து கொண்டது. உள்ளே பார்த்த எனக்கு மண்டையில் அடித்த மாதிரி இருந்தது.

தரையில் ரங்கராஜனும், ராஜம்மாவும் அலங்கோலமாக நிர்வாணக் கோலத்தில் கட்டிப் பிடித்தபடி

தூங்கிக் கொண்டிருந்தார்கள்.

ராஜம்மா நாற்பது வயதான விதவைப் பெண். சரிந்த பெரிய மார்புகளும், சிவந்த நிறமும் சதைப்பிடிப்பான உடம்புமாக இருப்பாள். எல்லோரிடமும் கவர்ச்சிகர மாகச் சிரித்துப் பேசுவாள். ஆனால் தப்பான பெண் மணி என்று யாராலும் சொல்ல முடியாத அளவுக்குக் கண்ணியமான தோற்றம் கொண்டவள். நடையுடை பாவனைகளிலும் கண்ணியத்துடன் நடந்து கொள்பவள் கூட. கணவனை இழந்தபிறகு தன்னந்தனியாக இந்த 'மெஸ்'ஸை நடத்தி, அதன் மூலம் தன் வாழ்க்கையை நடத்தி வருபவள். யாராவது செக்ஸ் பற்றிப் பேசினாலே முகம் சுளிப்பவள். 'ச்சீய்.. எதுக்கு அந்தக் கருமம் புடிச்ச கண்றாவிப் பேச்செல்லாம்' என்று உடனே பேச்சைக் கத்தரிப்பவள். இவனும் பெண்கள் என்றாலே முகத்தைச் சுளிப்பவன். 'வெள்ளைப் பல்லிகள்' என்று முணு முணுப்பவன். ராஜம்மாவும் ஒரு வெள்ளைப் பல்லிதான். கொழுத்த வயதான வெள்ளைப் பல்லி.

ஒரு கணம் அதிர்ச்சியில் எனக்கு ஒன்றும் புரிய வில்லை. கைகால்கள் வெடவெடத்தன. ராஜம்மாவின் நிர்வாண உடம்பு அழகாகத்தான் இருந்தது. ஒரு மார்பகத்தை அவன் உடம்பு மறைத்திருந்தது. இன்னொரு மார்பகம் தளர்ந்திருந்த போதிலும் சுருங்காமல் தளதள வென்று இருந்தது. 'சை இதென்ன கேவலமான சிந்தனை' என்று என்னையே நொந்து கொண்டேன். பின்பு கதவை மூடிவிட்டுப் படபடப்புடன் படியேறி மேலே வந்தேன். கொஞ்ச நேரம் அறை வாசலில் படிக்கட்டில் உட்கார்ந்திருந்தேன். அடுத்து என்ன செய்வதென்றே தோன்றவில்லை. அவன் வரும்வரை இங்கேயே காத்திருக்கலாமா என்று யோசித்தேன். ஒருவேளை, நான் பார்த்தமாதிரி, வேறு யாராவது கதவைத்திறந்து பார்த்துவிட்டால் நிலைமை என்ன

வாகும் என்று தோன்றியது. உடனே கிலியடைந்தேன். விடுவிடுவென்று மீண்டும் படிகளில் இறங்கிப் போனேன். நல்லவேளையாக 'மெஸ்' கதவு சாத்தியே இருந்தது. யாரும் வந்திருக்கவில்லை. கதவருகில் போய் சில வினாடிகள் நின்றேன். 'என்ன மோசமான பயல் இந்த ரங்கராஜன்' என்று தோன்றியது. இத்தனை இரகசியமாக இவளுடன் உறவு வைத்திருக்கிறான். எப்போது தனியே இவளைப் பார்த்துப் பேசினான். வளைத்துப் போட்டான் என்பதே தெரியவில்லையே. வெளியே பெண்களை வெறுக்கிறான். உள்ளூர வயதான பெண்களைக்கூட விட்டு வைக்காத அளவுக்குக் காமுகனாக இருக்கிறான். சரியான 'ஹிப்போக்ரைட்.'

கதவைத் தட்டினேன். உடனே உள்ளே வாரிச் சுருட்டிக் கொண்டு அவர்கள் இருவரும் சிதறி ஓடும் சந்தடி கேட்டது. எனக்குச் சிரிப்பு வந்தது. இருவரும் திகிலடைந்த முகத்துடன் இங்குமங்கும் ஓடி ஒளிய இடம் தேடித் தவிப்பதை மானசீகமாகப் பார்த்து ரசித்தேன். சில வினாடிகளுக்குப் பின் கதவு திறந்தது. பாதி கதவைத் திறந்து கொண்டு ராஜம்மா மட்டும் எட்டிப் பார்த்தாள். வியப்புடன் 'வந்துட்டீங்களா?' என்றாள்.

சற்றுமுன் நான் பார்த்த காட்சியைப் பற்றி அவளிடம் பேச விரும்பவில்லை.

'இன்னிக்கு கல்கத்தாவில பந்த். பஸ் ரயில் எதுவும் ஓடாது. அதனால நேத்தே புறப்பட்டு வந்துட்டேன். ரூம் வேற பூட்டிக் கெடக்குது. ரங்கராஜன் எங்கே போனான்னு தெரியல. உங்ககிட்ட சாவி குடுத்துட்டுப் போயிருக்கானான்னு கேட்டுட்டுப் போகலாம்னு வந்தேன்'

'தம்பி எங்கே போச்சுன்னு தெரியலியே. ஆனா சாவிய எங்கிட்டதான் குடுத்துட்டுப் போச்சி. இருங்க

வரேன்' என்று சொல்லிவிட்டு மிக இயல்பாக எவ்விதப் பதற்றமோ குற்ற உணர்வோ இன்றி உள்ளே திரும்பிப் போன அவளது செய்கையை நடிப்பு என்று சொல்வதா கெட்டிக்காரத்தனம் என்று சொல்வதா என்றே எனக்குப் புரியவில்லை. கதவிடுக்கில் திருட்டுத்தனமாக எட்டிப் பார்த்தேன். ரங்கராஜனைக் காணவில்லை. அதற்குள் எப்படி மாயமானான், எங்கே ஒளிந்திருக் கிறான் என்று என்னால் அனுமானிக்க முடியவில்லை. இருபதடிக்கு நாற்பதடியில் அமைந்த செவ்வகமான ஒற்றை அறைதான் 'மெஸ்' என்று பெயரிடப்பட்டி ருந்ததே தவிர, அதில் ஓர் ஆள் ஒளிந்து கொள்ளும் அளவுக்கு வாகான இடமோ பெரிய பொருட்களோ ஏதும் இல்லை. அனேகமாக பாதி திறந்த கதவின் பின்னால் பல்லி மாதிரி ஒட்டிக் கொண்டிருக்கிறான் என்று யூகித்தேன். அந்த நிலையில் சட்டென்று உள்ளே போய்ப் பார்த்தால் அவன் முகம் பார்ப்பதற்கு எப்படி இருக்கும் என்று கற்பனை செய்து பார்த்தேன். சுவாரஸ்ய மாகத்தான் இருந்தது.

அதன் பிறகு இத்தனை வருஷங்களில் அந்த நிகழ்ச்சி யைப் பற்றி நான் ரங்கராஜனிடம் கேட்டதே இல்லை. அது நாகரிகமற்ற செயல் என்று நான் கருதியது ஒரு காரணமாக இருக்கலாம். அல்லது அதைப் பற்றி விசாரிக்கும் பட்சத்தில் அவனுக்கும் எனக்கும் இடையே யான நட்பில் லேசான விலகல் நேரக்கூடும் என்று நான் பயந்தது ஒரு காரணமாக இருக்கலாம். அது மட்டு மில்லாமல், இதை அவனிடம் விசாரிப்பது எனக்குச் சம்பந்தமில்லாத விஷயம்கூட. இன்னொருத்தரின் அந்தரங்கத்தில் மூக்கை நுழைப்பதற்கு நான் யார்?

அதன்பிறகு ஒருதடவை ரங்கராஜனுடன் அவனு டைய ஊருக்குப் போயிருந்தேன். அவனுடைய அப்பா ரிடயராகி இருந்தார். மகளுக்குக் கல்யாணம்

செய்தவகையில் ஏகப்பட்ட கடனாளியாகவும் மாறி இருந்தார். போதாததற்கு காசநோய் வேறு அவரைத் தாக்கி இருந்தது. ஏற்கனவே ஆஸ்துமா வேறு அவருக்கு இருந்தது. அவர் இடைவிடாமல் இருமிக்கொண்டும் கீசு கீசு என்று மூச்சை இழுத்துக் கொண்டும் தாள முடியாத சித்திரவதை அனுபவித்துக் கொண்டிருப்பார். அவர் படுகிற அவஸ்தையைப் பார்க்கிற யாருக்குமே அது ஒரு சகிக்க முடியாத காட்சியாகத் தோன்றும். ஆனால் இவன் அதைப் பொருட்படுத்த மாட்டான். அது எனக்கு வியப்பளித்தது. அப்போதெல்லாம் ஆஸ்துமா மாத்திரையின் விலை வெறும் ஐந்து பைசாதான். அவருக்கு ஒரு தடவைகூட இவன் மாத்திரை மருந்து வாங்கிக் கொடுத்தோ, அல்லது அக்கறையாக அவரது உடல்நலன் குறித்து விசாரித்தோ நான் பார்த்ததில்லை. இவனுடைய உளவியல் எனக்கு ஆச்சரியம் தருவ தாகவே இருந்தது. அப்பா என்னதான் கண்டிப்புக் காரராக இருந்தாலும் அதற்காக ஒரு மகன் இந்த அளவுக்குப் பாராமுகமாக இருக்க முடியுமா என்ன என்று எனக்குத் தோன்றியது. அவர் என்னமோ இவனைத் தண்டித்த மாதிரியும் பதிலுக்கு இவன் அவரைத் தண்டிக் கிற மாதிரியும் பட்டது. இரண்டாவது தடவையாக இவன் மேல் எனக்கிருந்த அபிமானம் குறைந்தது.

'பாவம் உன் அப்பா, நோயினால் எத்தனை சித்திரவதை அனுபவிக்கிறார். பார்த்தாயா. ஆறுதலாக ஒரு வார்த்தையாவது நீ சொல்லக் கூடாதா?'

தாளமுடியாமல் நான் அவனைக் கேட்டே விட்டேன். அவன் தீர்க்கமாக என்னைப் பார்த்துக் கடுமையான குரலில் சொன்னான்.

'ஹீ டிஸர்வ்ஸ் திஸ்'

21

புகைப்படம் சொன்ன கதை

'என்னுடைய சிக்கல் என்னவென்றால் கனவு எது, நனவு எது என்று தெரியாமல் குழப்பமடைவதுதான். நனவில் உயிருடன் இருப்பவர்கள் கனவில் இறந்து விடுகிறார்கள். கனவில் இறந்து போகிறவர்கள் நனவில் உயிருடன் திரிகிறார்கள்' என்றாள் யா.

லோ ஆர்வத்துடன் நிமிர்ந்து உட்கார்ந்தாள். காவும் ஜோவும் ஒருவரைஒருவர் 'பார்த்தாயா' என்பது போல் பார்த்துக் கொண்டார்கள்.

நான் என்னுடைய ஆசிரியைப் பயிற்சி முடிந்து இளநிலைப் பள்ளியில் பணிக்குச் சேர்ந்திருந்த நேரம் அது. அப்போது எனக்கு அனேகமாக இருபது இருபத்தொரு வயதிருக்கும்.

ஒருநாள் வேலைக்குப் போவதற்காகப் பேருந்தில் ஏறுகிறேன். ஏறியதும் என் பார்வையில் படுகிறமாதிரி ஓர் இளைஞன் உட்கார்ந்திருக்கிறான். அழகிய முகமும் ஓர் ஓட்டப்பந்தய வீரனைப் போன்ற உடற்கட்டுமாக இருக்கும் அவனை இதற்குமுன் எங்கோ பார்த்திருக் கிறேன் என்று தோன்றுகிறது. பேருந்தில் துளைப்பானில் என்னுடைய பயண அட்டையைத் திணித்துத் துளைத்த படியே எனக்குள் யோசிக்கிறேன். இந்த இளைஞன் யாராக இருப்பான். யோசித்தபடியே அவனுக்கு

இணை நேர்க்கோட்டில் அமைந்திருந்த இருக்கையில் உட்கார்ந்தேன். இப்போது நாங்கள் ஒருவரை ஒருவர் பக்கவாட்டில் பார்த்துக் கொள்ள முடியும்.

அவனோ ஜன்னல் வழியே சாலையை ஆர்வத்துடன் பராக்கு பார்த்தபடி இருக்கிறான். சாலையின் வழி நெடுக ஏகப்பட்ட கட்டிடங்கள், வாகனங்கள், மனிதர்கள், இயந்திரங்கள் என்று இறைந்திருந்தன. இயந்திரத்தால் செய்யப்பட்ட செயற்கை அறிவுஜீவி நாயுடன் ஒருத்தி சாலையோரத்தில் நடந்து போய்க் கொண்டிருந்தாள். அதன் பின்புறத்தை மோப்பம் பிடித்தபடி நிஜ நாயொன்று வாலாட்டியபடி பின் தொடர்ந்து கொண்டிருந்தது. அதைப் பார்த்ததும் அந்த இளைஞனின் முகத்தில் புன்னகை தோன்றியது. இந்த நிகழ்ச்சியை யாரிடமாவது பகிர்ந்துகொள்ள விரும்புபவனைப் போல், பேருந்துக்குள் உட்கார்ந்திருந்தவர்கள் மேல் பார்வையைச் செலுத்திய அவன் தற்செயலாக என்னைப் பார்த்தான். பல காலம் பழகியவனைப் போலப் புன்னகை செய்தான். என்னுடைய குழப்பம் அதிகரித்தது. யாரிவன்? என்னுடன் பள்ளிக்கூடத்தில் படித்த இளம்வயது தோழனாக இருப்பானா... ஒரு வேளை நான் தங்கி இருக்கும் அதே ‘ஐ’ பகுதியில் தங்கி இருப்பவனா? யோசனை நீண்டது.

அவனோ இயல்பாக எழுந்து வந்து, ‘ஹலோ யா நலம்தானே?’ என்று கேட்டுவிட்டுப் புன்னகை செய்தான். என் பெயரைக்கூடத் தெரிந்திருக்கிறானே. அப்படியானால் அந்த அளவுக்குப் பரிச்சயமானவன் தானோ?

நானும் வேறு வழியில்லாமல் அவனைப் பார்த்து நட்புறவுடன் புன்னகை செய்தேன்.

‘என் பெயர் ஃபே’

‘நல்லது’

'நம் பள்ளியில் உடற்பயிற்சித்துறை ஆசிரியராக இருக்கிறேன்'

ஓ! சக ஆசிரியனா? அதுதானே பார்த்தேன். இல்லாவிட்டால் இவன் முகம் எப்படி எனக்குப் பரிச்சயமானதாக இருந்திருக்கும்.

உடற்பயிற்சி ஆசிரியர் என்கிறான். அதனால்தான் இவனைப் பார்ப்பதற்கான சந்தர்ப்பம் எனக்கு நேரவில்லை. மொழி, கணிதம், அறிவியல், சரித்திரம் போன்ற பாடங்களுக்கான ஆசிரியர்கள் தினமும் ஒருவரை ஒருவர் சந்தித்துக்கொள்ள முடியும். உடற்பயிற்சி ஆசிரியர்கள் தனி அறையில் விலகியே இருப்பார்கள். அவர்களை அடிக்கடி பார்ப்பது சாத்தியமில்லை.

அவனைப் பற்றி உற்சாகமாகச் சொன்னான். அவனது இளமைப் பருவம், படித்தது, அவனுக்குப் பிடித்த புத்தகம், பாடல்கள் என்று பேசிக்கொண்டே வந்தான். நானும் என்னைப் பற்றி அவனிடம் சொன்னேன். எங்கள் இருவருக்கும் பொதுவான ரசனைகள் ஒத்துப் போவதைக் கண்டு பிடித்தோம்.

பள்ளிக்கூடம் வந்ததும் நாங்கள் இருவரும் பேருந்திலிருந்து இறங்கினோம். இருவரும் தொடர்ந்து பேசியபடியே நடந்து போனோம். வருகைப் பதிவேட்டில் நான் கையெழுத்திட்டேன். அவனும்தான். பின்பு, அவன் தன் அறைக்கு வந்து எட்டிப்பார்த்துவிட்டுப் போகலாமே என்று என்னிடம் கேட்டுக்கொண்டான். ஒரு சிறுவனின் ஆர்வத்துடன் களங்கமற்ற கண்களுடன் என்னிடம் அவன் அப்படிக் கேட்டபோது என்னால் மறுக்க இயலவில்லை.

பக்கத்திலேயே தான் இருந்தது அவன் அறை. சுற்றிலும் உடற்பயிற்சிக் கருவிகள்; விளையாட்டுப் பொருட்கள் நிறைந்திருந்தன. அவனது மேஜையருகே இரண்டு நாற்காலிகள் போடப்பட்டிருந்தன. ஒரு

நாற்காலியில் உட்கார்ந்து கொண்டு எதிரில் இருந்த அடுத்த நாற்காலியில் என்னை உட்காருமாறு சொன்னான்.

எனக்கு நேரமாகிக் கொண்டிருந்தது. அவனிடம் மன்றாடும் குரலில் எனக்கு வகுப்புக்கு நேரமாகி விட்டது. நான் போயாக வேண்டும். பிறகு வருகிறேன் என்று சொன்னேன். அரைமனத்துடன் அவன் சம்மதித்தான். நான் விடைபெற்றுக்கொண்டு அவசர அவசரமாக வகுப்புக்கு ஓடிப்போனேன்.

வகுப்பு முழுக்க அவன் ஞாபகமே விரவி இருந்தது. அடுத்து இடைவேளை மணி அடித்தபோது அவனுடைய அறைக்குப் போய்ப் பார்த்ததில் அறை பூட்டிக் கிடந்தது.

அதன்பிறகு அன்று முழுக்க அவனைத் தேடுவதில் மும்முரமாக இருந்தேன். ஆனால், அவன் தட்டுப் படவே இல்லை. ஏமாற்றத்துடன் அன்று மாலை வீடு திரும்பும்போதுதான் என் தூக்கம் கலைந்து சட்டென்று விழிப்பு வந்தது. அப்போதுதான் நான் அதுவரை தூங்கிக்கொண்டு இருந்திருக்கிறேன் என்பதும் நான் கண்டது கனவு என்பதும் தெரிய வந்தது. கைக்கடிகாரத்தைப் பார்த்தேன். மணி அது நள்ளிரவு நேரம் என்பதைக் காட்டியது. பக்கத்திலிருந்த குவளையிலிருந்து கொஞ்சம் குளிர்ந்த நீரைக் குடித்துவிட்டுப் படுத்தேன். கொஞ்ச நேரத்துக்கு மல்லாந்து படுத்தபடி சிந்தித்தவாறு இருந்தேன். மீண்டும் தூங்க முயன்றேன். தூக்கம் வர மாட்டேன் என்று அடம்பிடித்தது. எவ்வளவு புரண்டு படுத்தும் எனக்குத் தூக்கம் வரவில்லை. மோசமான விஷயம் என்னவென்றால் அவன் ஞாபகமாகவே இருந்தது. இதென்ன பைத்தியக்காரத்தனம். எவனோ ஒருத்தன் கனவில் வந்தான்; காணாமல் போனான். அவனை நினைத்துக்கொண்டு என் தூக்கத்தைக் கெடுத்துக் கொள்வது எந்தவிதத்தில் சரி என்று

யோசித்துப் பார்த்தேன். ஒரு பக்கம் எனக்குச் சிரிப்பாகவும் இருந்தது. இன்னொருபக்கம் வேதனையாகவும் இருந்தது.

மறுநாள் காலையில் நான் ஆவலுடன் பள்ளிக்கூடத்துக்குப் புறப்பட்டேன். எனக்கு இன்றாவது அவனைப் பார்க்க வேண்டும்போல் இருந்தது. பேருந்தில் அவன் எதிர்ப்படுவான் என்று எதிர்பார்த்து ஏமாந்தேன். பின்பு பேருந்து நிறுத்தத்திலிருந்து பள்ளிக்கூடம் வரையிலான பாதையில் நடமாடிக் கொண்டிருந்த தெரிந்த முகங்களில், அவன் முகம் எங்கேனும் தென்படுகிறதா என்று பார்த்தேன். அவன் முகத்தைத் தவிர எல்லா முகங்களும் என்னைப் பார்த்துப் புன்னகைத்தன.

பின்பு தொடரும் ஏமாற்றத்துடன் பள்ளிக்கட்டடத்துக்குள் நுழைந்தேன். வருகையைப் பதிவு செய்யும் இயந்திரத்தில் என்னுடைய அடையாள அட்டையைச் செருகினேன். சின்ன முனகலுக்குப்பின் இயந்திரம் என் அட்டையை வெளித்தள்ளியது. அந்த இடைப்பட்ட நேரத்தில் அனிச்சையாக மேலே சுவரில் மாட்டப்பட்டிருந்த படங்களைப் பார்த்துக் கொண்டிருந்த போதுதான் திடும் என்று நான் திகைப்படைந்தேன். அங்கே ஓர் இளைஞனின் மார்பளவு புகைப்படம் சட்டமிடப்பட்டு மாட்டப்பட்டிருந்தது. அதில் அவன் சிரிப்பதும், நிற்பதும், ஓடுவதுமாக இருந்தான். அந்தப் புகைப்படத்தின் கீழே, 'பணிக்காலத்தில் தன்னலம் கருதாது உழைத்து உயிரிழந்த மதிப்பிற்குரிய குடிமகன் ஃபே' என்று எழுதப்பட்டிருந்தது. நான் திகிலடைந்து போனேன். எனக்கு இதை ஜீரணித்துக் கொள்ளக் கொஞ்சம் நேரம் பிடித்தது.

இந்த இளைஞன் முன்பு இந்தப் பள்ளியில் பணி புரிந்துகொண்டு இருந்திருக்கிறான். ஏதோ ஒரு காரணத்துக்காக உயிரிழந்திருக்கிறான். அந்தக் காரணம் நிர்வாகத்

துக்குப் பிடித்தமான காரணமாக இருந்திருக்கிறது. அதனால் இவன் படத்தை இங்கே மாட்டி வைத்திருக் கிறார்கள். இவனை இந்தப் புகைப்படத்தில்தான் இதற்குமுன் பார்த்திருக்கிறேன் போல. அனிச்சையாகப் பார்த்தபின் மறந்து போயிருக்கிறேன். இவன் படிமம் அப்படியே என்னுடைய ஆழ் மனசில் எனக்கே தெரியாமல் பதிந்து போயிருக்கிறது. அதனால்தான் இவன் என் கனவில் வெளிப்பட்டிருக்கிறான். என்ன மோசமான அனுபவம். செத்துப்போன மனிதனைப் பேருந்திலும், வராந்தாவிலும் தேடியிருக்கிறேன். வெட்கக்கேடு.

அதன் பிறகு அடுத்த நாள் இரவிலும் ஃபே என் கனவில் வந்தான். இந்த முறை மதிய உணவு இடை வேளை சமயத்தில் வந்திருந்தான். பொது உணவுக் கூடத்தில் நானும் என் சக ஊழியர்களும் சாப்பிட்டுக் கொண்டிருந்தோம். உணவுக்கூடத்துக்குள் நுழைந்தவன் எங்கேயும் போகாமல் நேராக என்னை நோக்கி நடந்து வந்தான். என் மனம் திடுக் திடுக் என்றது. அந்தத் தருணத்தில் நான் கண்டு கொண்டிருப்பது கனவு என்பதை சட்டென்று உணர்ந்தேன். அதேபோல் ஃபே இறந்து போனவன் இப்போது இந்தக் கனவில் நடமாடிக் கொண்டிருக்கிறான் என்பதையும் நான் உணர்ந்து கொண்டேன். அந்த நொடியே இந்தக் கனவில் எனக்கு சுவாரஸ்யம் குறைந்து போயிற்று. ஒரு கனவை அது கனவு என்று தெரிந்து கொண்டு காண்பது அலுப்பூட்டும் அனுபவம். அதிலும் இறந்துபோன ஒருவர் எதிர்ப் படும்போது அவரிடம் அதைப்பற்றிப் பேச்செடுக்காமல் மற்ற விஷயங்களைப் பற்றிப் பேச நேர்வது இன்னொரு சலிப்பூட்டும் அனுபவம்.

'என்ன அதற்குள் சாப்பிட ஆரம்பித்துவிட்டீர் களா?' என்றபடி என் அருகில் வந்து மேஜையின் மேல்

ஒரு கையை ஊன்றிக் கொண்டு கேட்டான் ஃபே. அவன் கேட்டதற்கு அர்த்தம் ஏதும் இல்லை. ஏதோ பேச வேண்டும். பேசினான். அவ்வளவுதான்.

நான் பதில் ஏதும் சொல்லாமல் சிரித்தபடி சாப்பிட்டுக் கொண்டிருந்தேன். இதென்ன அர்த்தமற்ற விளையாட்டு என்றே தோன்றியது. இருந்தாலும் விளையாடிக் கொண்டிருந்தேன்.

அவன் எப்படி இறந்தான் என்பதைப் பற்றித் தெரிந்து கொள்ள நான் விரும்பியபோதிலும், அதைப் பற்றி அவனிடம் பேசுவதில் எனக்குத் தயக்கம் இருந்தது. அதைப் பற்றி நான் ஏதாவது கேள்வி கேட்கப்போய் அவன் என்னை விட்டு விலகிப் போய்விடுவானோ அல்லது வராமல் போய்விடுவானோ என்றெல்லாம் பயந்தேன்.

கொஞ்சநேரம் பேசியபின் அவன் பிரிந்து போனான். பாவம்.

என்னுடைய இன்னொரு கனவு மிகவும் கொடியது. அதைப்பற்றி நினைத்தாலே இப்போதும்கூட என் உடல் நடுக்கமடைகிறது. என்னுடைய கனவில் நெருங்கிய தோழி ஒருத்தி இறந்து போய்விட்டாள். அவளை நானும் இதர நண்பர்களுமாய்ச் சேர்ந்து கல்லறையில் அடக்கம் செய்தோம். அவளது இழப்பு தாங்காமல் பல கனவுகளில் கதறி அழுதேன். அதன்பிறகு எனக்குத் தோன்றும் போதெல்லாம் அவளது கல்லறைக்குப் போய்ப் பூக்களை வைத்துவிட்டு வருகிறேன். அவளுக்குக் கறுப்பு மலர்கள் பிடிக்கும். அவற்றைக் கொத்தாக வாங்கிக் கொண்டு போவேன். அவளுக்குப் பிடித்த புத்தகங்களிலிருந்து சில பக்கங்கள்; சில கவிதை வரிகள் என்று சத்தம் போட்டு வாசித்துக் காட்டுவேன்.

அதே சமயத்தில் பகல் வேளைகளில் அவளுடன் சுற்றித் திரிகிறேன். இருவரும் எங்கே போனாலும்

சேர்ந்துதான் போவோம். இந்தக் கனவால் நான் அடை யும் குற்ற உணர்ச்சிக்கு அளவே இல்லை. இந்தக் கனவி லிருந்து விடுபட வேண்டி பல உளவியல் மருத்துவர் களையும் கண்டு கலந்தாலோசித்து விட்டேன். அவர்கள் தந்த சிகிச்சைகளுக்குப் பின்பும் இவ்விதமான கனவு களிலிருந்து என்னால் தப்பிக்க முடியவில்லை. என்ன செய்வது?

கடந்த இருபது வருடங்களாக இதைப் போன்ற விசித்திரமான கனவுகள் என்னைத் தொல்லைப் படுத்தி வருகின்றன.

யா சில வினாடிகள் மௌனமாக இருந்தாள். அவள் முகம் சோகத்தால் பூசப்பட்டிருந்தது. மற்ற மூவருக்கும் என்ன பேசுவது என்று தெரியவில்லை. அவர்களும் மௌனமாகவே இருந்தார்கள். இவர்களுக்காகத் துயரப்படுவதுபோல காற்றும் மௌனமாக இருந்தது.

ஒரு பெருமூச்சுக்குப்பின் யா வேதனையுடன் சொன்னாள்.

'சமீபத்தில் ஒரு நூதனமான சம்பவம் என் வாழ்க்கை யில் நடந்தது. அதை நினைக்கும் போது நான் மிகவும் மனம் நொந்து போகிறேன்.'

திரும்பவும் மூன்று பேரும் யாவை கவனத்துடன் பார்த்தார்கள். அடுத்து என்ன சொல்லப் போகிறாளோ என்கிற கவலை அவர்கள் முகத்தில் படர்ந்திருந்தது.

யா சொல்லத் தொடங்கினாள்

ம்யூ நகரம் அழகான நகரம் என்பது நமக்கெல்லாம் தெரியும். உக்பார் - இக்பார் நாடுகளுக்கிடையே நட்ட நடுவில் இருக்கும் வரலாற்றுச் சிறப்புமிக்க நகரம் அது. அந்த நகரத்தைப் பல குழுக்கள் ஆண்டிருக்கிறார்கள். உக்பாரையும் இக்பாரையும் ஆண்ட பல ஆட்சியாளர் களின் கை மாறி கை மாறி, வந்த நகரம் அது. அதனால் பல்வேறு வரலாற்றுச் சின்னங்களும் கலைப்பொருள்

களும் நிறைந்திருக்கும் நகரம் அது. ம்பீல் நெக்ரநோவா என்பது அந்த நகரத்தின் பழைய பெயர். செயற்கை அறிவுஜீவிகள் புதிய மொழியில் ம்யூ என்று மாற்றிப் பெயரிட்டார்கள். இதுதான் லோன் கிரகத்திலிருக்கும் தொன்மையான நகரங்களில் ஒன்று என்று நிரூபிக்கப் பட்டிருக்கிறது.

ஒரு காலத்தில் இந்த நகரத்தின் உரிமைகோரி உக்பாரிலும் இக்பாரிலும் எத்தனையோ பேர் இரத்தம் சிந்தியிருக்கிறார்கள். இன்றைக்கு யாருடைய கட்டுப் பாட்டிலும் இல்லாத சுயாட்சித் தன்மையுடன் கூடிய பொதுவான நகரமாக இருக்கிறது. அந்த ஊரின் இன்னொரு விசேஷம் பூமத்தியரேகை அங்குதான் ஓடுகிறது; இல்லையா? லோன் கிரகத்தை இரண்டாகப் பிரித்தால் நடுவில் ம்யூ நகரம் இருக்கும். அதேபோல் ம்யூ நகரத்தை இரு சமமான துண்டுகளாகப் பிரித்தால் நட்ட நடுவில் பூமத்திய ரேகை இருக்கும்.

பூமத்திய ரேகை பிரியும் அந்த இடத்தில் சாய்வான தரையில் நிறுத்தி வைக்கப்படும் ஒரு பொருள் மேடான பகுதியை நோக்கி நகர்ந்து போகும். பள்ளத்தாக்கில் நிறுத்தி வைக்கப்படும் கார்கள் மேட்டை நோக்கித் தானே நகர்ந்து போய்க்கொண்டிருக்கும் வேடிக்கையை தினமும் ஆயிரம் பேர் அங்கு பார்த்துக் களிக்கிறார்கள். பூமத்திய ரேகைக்கு இந்தப் பக்கத்தில் தண்ணீர் நிரப்பிய கிண்ணத்தை வைத்தால் கிண்ணத்திலிருக்கும் நீரில் இடவலமாக சுழல் தோன்றும். ரேகைக்கு அந்தப் பக்க மாக வைத்தால் நீரில் வலஇடமாக சுழல் தோன்றும்.

அந்த இடத்தில்தான் நான் அந்த இளைஞனைச் சந்தித்தேன். அவனுக்கு சுமார் இருபது வயது இருக்கும். வளர்ந்த சிறுவனைப்போல் குழந்தை முகமும் வாலிப உடம்புமாக இருந்தான். கிண்ணத்திலிருந்த தண்ணீரில் இடவலமாக சுழல் ஏற்பட்டபோதும், இடம் மாறியதும்

மீண்டும் வலஇடமாக சுழல் தோன்றியபோதும் குழுமி யிருந்த மக்கள் கை தட்டினார்கள். நானும் தட்டினேன். அவனும், அப்போது அவனது தோளும் என்னுடைய தோளும் தற்செயலாகத் தட்டிக் கொண்டன. அவனைப் பார்த்ததும் என்னுள் ஏதோ ஓர் உணர்வு விழித்துக் கொண்டதைப் போலிருந்தது. அவனுக்கும் அப்படித் தான் இருந்திருக்கக் கூடும். எங்கள் பார்வைகளில் ஒருவருக்கொருவர் தகவல் தெரிவித்துக் கொண்டோம்.

அங்கிருந்து நகர்ந்தபோது இருவருமாகச் சேர்ந்தே நகர்ந்தோம். வயது வித்தியாசமுள்ள ஆண்களும் பெண்களும் பழகுவதில்தான் தடையேதுமில்லையே. அதனால் இருவரும் சுதந்திரமாகச் சுற்றித் திரிந்தோம். ம்யூ நகரத்தின் அருங்காட்சியகம், உயிரியல் பூங்கா, கடற்கரை என்று அலைந்தோம். தினமும் பள்ளிக் கூடம், தங்கும் இல்லம் என்று, பற்சக்கரம் போல் சுழன்று கொண்டிருந்த வாழ்க்கையில் சிக்கித் தவித்துக் கொண்டிருந்த எனக்கு இந்த ஊர்ப் பயணமும் இங்கே இந்த இளைஞனின் பரிச்சயமும் கிடைத்ததில் பரவச மாக இருந்தது.

புதிதாகத் தேர்ந்தெடுக்கப்பட்டிருக்கும் இளம் ஆசிரியர்களுக்கான பதினைந்து நாள் பயிற்சி முகாம் ஒன்று ம்யூ நகரத்தில் ஒழுங்கு செய்யப்பட்டிருந்தது. அனுபவமிக்க ஆசிரியை என்ற முறையில் என்னைப் பயிற்றுநராக நியமித்து அங்கே அனுப்பியிருந்தார்கள். அடுத்த நாள் முதல் வகுப்பு தொடங்க இருப்பதால் முதல் நாளே நான் அங்கு போய்ச் சேர்ந்திருந்தேன் என்று என்னைப் பற்றி நான் சொன்னேன். இந்த இளைஞன் புதிதாகத் தேர்வு செய்யப்பட்டிருக்கும் இளம் ஆசிரியன். என்னிடம் பயிற்சி பெறுவதற்காக இங்கு வந்திருக்கிறான். இருபது இளம் பெண்களுக்கும் இருபது இளைஞர்களுக்கும் நான்தான் பயிற்சி தர

189

வேண்டும். அவர்களில் இவனும் ஒருவன். இந்த விஷயத்தைத் தெரிந்துகொண்டதும் நான் அதீத மகிழ்ச்சியடைந்தேன். பதினைந்து நாட்களுக்கு இவன் என் வசம் இருக்கப் போகிறான். இன்னொரு தரம் புதிதாகப் பிறந்தது போன்ற உற்சாக உணர்வு என்னுள் குமிழிட்டது. நாங்கள் அனைவரும் தங்குவதற்கு ஒரே கட்டடத்தில் இடம் ஒதுக்கப்பட்டிருந்தது. பெண் களுக்கான தனி அறையும் ஆண்களுக்கான தனி அறையும் அடுத்தடுத்து ஒதுக்கப்பட்டிருந்தன.

இரண்டு அறைகளிலும் இருபது இருபது 'பங்க்கர்' படுக்கைகள் அமைக்கப்பட்டிருந்தன. பயிற்சியாளரான எனக்கு மட்டும் தன்னந்தனியாக அறை ஒன்று கட்டில் வசதியுடன் ஒதுக்கப்பட்டிருந்தது. அந்த அறையில் அந்த இளைஞனை இரவு வரவழைக்க வேண்டும் என்று திட்டமிட்டேன்.

மறுநாளிலிருந்து வகுப்புகள் ஆரம்பித்தன. முதல் நாள் வகுப்பில் நேரம் போனதே தெரியவில்லை. பயிற்சி ஆசிரியர்கள் உற்சாகமாக இருந்தார்கள். என்னைப் பெரிதும் மதித்தார்கள். நான் சொல்வதையெல்லாம் கவனத்துடன் குறிப்பெடுத்துக் கொண்டார்கள்.

அன்று மாலை பயிற்சிக்கு வந்திருந்த நாற்பது பேரையும் ம்யூ நகரத்தைச் சுற்றிப்பார்க்க அழைத்துப் போனேன். அப்போது அந்த இளைஞனை என் அருகிலேயே இருக்குமாறு பார்த்துக் கொண்டேன். பொழுது அற்புதமாகக் கழிந்தது. அன்றிரவு அனைவரும் களைத்துத் தங்குமிடத்துக்குத் திரும்பினோம். வெகு நேரம் அரட்டை அடித்துவிட்டுத் தூங்கப் போனோம். அனைவரும் தூங்கிய பிறகு நான் அவன் அறைக்குப் போய் இரகசியமாக அவனைத் தட்டி அழைத்து, என் அறைக்கு அழைத்துப் போனேன். பதற்றத்துடனும் வெட்கத்தால் சிவந்த முகத்துடனும் ஓர் ஆட்டுக்குட்டி

யைப் போல் என் பின்னாலேயே வந்தான் அவன். நானே இவர்கள் அனைவருக்கும் கண்காணிப்பாளர் என்பதால் என்னைக் கண்காணிப்பதற்கு அங்கே யாரும் இல்லை. அது எனக்குக் கொஞ்சம் சௌகர்யமாக இருந்தது. அவசர அவசரமாக என் அறைக்குள் அவனை அழைத்துச் சென்ற நான் ஆவலுடன் அவனை அணைத்து முத்தமிட்டேன். அவன் சீருடையின் சட்டைப் பகுதியை வெகு வேகமாகக் கழற்றினேன். சீருடையின் கீழ்ப் பகுதியை நான் கழற்ற முற்பட்ட போது அவன் வெட்கத் துடன் திரும்பி நின்று கொண்டான். அப்போது அவனது நிர்வாணமான முதுகு எனக்குத் தூண்டுதல் ஏற்படுத் தியது. உடனே அவன் முதுகில் முத்தமிட்டேன். அப்போதுதான் அவன் முதுகின் இடது பக்கத்திலிருந்த அந்தப் பாழாய்ப் போன மச்சத்தைக் கவனித்தேன். இரண்டங்குல நீளமும் ஓரங்குல அகலமுமான ஒழுங் கற்ற தீவு போன்ற வடிவிலான கருநீல மச்சம். எனக்குத் திகீரென்றது.

அவனைத் திருப்பி நிறுத்தினேன். படபடக்கும் இதயத்துடனும் வெளிறிய முகத்துடனும் அவனைப் பற்றிய விவரங்களை விசாரித்தேன். அவனும் மிகச் சரியான தகவல்களையே தெரிவித்தான். இருபதாண்டு களுக்கு முன், அவன் பிறந்த தேதி, மாதம், ஆண்டு, நேரம், இடம் எல்லாவற்றையும் சொன்னான்.

இருபதாண்டுகளுக்குமுன் அவன் பிறந்த அதே தேதியில், அதே நேரத்தில் அதே இடத்தில்தான் எனக்கும் பிரசவம் நடந்தது. அப்போது எனக்குப் பிறந்த ஆண் குழந்தையின் முதுகில் அதே மாதிரியான வடிவிலான கருநீலமச்சம் இருந்ததை நான் அவனிடம் சொன்னேன்.

அவன் அதிர்ந்து போனான். சட்டென்று தனது சீருடையை சரி செய்துகொண்டு விலகி நின்றான். அவன் கை கால்கள் நடுக்கமடைந்திருந்தன. எத்தனை

மோசமான தருணம். என் மகன் கிடைத்துவிட்டானே என்று மகிழ்ச்சியடைவதா அல்லது இப்படி ஒரு மோசமான சூழ்நிலையில் என் மகனும் நானும் சந்தித்துக் கொள்ள நேர்ந்திருக்கிறதே என்று வேதனைப்படுவதா என்றே தெரியவில்லை. ஒருவேளை, அவன் என் மகனாக இல்லாமல்கூட இருக்கலாம். இருந்தாலும், அதன் பிறகு என்னை மலம்போல் உணர்ந்தேன். பிறகு வந்த நாட்களில் அவனும் என்னைப் பார்த்தாலே விலகி ஓட ஆரம்பித்தான்.

நன்றாகப் பழகிக் கொண்டிருந்த நாங்கள் இப்படி திடீரென்று விலகிக் கொண்டது எல்லோருக்கும் வியப்பளித்தது.

அந்தப் பயிற்சிக் காலம் முழுவதும் நாங்கள் இருவரும் சரியாகப் பேசிக் கொள்ளவே இல்லை. இருவரையுமே குற்ற உணர்வு பீடித்திருந்தது.

இது என்ன உளவியல்?

அந்த நிகழ்ச்சிக்குப்பின் இப்போதெல்லாம் எந்த இளைஞனைப் பார்த்தாலும் எனக்கு என் மகனுடைய ஞாபகம்தான் வருகிறது. உடல் இச்சை தோன்ற மாட்டேன் என்கிறது.

பாருங்கள். எத்தனை கீழான வாழ்க்கை வாழ்ந்து கொண்டிருக்கிறோம். செயற்கை அறிவுஜீவிகள் நம்முடைய வாழ்க்கையை செயற்கையாக வடிவமைத்ததிலிருந்து நாம் நமது இயல்பான வாழ்க்கையை, சூழலை, உணர்வுகளையெல்லாம் தொலைத்து விட்டோம். முரண்பாடான தருணங்களால் சிறைப் பிடிக்கப்பட்டிருக்கிறோம். இதிலிருந்து மீண்டாக வேண்டும். எப்படி மீளப் போகிறோம். என்ன செய்யப் போகிறோம்.

யா வேதனையுடன் புலம்பினாள். கடைசியில் விம்மி விம்மி அழ ஆரம்பித்தாள்.

அங்கு கூடியிருந்த மற்ற மூவரும் தர்ம சங்கடத்துக் குள்ளானார்கள். 'தயவுசெய்து அழவேண்டாம். ஏதாவது செய்வதற்காகத் தானே நாம் ஒன்று சேர்ந்திருக்கிறோம். ஆக வேண்டியதைக் கவனிப்போம்' என்றான் கா.

'என்னமோ நீங்கள் மட்டும்தான் கனவுகளில் சிக்கிக் கொண்டு வதைபடுவது போலவும், எனக்கு என்னவோ கனவுகளே வராத மாதிரியும் அல்லவா பேசிக் கொண்டிருக்கிறீர்கள்?' கா கைத்துப் போன புன்னகையுடன் உலர்ந்த குரலில் சொன்னான்.

'நானும் உங்களைப் போலத் தொடர் கனவுகளால் பாதிக்கப்படுபவன்தான். தண்டனை எல்லோருக்கும் பொதுவானதுதானே. வித்தியாசம் என்னவென்றால், என் கனவுகளில் சதா மழை பெய்து கொண்டிருக்கிறது. தங்கும் இடமாக இருந்தாலும் சரி, வேலைக்குப் போகும் அலுவலகமாக இருந்தாலும் சரி, சாலை, பூங்கா, கடற்கரை எங்குபோனாலும் மழை பெய்த படியே இருக்கிறது. இதனால் என் கனவுகளில் நான் எப்போதும் மழைக்கோட்டும் தொப்பியும் அணிந்து கொண்டு திரிய வேண்டியதாக இருக்கிறது. சதா தும்மல், ஜலதோஷம். எப்போது பார்த்தாலும் மூக்கை உறிஞ்சுவது, கைக்குட்டையால் மூக்கைத் துடைத்துக் கொண்டிருப்பது இதுவே என்னுடைய தொழிலாக இருக்கிறது' என்று சொல்லிவிட்டுப் பெருமூச்சு விட்டான் கா. பின்பு தனக்குள் சிரித்துக்கொண்டபடி சொன்னான்;

'பகலில் சலிப்பூட்டும் அதே சீருடையை அணிந்து கொண்டு அவதிப்படுகிறோம். கனவில் மழைவருவதால் மழைக் கோட்டும் தொப்பியும் அணிந்து கொண்டி ருப்பது ஒரு மாறுதலான அனுபவமாக இருக்கிறது.'

எப்போதும் மழையில் நனைந்து கொண்டிருப்பது எத்தனை கொடுமையானது தெரியுமா? உடம்பும்

உடையும் சதா ஈரமாகவே இருக்கும். பாதங்கள் ஈரம் பாரித்துப் போகும். சேற்றுப்புண் வரும். உடம்பில் முடை நாற்றம் வீசும். காதலிப்பதற்கு வழியே இல்லை. மழையில் வீசும் காற்று குளிரச் செய்யும். குளிரில் நன்கு போர்த்திக் கொண்டு தூங்கலாமா என்று தோன்றும். சாலையில் நடந்து போனாலோ மழைநீர் ஊசிகளாக மாறி கண்களையும் உதடுகளையும் தாக்கிக் கொண்டே இருக்கும். ஒரு தடவை, ஒரே ஒரு தடவை மழை யற்ற மாலை வெயிலில் இதமான வெதுவெதுப்பான சீதோஷ்ணத்தில் இயற்கைக் காட்சிகளை ரசித்தபடி நடந்து போக வேண்டும் என்று மனம் ஏங்குகிறது. எங்கே நடக்கப் போகிறது.

நம்முடைய மூளையில் பதிக்கப்பட்டிருக்கும் இரசாயனப் பூச்சு செய்யப்பட்ட உலோக உணரிகளால் கட்டமைக்கப்பட்ட நுண் கணினி சில்லை ஒன்று வெளியே எடுக்க வேண்டும். அல்லது உள்ளேயே இருந்தாலும் பரவாயில்லாதபடிக்கு செயலிழக்கச் செய்ய வேண்டும். அப்போதுதான் இந்தத் தொடர் கனவுத் தொல்லைகளிலிருந்து நாம் மீள முடியும். அதுமட்டுமல்ல, அந்தக் கணினிச் சில்லுகளை வைத்துத் தானே இயந்திரன்கள் நம்மைக் கண்காணிக்கிறார்கள். அவர்களுக்கு எதிரான சிந்தனைகள் தோன்றுவதைக் கண்டு பிடிக்கிறார்கள். தண்டிக்கிறார்கள். முதலில் இந்தச் சில்லின் தொல்லையிலிருந்து வெற்றிகரமாக விடுபட வேண்டும். அப்போதுதான் இந்த இயந்திரங் களை நம்மால் வெல்ல முடியும்.

இவர்கள் நான்கு பேரும் இப்படிப் பேசிக் கொண்டி ருந்தபோது புதிதாக இன்னும் இரண்டு பேர் அங்கே வந்து சேர்ந்தார்கள். ஐம்பது வயது மதிக்கத்தக்க ஒரு மனிதரும், பதினெட்டு அல்லது பத்தொன்பது வயது மதிக்கத்தக்க இளம் பெண்ணும்.

பருத்த உடம்பும், தொந்தியும் வழுக்கையுமாக இருந்த அந்த மனிதர் இவர்களைக் கண்டதும் மலர்ச்சி யுடன் சிரித்தார். கா அவருக்கு முகமன் கூறி வரவேற்றான். லோவையும் யாவையும் அறிமுகப்படுத்தினான். அவர் காவையும் ஜோவையும் அணைத்துக் கொண்டார். அவருடன் வந்திருந்த இளம் பெண் இவர்களை பயத் துடனும் கூச்சத்துடனும் பார்த்துக் கொண்டிருந்தாள். நேர்த்தியான முகமும் உடல் உறுப்புகளும வாய்க்கப் பெற்றிருந்தாள்.

அவர் பெயர் யே, உடலியல் மற்றும் கணினி இயலில் முனைவர் பட்டம்பெற்ற மருத்துவர். கணினி சில்லுகளை மனிதர்களின் மூளையில் பதிக்கும் பிரிவில் பணிபுரிகிறார். செயற்கை அறிவு ஜீவி இயந்திரன்களுக்கு எதிரான கருத்துகளை உடையவர். மருத்துவமனையில் அவருக்கு நல்ல செல்வாக்கு இருக்கிறது. இவர்கள் குழுவில் அவரும் ஓர் உறுப்பினர்.

ஒரு முக்கியமான நடவடிக்கைக்கான திட்டம் தீட்டுவதற்காகவே இங்கே இவர்கள் ஒன்று கூடி இருக்கிறார்கள்.

அனைவரும் அந்த இடத்தை விட்டு நடந்தனர். இதை விட இன்னும் தனிமையான இரகசியம் பேசுவதற்குத் தோதான இடம் அவர்களுக்குத் தேவைப்பட்டது. அதனால் அடர்ந்த மரங்கள் நிரம்பிய பகுதிக்குள் மாயமாய் மறைந்து போக விரும்பி முன்னேறினார்கள். பதினைந்து நிமிட நடைக்குப் பின்னால் ஒரு வாகான இடம் அவர்களுக்குக் கிடைக்கவே செய்தது. இரண்டு மரங்கள் வளைந்து நிழல் பரப்பின. சுற்றிலும் அடர்த்தி யான மரம், செடி கொடிகள் செழித்திருந்தன. அங்கேயே நின்றார். 'இந்த இடம் பரவாயில்லை' என்றார். மற்றவர்களுக்கும் அதுதான் சரி என்று பட்டது.

அவர் முதலில் உட்கார மற்றவர்களும் உட்கார்ந் தார்கள்.

தாங்கள் செய்து முடிக்க வேண்டிய திட்டம் பற்றித் தீவிரமாகப் பேசினார்கள்.

முதலாவதாக நமது உறுப்பினர்களின் மூளையில் பதிக்கப்பட்டிருக்கும் கணினிச் சில்லுகளைச் செயலிழக்கச் செய்ய வேண்டும்.

இரண்டாவதாக, நாம் அனைவரும் ஆயுதப் பயிற்சி பெற வேண்டும்.

மூன்றாவதாக, செயற்கை இயந்திரன்களைத் தாக்கி அழிக்க வேண்டும். மின் காந்தப்புலத்தை ஏற்படுத்தும் துப்பாக்கிகள் தயார் செய்யப்பட்டுவிட்டன.

நான்காவதாக இயந்திரங்களைக் கடுமையான கட்டுப்பாட்டில் வைத்துக் கொண்டு பழையபடி சுதந்திரமான ஆட்சியை நிறுவ வேண்டும். அடிமைச் சமூகத்தை மாற்றி, க்வாண்டம் சமூகத்தைச் சாத்தியப் படுத்த வேண்டும்.

முதல் திட்டப்படி இவர்கள் ஐந்து பேரின் மூளையில் பதிக்கப்பட்டிருக்கும் கணினிச் சில்லுகளைச் செயலிழக்க வைக்க வேண்டும் என்று தீர்மானிக்கப்பட்டது. இரண்டு தினங்களுக்குப் பிறகு ஒரு பிற்பகல் மூன்று மணிக்குச் செய்து முடிக்கப்பட வேண்டும் என்றும் திட்டமிடப் பட்டது. முன்னதாக போலியான கணினிச் சில்லுகள் தயாரிக்கப்பட்டு அவற்றில் அசல் கணினிச் சில்லில் உள்ள தகவல்கள் பதியப்பட்டன. அப்போதுதான் இவர்கள் மூளையில் சில்லுகள் தொடர்ந்து இயங்கிக் கொண்டிருப்பது போன்ற மாயத்தோற்றத்தை உருவாக்க முடியும். இயந்திரன்கள் அசல் கணினிச் சில்லுகள் இயங்குவதாக நினைத்து ஏமாந்து போவார்கள்.

இரண்டு தினங்களில் எல்லாமே திட்டமிட்டப்படி வெற்றிகரமாக நடந்தன. எதிர்பாராத சாலை விபத்தில் சிக்கிக் கொண்டதால் கா மட்டும் அன்றைக்கு மருத்துவ மனைக்குப் போய்ச் சேரமுடியவில்லை. மற்றவர்கள் உரிய நேரத்தில் தயாராகப் போய்ச் சேர்ந்திருந்தார்கள்.

கா இல்லாத போதிலும் யே மற்ற நால்வருக்கும் வெற்றிகரமான கணினிச் சில்லு செயலிழப்பைச் செய்து முடித்துவிட்டார். ஆனாலும், ஒரு சிறு பிசகு நேர்ந்து விட்டது. பழைய கணினிச் சில்லை செயலிழக்க வைப்பதற்குச் சில வினாடிகள் வரை புதிய சில்லும் இயங்கிக் கொண்டிருந்ததால் ஏக காலத்தில் ஒரு நபருக்கு இரண்டு கணினிச் சில்லுகள் இயங்கிக்கொண்டிருக்கும் அபத்தம் நேர்ந்துவிட்டது.

இந்த அபத்தம் நொடியில் இயந்திரன்களின் கவனத் துக்குக் கொண்டு போகப்பட்டு, உடனடியாக இவர்கள் அனைவரும் சுற்றி வளைக்கப்பட்டார்கள்.

அடுத்த இரண்டு தினங்களுக்குள் நீதிமன்றத்தில் விசாரிக்கப்பட்டு, குற்றம் சுமத்தப்பட்டு அவர்கள் ஐந்து பேரும் உயர் மின் அழுத்தம் பாய்ச்சப்பட்டு கொல்லப் பட்டனர். சாலை விபத்தின் விளைவாக கா, யேவின் மருத்துவமனைக்கு உரிய நேரத்தில் போகாததாலும், பிடிபட்ட யாரும் காவைக் காட்டிக் கொடுக்காததாலும் அவன் மட்டும் தப்பித்துக்கொண்டான்.

தப்பித்துக்கொண்ட போதிலும் அவன் மிகவும் மனமுடைந்து போனான். குற்ற உணர்வு அவனை வாட்டி எடுத்தது. சக தோழர்கள் பிடிபட்டுக் கொல்லப் பட்ட பின்பு தான் மட்டும் உயிரோடு இருப்பது அநியாயம் என்று அவன் மனசாட்சி உறுத்தியது. எனினும், தான் உயிருடன் இருப்பதன் மூலமே மரண மடைந்த அந்தத் தோழர்களின் லட்சியத்தை நிறை வேற்றுவது சாத்தியப்படும் என்றும் நினைத்தான். அழிக்கப்பட்டது அவர்களின் தலைகள் மட்டுமே. தலைக்குள்ளிருந்த கருத்துகள் அல்ல. தலையை அழித்த பின்னும் கருத்து வாழவே செய்யும். ஏனெனில் விதைக்கப்பட்டு விட்ட கருத்து பரவலாக வளர்ந்து செழிக்கத்தானே செய்யும்?

கா கொஞ்ச நாட்கள் இலக்கின்றி காற்றில் பறக்கும் சருகு போல் வாழ்ந்தான். யாருடனும் ஒட்டாமல் துறவி போல் நாட்களைக் கடத்தினான். ஒரு பெண்ணுடன் சேருமாறு அவனுக்கு ஆணை பிறப்பிக்கப்பட்டபோது அதை நிராகரித்தான். தனக்கு அதற்குரிய செக்ஸ் மனநிலை தற்போது இல்லை என்றும் அடுத்த சந்தர்ப்பத்தைப் பயன்படுத்திக்கொள்ள அனுமதிக்குமாறும் நிர்வாகத்தைக் கேட்டுக்கொண்டான். மன அதிர்ச்சியிலிருந்து மீள்வதற்கே அவனுக்கு ரொம்பக் காலம் பிடித்தது.

அதன்பிறகு தற்செயலாகத் தன்னையொத்த கருத்துகளையுடைய குடிமக்களை ஆங்காங்கே சந்திக்க நேர்ந்ததில் கொஞ்சம் மன நிம்மதியையும் தான் மட்டும் தனியன் இல்லை என்ற உண்மையையும் கண்டடைந்தான்.

அதன் பிறகு தன்னையொத்த கருத்துடையவர்களுடன் கலந்து பேசி அவர்களையெல்லாம் ஒன்று திரட்டி மீண்டும் ஒரு புரட்சிக்குத் தயாராவதற்குள் காவின் வாழ்க்கையில் பூமியின் கால அளவின்படி பதினைந்து ஆண்டுகாலம் கடந்துவிட்டிருந்தது.

22

நரேஷ் சொன்ன கதை

என்னைப் பொறுத்தவரை வாழ்க்கை என்பது ஒரு விளையாட்டைப் போல்தான் இருந்தது. எளிய சிரமப் படுத்தாத விளையாட்டு. கால்பந்தாட்டக்காரனின் காலுக்குப் பக்கத்தில் பவ்யமாக வந்து நின்று உதைக்கச் சொல்லி மன்றாடும் கால்பந்தைப் போல; கிரிக்கெட் மட்டைக்கு நேரே துல்லியமாக வந்து தானே அடிபடும் கிரிக்கெட் பந்தைப் போல். அப்போது எனக்கு ஐந்து வயதிருக்கும். புரசைவாக்கத்தில் சுந்தரம் பிள்ளைத் தெருவில் நாங்கள் குடியிருந்தோம். பெரிய வீடு. கீழ்ப் போர்ஷனில் நாங்கள் இருந்தோம். மாடிப் போர்ஷனில் ஒரு வட இந்தியக் குடும்பம் இருந்தது. சறுக்கி விளையாடு வதற்கு வாகான கைப்பிடிச்சுவருடன் மாடிப்படியும் உண்டு. படியேறிப் போனால் காற்றாடி விடுவதற்கு வசதியான மொட்டை மாடியும் இருந்தது. மொட்டை மாடியின் சுற்றுச்சுவரை ஒட்டி விளிம்பில் வெள்ளி முலாம் பூசப்பட்ட கான்க்ரீட்டால் செய்யப்பட்ட ஒரு சிறுவனின் பொம்மை பொருத்தப்பட்டிருக்கும். அரை நிஜார் அணிந்த அந்தப் பையன் சதா ஒரு புத்தகத்தைப் பிரித்து வைத்துக்கொண்டு தனது கருவிழி அற்ற குருட்டுக் கண்களால் வெறித்துக் கொண்டிருப்பான்.

அந்த பொம்மையைச் சுட்டிக்காட்டி அப்பாவிடம்

கேட்பேன்.

'அப்பா அந்தப் பையன் யாருப்பா?'

'உன்னை மாதிரி நல்லாப் படிக்கிற ஒரு கெட்டிக் காரப் பையன்'

'அப்ப அது நான் இல்லியா?'

'நீயேதான்'

'இப்பதானே நீ சொன்னே, யாரோ ஒரு கெட்டிக் காரப் பையன்னு'

'சும்மாச் சொன்னேன். நீதான் கண்ணு அது. நல்லாப் பாரு கண்ணு, மூக்கு, வாய் எல்லாம் உன்னை மாதிரியே இருக்கு'

பொய். அந்த பொம்மை என்னைப் போலவே இருக்கவில்லை. என்னைத் திருப்திப்படுத்துவதற்காக அப்பா பொய் சொல்கிறார்.

***

நான் சொல்லும் எந்த விஷயத்தையும் அப்பா மறுதலித்த தில்லை. நான் என்ன சொன்னாலும் சரி. அவருக்கென்று தனி விருப்பங்களும் இல்லை. அவர் விருப்பம் என் விருப்பம் சார்ந்தது. உலகிலேயே அழகான பையன் யார் என்று கேட்டால் அது நான்தானாம். உலகிலேயே அறிவுள்ள பிள்ளை யார் என்றால் அதுவும் நான்தானாம். சமயங்களில் அப்பா பொய் சொல்கிறார் என்று உள்ளூர படும். ஆனாலும் அப்பா மேல் கோபம் வராது. அப்பாவின் பொய்கள் என்னை மகிழ்விக்க உற்பத்தி செய்யப்படுபவை. அதனால் விரும்பத்தக்கவை.

அப்பாவின் அப்பா, அப்பாவிடம் ஒருபோதும் கனிவுடன் நடந்து கொண்டதில்லையாம். அடிமைச் சமூகத்தில் ஓர் அடிமைகூட இந்த அளவுக்குக் கொடுமைப்படுத்தப்பட்டிருக்கமாட்டானாம். தன் தந்தையிடம் தான் பட்ட கஷ்டங்களைத் தன் மகன்

தன்னிடம் படக்கூடாது என்பதில் அப்பா கவனமாக இருந்தார். தன்னை தன் அப்பா எப்படியெல்லாம் நடத்தியிருக்க வேண்டும் என்று விரும்பியிருந்தாரோ அதே போல் என்னை நடத்தினார்.

ஒருசமயம் மொட்டை மாடியில் நான் காற்றாடி விட்டுக் கொண்டிருந்தேன். அப்பா எனக்குக் காற்றாடி விடுவதில் உறுதுணையாகப் பின் நின்று, காற்றாடி தொலைவுக்குப் போகும்போது நூல் கண்டிலிருந்து நூலைப் பிரித்து விடுவதும், காற்றாடி கிட்டத்தில் வரும்போது நீண்டு வரும் நூலை மீண்டும் சுற்றுவது மாக இருந்தார்.

நான் எந்த விளையாட்டு விளையாடினாலும் அதற்கு அப்பா உதவியாளராக இருப்பார். கிரிக்கெட் ஆடினாலும் பந்து பொறுக்கிப் போடுவார். செஸ் ஆடினால் எதிராளிக்குத் தெரியாமல் இரகசியமாக 'டிப்ஸ்' கொடுத்து என்னை ஜெயிக்க வைப்பார். நான் அழுகுணி ஆட்டம் ஆடினால்கூட நான் செய்ததுதான் சரி என்று வாதிடுவார்.

காற்றாடி விடுவது எனக்குப் பிரியமான விளை யாட்டு. அதிலும் இன்னொரு காற்றாடியுடன் போட்டி போடுவது 'த்ரில்'லாக இருக்கும். எதிரிக் காற்றாடியை விட அதிக உயரத்தில் பறத்தல், அந்தக் காற்றாடியை 'டீல்' விட்டு அறுத்து விடுதல் போன்றவை காற்றாடி விடும் கலையின் உச்சங்கள். நானும் அப்பாவும் கூட்டணி அமைத்து விளையாடி பல காற்றாடிகளை அறுத்து 'டீல்' விட்டிருக்கிறோம். காற்றாடிக்கு முக்கியமான விஷயம் நூலுக்கு 'மாஞ்சா' போடுவது. சாயப்பொடி, கோந்து, கண்ணாடித்தூள் போன்ற பொருட்களைக் கலந்து ஒருவிதமான பசை தயாரித்து, அதில் காற்றாடி விடப் பயன்படுத்தும் நூலைத் தோய்த்து காற்றில் உலர்த்த வேண்டும். அப்போதுதான் 'மாஞ்சா' நூல்

கிடைக்கும். நல்ல மாஞ்சா நூலைக் கையாளும்போது கொஞ்சம் ஏமாந்தால் நம் கைகளையே அறுத்துக் கொண்டு விடுவோம். அத்தனை கூர்மையான சவரக் கத்தியைப் போல் மாஞ்சா நூல் உருவாகி இருக்கும்.

அன்றைக்கு நாங்கள் 'காணாவல்லை' காற்றாடி விட்டுக் கொண்டிருந்தோம். நல்ல உயரத்தில் விர்விர் என்று காற்றாடி பறந்தது. போட்டிக்கு இரண்டு காற்றாடிகள் காற்றில் குதித்துக் கொண்டிருந்தன. என்ன குதித்தாலும் என் காற்றாடியை ஜெயிக்க முடியாது. அப்போது ஒரு விமானம் மொட்டை மாடியில் தாழப் பறந்து சென்றது. பொதுவாக நான் விமானங்களைப் பார்த்துக் கை தட்டுவது வழக்கம்தான். இந்தத் தடவை இந்த விமானம் தாழப் பறந்ததில் அந்த அலுமினியப் பறவையின் பிரமாண்டக் கவர்ச்சி என்னைக் கொள்ளை கொண்டது.

உடனே காற்றாடியின் மேலிருந்த கவனம் சிதறியது. காற்றாடியை நூலோடு கைவிட்டேன். அப்பா பதறிப் போய் 'டே காத்தாடிய விட்டுடாதே பறந்துடும்' என்றபடி நான் விட்ட நூலை எட்டிப் பிடித்துக்கொண்டார். சர் சர்ரென்று நூலை இழுத்துத் தொய்ந்த காற்றாடியை நிமிர்த்தினார். 'அப்பா எனக்கு அந்த விமானத்தில் போகவேண்டும் போலிருக்கிறது' என்றேன். அப்பா தயக்கமேதும் இல்லாமல் சரி என்றார். உடனடியாக குறிப்பிட்ட அந்த விமானம் சென்னையிலிருந்து கோவைக்குப் போகும் என்பதைக் கண்டுபிடித்து, மறுநாளே என்னை அதே விமானத்தில் கோவைக்கு அழைத்துப் போனார். அடுத்த ஃப்ளைட்டில் கோவையிலிருந்து சென்னை திரும்பினோம். இந்த மாதிரி திகட்டத் திகட்ட அன்பு காட்டினார் அப்பா.

'ஊர் உலகத்துல இல்லாத பையனைப் பெத்துட்ட மாதிரி, இது என்ன அளவுக்கு மீறி இப்படிச் செல்லம்

குடுக்கறீங்க. நாளைக்கு இவன் கெட்டுக் குட்டிச் சுவராத்தான் போகப் போறான்' என்று கத்துவாள் அம்மா.

அப்பா தனக்குள் சிரித்துக் கொள்வார்.

'நீ ஒண்ணும் கவலைப்படாதே. அவ அப்பிடித்தான் கத்துவா. டேக் இட் ஈஸி' என்று எனக்கு வேறு ஆறுதல் சொல்வார்.

எனக்குப் பிறகு வேறு குழந்தைகள் ஏதும் பிறக்க வில்லை. அம்மாவுக்குக் கர்ப்பப்பையில் பிரச்சினை. எங்கெங்கோ போய் சிகிச்சை எடுத்துக்கொண்டும் பலனில்லாமல் போயிற்று. எனவே, நான் மட்டும் தான் இனிமேல் ஒரே பிள்ளை என்பது உறுதியானது. ஏற்கனவே செல்லம் கொடுத்து வளர்க்கப்பட்ட நான் இப்போது ஒரே பையன் என்ற காரணத்தால் இன்னும் அதீத கவனிப்புக்குள்ளானேன்.

வீட்டில் அப்பா அம்மாவைத் தவிர இன்னும் இரண்டு பேர் இருந்தார்கள். பேபி சரோஜா அத்தையும் அவளது மகன் நரேந்திரனும். அம்மாவுக்கு வீட்டு வேலை களில் அத்தை ஒத்தாசையாக இருந்தாள். நரேந்திரன் எனக்கு ஒத்தாசையாக இருந்தான். என்னைப் பத்திர மாகப் பார்த்துக் கொள்ளும் பொறுப்பு அவன் வசம் ஒப்படைக்கப்பட்டிருந்தது. நான் அழுதால் உடனே நரேந்திரனுக்குத்தான் அடி விழும். அந்த வேடிக்கையை ரசிப்பதற்காகவே வேண்டுமென்றே தேவையில்லாமல் அழுவேன். உடனே அப்பா எரிச்சலில் அவனை அடிப்பார். அவன் அடிவாங்கியபின் என்னை ஆத்திர மாக முறைத்துப் பார்ப்பான். நல்ல தமாஷ்.

தினமும் காலையில் நரேந்திரன் என்னைப் பள்ளிக்கு அழைத்துப் போவான். முன்னால் நான் கை வீசி நடந்து போவேன். எனக்குப் பின்னால் நரேந்திரன் என் ஸ்கூல் பை, தண்ணீர் புட்டி போன்றவற்றை ஒரு 'போர்ட்டர்'

மாதிரி பவ்யமாகத் தூக்கிக்கொண்டு வருவான். எனக்குக் கால் வலித்தால் அந்தச் சுமைகளோடு சேர்த்து என்னையும் தூக்கிக்கொண்டு போவான். நண்பகல் வேளையில் எனக்கு வீட்டிலிருந்து சாப்பாடு கொண்டு வந்து ஊட்டி விடுவான். பின்பு சாயந்திரம் ஸ்கூல் முடிந்ததும் வீட்டுக்கு அழைத்துப் போவான். பாவம், அவனுக்கு மேற்கொண்டு படிக்க ஆசை. அப்பாவுக்கு அவனை மேற்கொண்டு படிக்க வைப்பதில் நாட்ட மில்லை.

இவனெல்லாம் படித்து முடித்து என்ன செய்யப் போகிறான். இவனுக்கு எப்படியும் இவன் அப்பன் புத்திதான் இருக்கும். இவனுக்கு செலவு செய்வது பாம்புக்குப் பால் ஊற்றி வளர்ப்பது போல என்பார் அப்பா. அத்தையையும் நரேந்திரனையும் பார்க்கப் பாவமாகத்தான் இருக்கும். அத்தைதான் எவ்வளவு மன்றாடினாள். மேற்கொண்டு படிக்க வைக்கா விட்டால்கூடப் பரவாயில்லை. வேலை வாங்கித் தருமாறு கெஞ்சினாள் பாவம். சரி, படிக்க வைக்கத்தான் இஷ்டமில்லை. நரேந்திரனுக்கு அப்பா தன்னுடைய அலுவலகத்தில் கடைநிலை ஊழியன் வேலை வாங்கிக் கொடுத்திருக்கலாம்தான். ஒரு தடவை நானேகூட அப்பாவிடம் கேட்டேன்.

'அப்பா, நரேந்திரன் பாவம்ப்பா. அவனுக்கு உங்க ஆபீஸ்ல வேலை வாங்கிக் குடுங்கப்பா.'

'அப்ப உன்னை யார்ரா பாத்துக்கறது? இவன் ஒண்ணும் ஆபீசுக்குப் போய் வெட்டி முறிக்க வேண்டிய தில்லை. உன் வேலையைப் பார்த்துக்கிட்டாலே போதும்.'

***

கொஞ்ச நாட்களில் அப்பா நரேந்திரனை மாடி வீட்டு வட இந்தியரான டாண்டனின் கடையில் வேலைக்கு

அமர்த்தினார். அதற்கு ஓர் உள்நோக்கம் இருந்தது. நரேந்திரனை வேலைக்கு வைத்து விட்ட மாதிரியும் ஆயிற்று. டாண்டனின் கடைக்கு வேலைக்குப் போவதால் என்னைப் பள்ளிக்குக் கொண்டுபோய் விடுவது; மீண்டும் சாயந்திரம் பள்ளியிலிருந்து திருப்பி அழைத்து வருவது போன்ற பொறுப்புகள் பாதிப்படையாத மாதிரி பார்த்துக்கொண்டாயிற்று. நரேந்திரனை வேலைக்கு அனுப்பப் போவதாக அப்பா முதலில் சொன்னபோது திடுக்கிட்ட என்னுடைய அம்மா, அப்பாவின் இந்த யோசனையைக் கேட்டதும் நிம்மதி அடைந்தாள்.

நரேந்திரனுக்கு அந்த வேலையில் விருப்பமில்லை. வேண்டா வெறுப்பாக அந்த வேலைக்குப் போய் வந்தான். நரேந்திரன் கதை எழுத ஆரம்பித்தது அவன் வாழ்க்கையில் ஒரு மாற்றத்தைக் கொண்டுவந்தது. அது யாருமே எதிர்பார்க்காத மாற்றம். அப்பாகூட உண்மையில் மிரட்சி அடையவே செய்தார். நரேந்திரன் எழுதிய கதைகளை அப்பாவின் அலுவலகத்தில் உள்ளவர்கள் பாராட்டியபோது மிகவும் சங்கடத்துக்குள்ளானார். 'வெட்டியா கதை எழுதற நேரத்தில் வீட்டு வேலைகள் செய்யலாமே' என்று அம்மா ஆலோசனை வழங்கினாள்.

'வீட்டு வேலைகள் செய்த பின்பு ஓய்வு நேரத்தில் தானே கதை எழுதுகிறேன்' என்று நரேந்திரன் அம்மா விடம் பதில் சொல்லப்போய் அதை அவள் அப்பா விடம் ஒன்றுக்குப் பத்தாக கோள் சொல்லி அடிக்க வைத்தாள். நரேந்திரனைப் பார்க்கவே பரிதாபமாக இருந்தது. முதல் தடவையாக அம்மாவின் மீதும் அப்பாவின் மீதும் எனக்கு வெறுப்பு ஏற்பட்டது.

நரேந்திரன் பத்திரிகை ஒன்றில் வேலைக்குப் போனதும், நான் பள்ளிப்படிப்பை முடித்ததும் ஒரே சமயத்தில் நடந்தன. நரேந்திரன் புது வேலை கிடைத்த

பின் எங்கள் வீட்டிலிருந்து தன் அம்மாவை அழைத்துக் கொண்டு தனிக் குடித்தனம் போனான். 'அவன் உருப்பட மாட்டான். வீணாய்ப் போவான். நீ நடுத் தெருவில் நிற்பாய்,' என்று சாபமிட்டு அப்பாவும் அம்மாவும் அவர்களை வழியனுப்பி வைத்தார்கள்.

தூறிக் கொண்டிருந்த மழையில் அகதிகளைப் போல அவர்கள் இருவரும் போனார்கள். அப்போது அத்தை அழுதுகொண்டே போனது இன்னமும் எனக்கு ஞாபகம் இருக்கிறது.

நான் பொறியியல் கல்லூரி ஒன்றில் மின்சாரம், மின்னணு தொடர்பான பிரிவில் இளநிலை பட்டம் படிக்க இடம் கிடைத்து சேர்ந்தேன்.

சென்னையிலேயே எனக்கு ஏதாவது ஒரு பொறி யியல் கல்லூரியிலோ அல்லது தொழில் நுட்பக் கல்லூரி யிலோ இடம் கிடைத்திருந்தால் என் வாழ்க்கை வேறு விதமாகப் போயிருக்கக் கூடும். திருச்சி பொறியியல் கல்லூரியில் இடம் கிடைத்ததால் இந்த விதமாக மாறிவிட்டது என்று நினைக்கிறேன். அதனால் எனக்கு வருத்தம் ஏதும் இல்லை.

எனக்குத் திருச்சி பொறியியல் கல்லூரியில் இடம் கிடைத்ததில் அப்பா பரவசத்தின் உச்சத்தில் இருந்தார். என்னமோ அவருக்கே இடம் கிடைத்துவிட்ட மாதிரி அந்தரத்தில் நடந்தார். எதிர்ப்பட்ட அத்தனை பேரிடமும் சொல்லிச் சொல்லி சந்தோஷப்பட்டார். ஊரிலிருந்த அத்தனை உறவினர்களையும் தேடிப்போய் ஒரு கடமை நிறைவேற்றம் போலச் சொல்லி விட்டு வந்தார். 'எங்க பரம்பரையிலேயே முதல் இஞ்சினீயர் இவன்தான்' என்று டமாரம் அடித்தார்.

'பரவாயில்லே, உங்க பையன் வாழ்க்கையே மாறிப் போகப் போகுது. படிச்சு முடிச்சதும் அமெரிக்கா லண்டன்னு போயிடுவான். நீங்களும் ரிடயர் ஆனதும்

ஃபாரின்ல போய் செட்டில் ஆயிடுவீங்க' என்றார், மாடி வீட்டு டாண்டன் அங்கிள். தன்னுடைய வாழ்நாளின் லட்சியமே தான் ஓர் இஞ்சினீயர் ஆக வேண்டுமென்று இருந்ததையும், எப்படி தன்னால் அதை அடைய முடியாமல் போய்விட்டது என்பதையும் ஒரு சோகக் கதையாக விவரித்துச் சொன்னார். தன்னுடைய வாரிசு களையாவது இஞ்சினீயராக்கலாம் என்று பார்த்தால் சனியன்கள் கணக்கிலும் விஞ்ஞானத்திலும் ஃபெயில் மார்க் வாங்கி மானத்தை வாங்குகிறார்கள் என்று சொல்லி வேதனைப்பட்டார்.

எனக்கும்கூட நான் இஞ்சினீயரிங் படித்து முடித்ததும் வெளிநாடு போய் 'செட்டில்' ஆகிவிடுவேன் என்று தான் தோன்றியது.

கல்லூரியின் மாணவர்கள் தங்கும் விடுதியில் என்னைச் சேர்த்தபோது அப்பா பெரிதும் மனம் உடைந்து போனார். இதுவரை ஒருநாள்கூட என்னைப் பிரிந்ததே இல்லை அவர். இப்போது நான்கு ஆண்டுகள் என்னைப் பிரிந்திருக்க வேண்டுமே என்று நினைக்கை யில் கலகலத்துப் போனார். எனக்கும்கூட வருத்த மாகத்தான் இருந்தது. வீட்டில் சகல வசதிகளுடன் இருந்து விட்டு இங்கே தன்னந்தனியாக, வசதிக் குறை வான வாழ்க்கை வாழ வேண்டியிருக்கும் என்பதில் நானும் கொஞ்சம் ஆடித்தான் போனேன். வேறு வழியில்லை. கலையிலோ அறிவியலிலோ பட்டம் பெற்றால் எங்காவது அரசுத்துறையிலோ, வங்கியிலோ சாதாரண சம்பளத்தில் பணிபுரிய வேண்டி வரும். ஆனால், பொறியியல் துறை என்னை வாழ்க்கைப் படிக்கட்டில் உயர்ந்த இடத்தில் கொண்டுபோய்ச் சேர்க்கும். பரமபத விளையாட்டில் ஒவ்வொரு கட்ட மாகப் போய்க்கொண்டிருக்கும் ஒருத்தன் திடீரென்று ஏணி கிடைத்து மேல் வரிசைக்குப் போவது போலத்தான்.

அப்பாவும் அதனால்தான் வேறு வழியின்றி என்னைத் தன்னந்தனியே விட்டுவிட்டுப் புறப்பட மனமில்லாமல் புறப்பட்டுப் போனார்.

ஹமீது, செந்தில்குமார், சங்கரன் இந்த மூன்று பேரும் என் அறையில் தங்க வந்த சக மாணவர்கள். ஹமீது திருச்சி பெரம்பலூரைச் சேர்ந்தவன். செந்தில் குமார் ராமநாதபுரம் மாவட்டத்துக்காரன். சங்கரன் சென்னையைச் சேர்ந்த பிராமணப் பையன். ஹமீதும் செந்திலும் விடுதிக்கு வந்த முதல் நாளே என்னுடன் பசைபோல் ஒட்டிக்கொண்டார்கள். தேங்காய் எண்ணெய், பற்பசை, துணி துவைக்கும் சோப்பு போன்றவற்றை என்னிடமிருந்து உரிமையோடு வாங்கிப் பயன்படுத்திக்கொண்டார்கள். சங்கரன் மட்டும் விலகி இருந்தான். எங்கள் நால்வரில் நான்தான் வசதி யான பையன். எனக்கும் அவர்களுக்காக விட்டுக் கொடுப்பதில் தயக்கமேதும் இல்லை. இதில் சங்கரன் மட்டும் எங்களுடன் ஒட்டாமல் இருப்பான். உடலாலும் மனதாலும் ஒதுங்கியே இருப்பான்.

இருந்தாலும் நாங்கள் அதைப் பொருட்படுத்தாமல் அவனை எங்களோடு சேர்த்துக் கொண்டேதான் இருந்தோம்.

ஹமீது வெண்மையான சருமத்துடனும் நீண்ட மெல்லிய சிவந்த விரல்களுடனும் ஒரு பெண்ணைப் போல் இருப்பான். நான் அடிக்கடி அவனை கேலி செய்வேன்.

'டே நீ மட்டும் பெண்ணாகப் பிறந்திருக்கக் கூடாதா? நான் உன்னைக் கல்யாணம் செய்துகொண்டு இருந் திருப்பேனே.'

அவனும் சிரித்துக் கொண்டே 'இப்போது கூட ஒன்றும் தலைக்கு மேல் போய்விடவில்லையே. நான் அறுவை சிகிச்சை செய்துகொண்டு பெண்ணாக மாறி

விடுகிறேன். நாம் கல்யாணம் செய்துகொண்டு விடலாமே' என்பான்.

'மார்பகத்துக்கு என்ன செய்வது?'

'அதுவாக பெரிய விஷயம்? ஹார்மோன் ஊசி போட்டு மார்பைப் பெரிதாக்கிக் கொள்ளலாம். இந்தக் காலத்தில் பெண்களேகூட சிலிக்கானால் ஆன செயற்கை மார்பகங்களைப் பொருத்திக் கொள்கிறார்கள். அதைப் போல் நானும் செய்து கொள்கிறேன்.'

உடனே நாங்கள் மூவரும் விழுந்து விழுந்து சிரிப்போம். சங்கரன் மட்டும் இந்தப் பேச்செல்லாம் காதிலேயே விழாதமாதிரி இருப்பான். பின்னாளில் இந்த விளையாட்டான பேச்சையெல்லாம் எனக்கு எதிரான சாட்சியமாக மாற்றி, நீதிமன்றத்தில் என்னை மீள முடியாதபடி சிக்க வைத்தவனும் அவன்தான்.

நாங்கள் மூன்று பேரும் சதா ஒன்றாகவே இருப்போம். விடுதியில் இருந்தாலும் சரி, கல்லூரிக்குப் போனாலும் சரி இணை பிரிய மாட்டோம். எங்களைத் தவிட்டுக் குருவிகள் என்று அடையாளப்படுத்துவார்கள். தவிட்டுக் குருவிகள் எங்கே போனாலும் ஒன்றாகத் தான் போகும். ஒரு தவிட்டுக் குருவி நம் கண்ணில் பட்டால், மற்ற குருவிகள் அக்கம் பக்கத்தில் பத்தடி சுற்றளவுக்குள்தான் திரிந்துகொண்டிருக்கும். வாழ்க்கை ஒரே சீராக ஓடிக்கொண்டிருந்தது. மாதந்தோறும் அப்பா ஊரிலிருந்து பணம் அனுப்புவார். தேவைக்கு மேலேயே அனுப்பி வைப்பார். பணத்தைத் தாராளமாக செலவு செய்வேன். நண்பர்களுக்குக் கடன் கொடுப்பேன். நான் ஹாஸ்டலில்கூட வீட்டில் இருப்பதைப் போன்ற வசதியான வாழ்க்கைதான் வாழ்ந்து கொண்டிருந்தேன்.

அப்போதுதான் புதிதாக ஓர் இளைஞன் எங்களுக்கு அறிமுகமானான். அவன் பெயர் ராபர்ட் மார்டின். பக்கத்து அறைவாசியான அவனுடன் 'ஹலோ'

சொல்வதுடன்தான் எங்கள் நட்பு துளிர்த்தது. நாளடைவில் வளர்ந்தது. காண்டீன், சினிமா என்று செழித்தது. எங்கள் ரூமுக்கு அவன் வந்து மணிக் கணக்கில் அரட்டை அடிப்பதும் அவன் அறையில் நாங்கள் பொழுது போக்குவதுமாக எங்கள் நட்பு இறுக்கம் அடைந்தது.

ராபர்ட் மார்டின் எல்லோரிடமும் கலகலப்பாகப் பேசிப் பழகுவான். எதற்குமே கவலைப்பட மாட்டான். அவன் ஒரு நூதனமான அறிவாளி. அவன் சிந்திப்பதும் பேசுவதும் வித்தியாசமாக இருக்கும். அதற்காகவே அவனை மற்றவர்கள் விரும்பவும் செய்தார்கள். வெறுக்கவும் செய்தார்கள்.

வேடிக்கையான மனிதன் அவன். எல்லோராலும் நம்பப்படும் விஷயங்களை சந்தேகத்துக்கு உட்படுத் துவான்.

அவன் சீரியஸாகச் சொல்கிறானா விளையாடு கிறானா என்றே கண்டுபிடிக்க முடியாது.

'கடவுள் இல்லை; அது ஒரு கருத்துருவாக்கம்' என்று சொல்லுவான். 'நம்முடைய நல்லது கெட்டதுக்கு நாம்தான் காரணம். விதியென்று ஒன்றும் இல்லை' என்று தீர்மானமாக அறிவிப்பான்.

'உபரியாக ஒருத்தன் வைத்திருக்கும் பணம், பைசா இல்லாமல் கஷ்டப்படும் பலரிடமிருந்து மறைமுக மாகத் திருடப்பட்டது' என்பான். 'எனக்குக் கீழே கூலிக்காரர்கள், விவசாயிகள், பிச்சைக்காரர்கள், விபசாரிகள் என்று ஏகப்பட்ட வறிய மக்கள் வாழ்க்கை யில் உழன்று துன்புறும்போது நான் மட்டும் எப்படி வெள்ளையும் சள்ளையுமாக வசதியாக இருந்து கொண்டு நிம்மதியாக இருக்க முடியும். அப்படி இருக்க முடிந்தால் என்னைவிட அயோக்கியன் வேறு யார் இருக்க முடியும்?' என்று சிரித்தபடி கேட்பான்.

அவனுக்குப் பயந்தே சங்கரன் எங்கள் அறையை மாற்றிக் கொண்டு வேறு அறைக்குப் போனான்.

ஒரு தடவை ஒரு பாதிரியார் இவனிடம் சிக்கிக் கொண்டு படாதபாடு பட்டார்.

'பைபிளின்படி ஆதியில் வானமும் நீரும் இருந்தது. கடவுள்தான் வானத்தையும் நீரையும் தனியே பிரித்தார். ஆக, ஏற்கனவே வானம் இருந்திருக்கிறது. நீர் இருந் திருக்கிறது. நீர் இருந்தது என்றாலே அதைத் தாங்கி நிற்க நிலமும் இருந்தது என்றுதானே அர்த்தம்? சரி, நீர் என்பது H_2O அதாவது ஹைட்ரஜன் + ஆக்ஸிஜன். உயிருக்கு ஆக்ஸிஜன் தேவை. உணவுக்கு ஹைட்ரஜன் தேவை. ஆக, ஆதியில் எல்லாமே இருந்திருக்கிறது. இதில் கடவுள் எதைத்தான் படைத்தார்?'

'அது கிடக்கட்டும். ஆதியில் கடவுள் முதல் மனித இனமான ஆதாம் ஏவாளைப் படைத்தார். ஆதாமுக்கும் ஏவாளுக்கும் இரண்டு ஆண் குழந்தைகள் பிறந்தன. அவர்கள் காயீன், ஆபேல். காயீனுக்கும் ஆபேலுக்கும் பின்னர் மனித வம்சம் எப்படி விருத்தியடைந்தது?'

'மாற்க், லூக்கா, மத்தேயு, யோவான் போன்ற நான்கு சீடர்களும் எழுதி வைத்திருக்கும் சுவிசேஷங் களில் ஒன்றுக்கொன்று நிறைய முரண்பாடுகள் இருக் கின்றன. இந்த நான்கில் எது சரியானது?'

இவனிடம் தொடர்ந்து பேசமுடியாமல் பாதிரியார் ஓடியே போய்விட்டார்.

நாங்கள் விழுந்து விழுந்து சிரித்தோம்.

அவனிடமிருந்து நான் முதலில் மார்க்ஸ் எங்கெல்ஸ் எழுதிய 'கம்யூனிஸ்ட் கட்சி அறிக்கை' என்ற புத்தகத்தை வாங்கிப் படித்தேன். அதன் ஆரம்ப வரியே கவர்ச்சிகர மாக இருந்தது.

'ஐரோப்பாவை ஒரு பூதம் பிடித்தாட்டுகிறது; கம்யூனிஸம் என்ற பூதம்...' பின்பு மார்க்ஸின்

'கூலியுழைப்பும் மூலதனமும்' மாவோவின் 'முரண்பாடு களைப் பற்றி' பிளெஹானவின் 'வரலாற்றில் தனிநபர் வகிக்கும் பாத்திரம்' லெனினின் 'அரசும் புரட்சியும்' என்று தொடர்ந்து வாசித்துக்கொண்டே போனேன். என்னையுமறியாமல் நான் ஒரு கம்யூனிஸ்ட் ஆகி வருவதை உணர்ந்தேன்.

நான் யார்? வரலாற்றில் நான் வகிக்கும் பாத்திரம் என்ன என்பது போன்ற கேள்விகள் எனக்குள் எழுந்தன. வரலாறு என்ற இயக்கத்தில் நான் ஒரு துளி. வரலாற்றில் நான் இயங்கிக் கொண்டிருக்கிறேன். எனக்குள்ளும் ஒரு வரலாறு இயங்கிக்கொண்டிருக்கிறது. நான் தனிநபர் அல்ல. ஒரு சமூகம் என்னைப் பொதித்து வைத்திருக்கிறது. என்னுடைய விடுதலை என்பது சமூகத்தின் விடுதலை. சமூகத்தை விடுவிப்பதன் மூலமே என்னுடைய விடுதலை எனக்கும் சாத்தியம் என்றெல் லாம் நான் யோசிக்க ஆரம்பித்தேன். பிரபஞ்சத்தில் தனி என்று எதுவும் இல்லை. மொத்த நிகழ்வின் ஒரு கூறுதான் நான். மொத்தம் ஒரு மாதிரியும் நான் மட்டும் தனியாக வேறுமாதிரியும் இருப்பது எப்படி சாத்தியம்?

ஒருதடவை விடுமுறைக் காலத்தின் போது ஊருக்குப் போயிருந்தேன். அப்போது கோர்பசேவின் பெரஸ்த்ரோய்க்காவைக் கையில் வைத்திருந்தேன். அப்பா பயந்தே போனார். இதெல்லாமா படிக்கிறாய்? என்றார் கவலையுடன். 'ஆமாம், இதிலென்ன தப்பு?' என்று கேட்டேன். 'தப்பெல்லாம் ஒன்றும் இல்லை. நாலு விஷயத்தைத் தெரிந்து கொள்வது நல்லதுதான்' என்றார். ஆனால் அதைச் சொன்னபோது அவர் முகம் நன்றாக இல்லை என்று தோன்றியது.

வார விடுமுறை நாட்களில் நானும் ஹமீதும் ராபர்ட் மார்டினுடன் கிராமங்களில் களப்பணிக்குப்

போவோம். திருச்சியை ஒட்டியிருக்கும் கிராமங்களில் வசிக்கும் மக்களுக்கு விழிப்புணர்ச்சி ஏற்படுத்தி அவர் களைப் புரட்சிக்குத் தயார் செய்வது எங்கள் திட்டமாக இருந்தது. ஹமீதும், செந்தில்குமாரும் எங்களுடன் தங்களையும் இணைத்துக்கொண்டார்கள்.

எங்களுக்கு ஸ்டாலினின் 'ஒரு தேசத்தில் மட்டும் புரட்சி' என்ற கருத்தில் உடன்பாடில்லை. ட்ராட்ஸ்கி யின் 'மொத்தப் புரட்சி'யைப் பரிசீலித்துப் பார்க்க விரும்பினோம். அதே சமயத்தில், அண்டோனியோ கிராம்சியின் ஹிஸ்டோரிகல் பிளாக்கை இந்தியாவில் பொருத்திப் பார்த்தோம். அதன்படி ஒரு புரட்சிகர மான சூழலை உருவாக்குவதற்கான புறநிலை, அக நிலைச் சக்தியின் ஒருங்கிணைவு தற்போது உருவாகி இருப்பதாகக் கண்டறிந்தோம்.

கடைசியில் மாவோவின் பாணியிலான கம்யூனிஸம் மட்டுமே இந்தியாவுக்கு ஏற்றது என்றும் முடிவு செய்து கொண்டோம். 'சுதந்திரம் என்பது பிரிவு படாதது' என்றார் மார்க்ஸ். 'பெருந்தொழில் என்ற அமைப்பும் சோஷலிசமும் ஒத்துப் போக முடியாத விஷயங்கள்' என்பது எங்கல்ஸின் கோட்பாடு. இந்த இரண்டும் சோவியத் யூனியனில் மீறப்பட்டன.

'தொழிலாளி வர்க்கத்துக்குத் தந்த முன்னுரிமையை விவசாயிகளுக்குத் தரவில்லை' 'மனித உரிமைகளைப் பற்றித் துளியும் கவலைப்படவில்லை'

'ஹிட்லர் ஆரிய இனத்தின் பெயரால், நாஜிகளுக்காக லட்சக்கணக்கான மக்களைக் கொன்றதற்கும், ஸ்டாலின் சோஷலிஸத்தின் பெயரால் லட்சக்கணக்கான மக்களைக் கொன்றதற்கும் அதிக வித்தியாசமில்லை; லட்சியத்தில் மட்டும்தான் வித்தியாசம்.'

இதற்கெல்லாம் காரணம் என்ன?

ஜாரின் ஆட்சி என்கிற அமைப்பை போல்ஷ்விக்குகள்

எதிர்த்தார்கள். தகர்த்தார்கள். பின்பு போல்ஷ்விக்குகள் ஓர் அமைப்பாக உருவானார்கள். அந்த அமைப்பும் தனக்குள் ஒரு ஆன்டி-தீஸிஸ்ஸை உருவாக்கியது. அதற்குக் காரணம் அளவற்ற அதிகாரக் குவிப்பு. ஒவ்வொரு அமைப்புக்குள்ளும் மையப்படுத்தப்பட்ட அதிகாரம் ஓர் எதிர் அமைப்பு உருவாகக் காரணமா கிறது. இதுதான் சோவியத் யூனியனின் கம்யூனிஸம் வீழ்ச்சியடையக் காரணம் என்றெல்லாம் நாங்கள் விவாதித்தோம்.

எங்கள் தேடலும், தீவிரமான உந்துதலும் பொன் பரப்பி, பெரம்பலூர், அரியலூர் பகுதிகளில் இயங்கிக் கொண்டிருந்த தமிழ்த் தேசிய மார்க்சியர்களுடன் தொடர்பு ஏற்படுத்திக்கொள்ள வைத்தன. நாங்கள் கொள்கையிலிருந்து நடைமுறைக்கு நகர்ந்தோம். அடுத்த கட்டத்துக்குத் தயாரானோம்.

விரைவிலேயே, 'டெட்டனேட்டர்'களால் இயக்கக் கூடிய வெடிகுண்டுகளைச் செய்யக் கற்றுக் கொண்டோம். ஏதாவது செய்தாக வேண்டும். எங்கள் இருத்தலை இந்த உலகத்துக்குக் காட்ட வேண்டும் என்று தவித்தோம். ஏதாவது ஒரு முக்கியமான பிரச்சினையில் அரசுக்குப் புத்தி புகட்டுகிற மாதிரியும், பொதுமக்களின் கவனத்தை ஈர்க்கிற மாதிரியும் ஏதாவது செய்யத் தீர்மானித்தோம். ஒரு குண்டு வெடிப்பை நிகழ்த்திக் காட்ட முடிவெடுத் தோம். இந்தியாவில் மக்களுக்கு எதிரான பிரச்சினை களுக்குத்தான் பஞ்சமே இல்லையே.

நாங்கள் காத்திருந்த நாளும் வந்தது.

மத்திய அமைச்சர் ஒருவர் ஏதோ ஓர் அரசு விழாவில் கலந்துகொள்ள திருச்சி வருவதாகத் தெரிந்து கொண்டோம். எங்களுக்கு இது ஒரு நல்ல வாய்ப்பு என்றே தோன்றியது. இந்தியப் பொருளாதாரக் கொள்கையின்மீது எதிர்ப்பு தெரிவித்து ஒரு குண்டு

வெடிப்பை நிகழ்த்திக் காட்ட முடிவு செய்தோம். மத்திய அமைச்சர் வந்துகொண்டிருந்த ரயில் தண்டவாளத்தில் சக்தி வாய்ந்த குண்டுகளை வைத்து வெடிக்கச் செய்தோம். தண்டவாளம் விலகி அமைச்சர் வந்த ரயில் தடம் புரண்டது. நாங்கள் யாரையும் கொல்ல விரும்பவில்லை. ஓர் அதிர்ச்சியை மட்டும் கொடுக்க விரும்பினோம். அதனால் திட்டமிட்டு ரயிலுக்குச் சேதம் நேராமல் தண்டவாளத்தை மட்டும் தகர்த்தோம். பயணிகளும் அமைச்சரும் லேசான காயங்களுடன் உயிர் தப்பினார்கள். எல்லாப் பத்திரிகை களிலும் டிவி சானல்களிலும் இந்தத் தகவல்தான் வலம் வந்தது. ரயில் தண்டவாளத்தின் அருகே நாங்கள் போட்டு வைத்திருந்த துண்டுப் பிரசுரங்கள் எங்கள் இயக்கத்துக்கு லண்டன் பிபிசி வரை புகழ் பரப்பின. எங்களுக்குப் பெருமையாகவும் உற்சாகமாகவும் இருந்தது.

துரதிருஷ்டவசமாக எங்கள் இயக்கத்தைச் சேர்ந்த பெரம்பலூர் பகுதித் தோழர்களில் சிலர் உணர்ச்சி வசப்பட்டு தனிநபர் கொலைகளில் இறங்கினர். இதில் எங்களுக்கு உடன்பாடில்லை. ஒரு ஜாரைக் கொல் வதால் பிரச்சினை தீராது. இன்னொரு ஜார் பதவிக்கு வந்து அதே வேலையைச் செய்வான். நமது நோக்கம் தனிநபர்களைக் கொல்வதல்ல. இந்த அமைப்பையே மாற்றியமைப்பதுதான். ஒரு கந்து வட்டிக்காரனையும் அத்தியாவசியப் பொருட்களைப் பதுக்கி வைத்திருந்த வியாபாரியையும் அடுத்தடுத்துக் கொல்வதால் பிரச்சினை தீரப்போவதில்லை. தோழர்கள் நாங்கள் சொல்லியும் கேளாமல் சில சமூக விரோதிகளைக் கொன்றனர். கொன்ற இடத்தில் இயக்கத்தின் துண்டுப்பிரசுரங் களைப் போட்டுவிட்டுச் சென்றனர்.

போலீஸ் எங்களைத் தீவிரமாகத் தேடியது.

ஏற்கனவே வெடிகுண்டு வழக்கில் வெடிகுண்டு தயாரிக்கப்பட்ட விதம், வெடிக்கச் செய்யப்பட்ட தன்மை ஆகியவற்றைக்கொண்டு இதில் தொழில் நுட்பம் தெரிந்த மூளைகள் சம்பந்தப்பட்டிருக்கலாம் என்று போலீஸார் சந்தேகப்பட்டார்கள். எங்கள் கல்லூரி மாணவர்கள் மேல் அவர்கள் கவனம் பதிந்தது. போதாததற்குக் கொலை நடந்ததை நேரில் பார்த்த ஒரு வழிப்போக்கன் கொலையாளியையும் அவன்கூடப் பரிச்சயமாகித் திரிந்துகொண்டு இருந்த இன்னொருத் தனையும் அடையாளம் காட்டினான். அந்த இன்னொ ருத்தன் ராபர்ட் மார்டின். இருவரும் மாட்டிக் கொண்டார்கள். ராபர்ட் மார்ட்டினைப் பிடிக்க அவர்கள் எங்கள் விடுதிக்கு வந்தபோது மார்டினின் சகாக்கள் என்பதால் நானும் ஹமீதும்கூட சிக்கிக் கொண்டோம்.

கல்லூரி நிர்வாகம் தங்கள் கல்லூரியில் தீவிரவாதிகள் இருக்கிறார்கள் என்று வெளியில் தெரிந்தால், கல்லூரி யின் பேர் கெட்டுப் போகுமே என்று பயந்தது. அதனால் போலீஸ் அதிகாரிகளிடம் கெஞ்சி மன்றாடிக் கேட்டுக் கொண்டு, மற்ற தீவிரவாதிகளை ஒரு வழக்கிலும் எங்கள் கல்லூரி மாணவர்களைத் தனி வழக்காகவும் பிரித்து நடத்துமாறு கேட்டுக் கொண்டது.

அதன் விளைவாக பிடிபட்ட ஐந்து தீவிரவாதிகளில் இரண்டு பேர் என்கௌண்டர் என்ற பெயரில் ஓட விட்டுச் சுட்டுக் கொல்லப்பட்டார்கள். இருவரில் ஒருத்தர் கொலைகளைச் செய்த தோழர் பாலகுரு. இன்னொருத்தன் ராபர்ட் மார்டின். மற்ற மூன்று பேரும் சிறையில் அடைக்கப்பட்டோம்.

ராபர்ட் மார்டின் கொலை வேறு விதமாகச் சித்திரிக்கப்பட்டது.

பொறியியல் கல்லூரி மாணவர்களான நானும்

ஹமீதும் ஓரினப் புணர்ச்சியாளர்களாம். புதிதாக வந்து சேர்ந்த ராபர்ட் மார்ட்டினுக்கும் ஹமீதின் மேல் ஒரு கண் இருந்ததாம். அவனும் ஹமீதின் காதலைப் பெறப் படாதபாடு பட்டானாம். எனக்கும் மார்டினுக்கும் இடையே மோதல்கள் நடந்தனவாம். தொடர்ந்து ஹமீதை அடைவது யார் என்ற பிரச்சினையின் காரண மாக நான் ராபர்ட் மார்டினைச் சுட்டுக் கொன்று விட்டேனாம். இந்தக் கொலைக்கு ஹமீதும் உடந்தை யாம். ராபர்ட் மார்டினை நான் சுட்டதற்குப் பயன் படுத்தியதாகக் கூறப்பட்டு ஒரு கைத்துப்பாக்கியும் கோர்ட்டில் சமர்ப்பிக்கப்பட்டது.

தினசரி, வார, மாத இதழ்கள் இந்தக் கதையைப் பத்தி பத்தியாக சுவாரஸ்யமான கதையாக தங்கள் இஷ்டத்துக்குப் புனைந்து வெளியிட்டன. கல்லூரி மாணவர்களான நாங்கள் ஒரு புரட்சி இயக்கத்தைச் சேர்ந்தவர்கள் என்கிற விஷயமே மறைக்கப்பட்டு நாங்கள் படுகேவலமாகச் சித்திரிக்கப்பட்டோம்.

கோர்ட் விசாரணையின்போது எங்கள் அறையில் தங்கியிருந்த சங்கரன் எங்களுக்கு எதிராக சாட்சி சொன்னான்.

'டே நீ மட்டும் பெண்ணாகப் பிறந்திருக்கக்கூடாதா? நான் உன்னைக் கல்யாணம் செய்துகொண்டு இருந் திருப்பேனே' என்று ஹமீதிடம் நான் விளையாட்டாகச் சொன்ன வார்த்தைகளை எனக்கு எதிராகத் திருப் பினான் சங்கரன். இந்த உரையாடலை வைத்து எனக்கும் ஹமீதுக்கும் இடையே ஓரினப் புணர்ச்சி உறவு நிலவிய தாக நிறுவப்பட்டது.

நாங்கள் விரக்தியடைந்தோம். சமூகத்தைப் புரட்டிப் போடும் கனவுகளுடன்தான் நாங்கள் இந்தப் புரட்சி கர இயக்கத்துக்கு வந்தோம். வெற்றி பெற்றால் ஒன்று மாவோவைப்போல மகத்தான வெற்றி பெற

வேண்டும். தோற்றால் வரலாற்றில் முதல் புரட்சிக் காரன் ஸ்பார்டகஸைப் போல் கம்பீரமாகத் தோற்று மரணத்தைத் தழுவ வேண்டும் என்றுதான் ஆசைப் பட்டோம். ஆனால் வரலாறு எங்களை வஞ்சித்து விட்டது. நாங்கள் பரபாஸ்களாக மாற்றப்பட்டோம்.

பரபாஸ் உண்மையில் ஒரு புரட்சிக்காரன். யூதர்கள் ரோமானிய அரசால் நசுக்கப்பட்டபோது மக்களுக்கு ஆறுதல் வழங்க யேசு கிறிஸ்து தோன்றியதைப் போலவே ஆளும் வர்க்கத்துக்கு எதிராக மக்களைத் தயார் செய்ய பரபாஸ் தோன்றினான். யேசு மிதவாதி. அதிலும் மதவாதி. அதனால் ரோமானிய மன்னர்கள் இயேசுவை அதிகம் பொருட்படுத்தவில்லை. பரபாஸைப் பற்றித் தான் அரசு அதிகக் கவலைப்பட்டது. இயேசுவை காந்தியடிகளுடன் ஒப்பிட்டால், பரபாஸை பகத் சிங்குக்கு ஒப்பிடலாம். இயேசு 'ஒரு கன்னத்தில் அறைந்தால் மறு கன்னத்தைக் காட்டு' என்று பிரச்சாரம் செய்து ஒடுக்கப்படும் யூதர்களை ரோமானிய ஆதிபத்திய அரசுக்குப் பணிந்து போகுமாறு வற்புறுத்தினார். 'அரசுக்குச் சேர வேண்டியதை தவறாமல் செலுத்திவிட வேண்டும்' என்று ரோமானிய அரசுக்கு ஆதரவான கருத்தியலை விதைத்தார். பரபாஸ் இயேசுவைக் கிண்டல் செய்வான்.

இயேசுவை சிலுவையில் அறைய வேண்டிய நிர்ப்பந்தம் வந்தபோது மன்னன் பிலாத்து மக்கள் முன் பிரதானமான ஒரு கேள்வியை முன்வைத்தான்.

'நம்முன் இரண்டு குற்றவாளிகள் இருக்கிறார்கள். யேசு-பரபாஸ். இந்த இருவரில் யாரை விட்டுவிடலாம்; யாரை சிலுவையில் அறையலாம்?'

மக்கள் கூட்டம் யேசுவைத்தான் சிலுவையில் அறைய வேண்டும் என்று ஆர்ப்பரித்தது. அந்த யூத மக்கள் இடது சாரி பரபாஸ் சாவதை விரும்பவில்லை.

வலதுசாரி யேசுவைத்தான் சிலுவையில் அறைய விரும்பினார்கள். நம் நாட்டிலோ வலதுசாரிகள் தானே மக்களால் பூஜிக்கப்படுகிறார்கள். இடதுசாரிகள் எப்போதுமே மறுதலிக்கப்படுகிறார்கள். ஆக, புரட்சிக்காரன் பரபாஸ் குற்றவாளியாக மக்கள் முன்னால் நிறுத்தப்பட்டு அவமதிக்கப்பட்டு ஓரங்கட்டப்பட்டான். எங்கள் நிலைமையும் பரபாஸின் நிலைமைதான். மக்கள் முன்னால் மோசமான குற்றவாளிகளாகத் தானே சித்திரிக்கப்பட்டிருக்கிறோம்.

பிரெஞ்சுப் புரட்சியாளர்களை பிரான்ஸ் செய்ததைப் போல எங்களையும் நாற்சந்தியில் வைத்து கில்லட்டின் இயந்திரத்தால் சிரச்சேதம் செய்திருந்தால் சந்தோஷப் பட்டிருப்போம். ஆனால் எங்கள் குணத்தை அல்லவா கொலை செய்துவிட்டார்கள். கேரக்டர் அஸாஸினேஷன்! எந்த மக்களுக்காக நாங்கள் போராடினோமோ அந்த மக்களே எங்களைப் பார்த்து பயப்படும்படியும், அருவருத்து ஒதுங்கும் படியும் அல்லவா செய்துவிட்டார்கள். ஃபிடல் காஸ்ட்ரோ சொன்னார்: ‘வரலாறு என்னை விடுதலை செய்யும்’ என்று. அதே போல் வரலாறு அவரை விடுதலை செய்தது. எங்களை என்ன செய்யும்?

23

கணினி சிப்பம் சொன்ன கதை

நான் ஒரு கணினி சிப்பம். ஃப்ளாப்பி, ஒளி - ஒலித் தகடு, டிஜிட்டல் தகடுகளைப் போலவே நானும் ஒரு மென்பொருள் தகவல் இருத்தி. மூளையில் ஓடிக் கொண்டிருக்கும் சிந்தனைகளை என் உடம்பில் பதிவு செய்யமுடியும். பின்பு தேவைப்படும் சமயங்களில் 'வர்ச்சுவல் ரியலைஸர்' என்ற கருவியின் மூலம் என்னுள் உறைந்திருக்கும் வார்த்தைகளையும் படங்களையும் உயிர்ப்பித்துப் பார்க்க முடியும்.

'வர்ச்சுவல் ரியலைஸர்' என்றழைக்கப்படும் அந்தக் கருவி ஒரு ஸ்டெதாஸ்கோப் போலவும் பயன்படுகிறது. இதயத்துடிப்பை அளக்க மார்பின் மேல் வைத்துப் பார்க்கப்படும் ஸ்டெதாஸ்கோப்பைப் போலவே, மண்டையின் மேல் இந்தக் கருவியை வைத்து மூளையில் நிகழ்ந்து கொண்டிருக்கும் சிந்தனைகளை, கனவுகளை எட்டிப் பார்க்க முடியும். மூளையில் பதிக்கப்பட்டிருக்கும் கணினிச் சில்லு கை கட்டிக்கொண்டு பவ்யத் துடன் எல்லாவற்றையும் ஒப்பித்து விடும்.

ஒரு மனித உள்ளங்கையில் வைக்கக்கூடிய அளவில், தட்டையான வட்டவடிவான உருவத்தில் இருக்கும் நான், கா கொண்டு வந்திருக்கும் பழுப்பு நிறக் காகித உறையில் வைக்கப்பட்டு இருக்கும் 'வர்ச்சுவல்

ரியலைஸ்'ரில் பொருத்தி வைக்கப்பட்டிருக்கிறேன்.

கா என்னை 'வர்ச்சுவல் ரியலைஸ' ரோடு சேர்த்து பழுப்பு உறையிலிருந்து வெளியே எடுக்கிறான். பின்பு என்னை அதனுள்ளிருந்து எடுத்துப் பார்க்கிறான். பின்பு மீண்டும் உள்ளே பொருத்தி இயக்குகிறான். என்னுள் இருக்கும் வார்த்தைகள் உயிர் பெறுகின்றன. என் வார்த்தைகளை கா மொழிபெயர்த்து எதிரில் உட்கார்ந்திருக்கும் நரேந்திரனிடம் அவன் மொழியில் சொல்கிறான்.

என் பெயர் ரூ. மனித மூளைகளின் இயக்கத்தையும் அவர்கள் காணும் கனவுகளையும் கண்காணிக்கும் துறையில் நான் தொழில்நுட்பப் பணியாளனாக இருக்கிறேன்.

கனவுகள் சிந்தனைகள் சார்ந்தவை. சிந்தனைகளே கனவுகளாக உருமாறுகின்றன. சிந்தனை என்பதும் ஒரு வகை சக்தியே. உடல் சக்தியைப் போலவே சிந்தனா சக்தியையும் அளக்க முடியும். உடலைப் போலவே உடலில் உதயமாகும் சிந்தனையும் பருப்பொருளால் ஆனதே. பிரபஞ்சம் சக்தியாலும் பருப்பொருளாலும் ஆனது. அரூபமான சக்தியும் ரூபமான பருப்பொருளும் ஒன்றே. அரூபமான சக்தி வடிவம் பெற்று பருப் பொருளாக மாறுகிறது. பருப்பொருள் வடிவத்தை இழந்து தன்னை அருவமாக மாற்றிக் கொண்டு சக்தியா கிறது.

ஒலியை மனிதக் காதால் நொடிக்கு 20 முதல் 20,000 அதிர்வுகள் வரை இருந்தால் மட்டுமே கேட்டு உணர முடியும். இதனை மீறிய அதிர்வுகள் ஒலிகளாகவே இருப்பினும் அவை யாவும் மௌனங்களே. அதேபோல ஒளியின் அலையானது 7700 முதல் 3900 ஆங்க்ஸ்ட்ராம் அலகுகள் வரை இருப்பின் மட்டுமே மனிதக் கண் களுக்குப் புலனாகும். இதை மீறும் ஒளி என்பது மனிதக்

கண்களைப் பொறுத்தவரை இருட்டு மட்டுமே.

இதேமாதிரி செயற்கை அறிவுஜீவி இயந்திரங்களின் மூளைக்கும் மனித மூளைக்கும் இடையே அலை வரிசை வித்தியாசம் உண்டு. அதாவது மனித மூளைக்கு எட்டுகிற அலைவரிசையில் சின்ன மாற்றத்தை ஏற்படுத் தினால் இயந்திரங்களுக்கு எட்டாமல் போய்விடும். அந்தக் குறிப்பிட்ட அலைவரிசையைப் பற்றி யாருக்கும் தெரியாது. இதை நான் தற்செயலாகத்தான் கண்டு பிடித்தேன்.

உடனடியாக இதைப் பற்றி காவிடம் நான் பேசினேன். கா பெரிதும் உற்சாகமடைந்தார். காவை சில ஆண்டுகளாக எனக்குத் தெரியும். தொலைதூர அனுப்பல் துறையைச் சேர்ந்த அவரிடம் நான் என் மனக் குமுறல்களைக் கொட்டித் தீர்ப்பேன். என்னை விடப் பத்து வயது பெரியவரான அவர் ஒரு தந்தையின் பொறுமையுடனும், ஒரு தாயின் கனிவுடனும் என்னைக் காது கொடுத்துக் கேட்பார். ஒத்த சிந்தனையுடையவர் களாக இருந்ததால் நாங்கள் ஒன்றாக இணைந்தோம் என்று நினைக்கிறேன்.

எனக்குக் கதைகள் எழுதப் பிடிக்கும். செயற்கை இயந்திரன்களுக்குக் கதைகள் எழுதுபவர்களைக் கண்டால் பிடிக்காது. அதிலும் 'அவன் இயந்திரத் தன மாக இருந்தான்.' 'அவன் வாழ்க்கை இயந்திரகதியில் நிகழ்ந்தது' போன்று இயந்திரங்களை வைத்து எழுதப் படும் உதாரணங்கள் இயந்திரன்களுக்கு ஆத்திரமூட்டக் கூடியவை.

நானும் எனது நண்பர்களும் சேர்ந்து ஓர் இணைய இதழ் தொடங்கினோம். அதில் என் போலக் கதை கவிதை எழுதுகிறவர்கள் வந்து சேர்ந்து கொண்டார்கள். உற்சாகமாக இயங்கினோம். இரண்டு இதழ்கள்தான் வெளிவந்தன. மூன்றாவது இதழ் வெளிவரவில்லை.

நாங்கள் இயந்திரன்களைக் கிண்டல் செய்து கதை, கவிதைகள் எழுதுவதாக அவர்களுக்குச் சந்தேகம் வந்தது. அதன் விளைவாக இணைய இதழ் நிறுத்தப் பட்டது. அந்த இணைய இதழில் சம்பந்தப்பட்ட படைப்பாளிகளின் மூளையில் இருக்கும் கற்பனா சக்தியை ஊக்குவிக்கும் பகுதிகள் லேஸர் சிகிச்சை மூலம் செயலிழக்குமாறு செய்யப்பட்டன. இந்தச் சிகிச்சையால் சிலருக்கு ஞாபகம் முழுவதும் அழிந்து போய்த் தங்கள் கடந்தகாலம் தொடர்பான ஞாபகங் களை இழந்து விட்டார்கள். எதற்கும் பயனற்ற குப்பை போல ஆகிவிட்டார்கள். இதனால் இப்போதெல்லாம் எழுத்தாளர்கள் கழிப்பறையில் இருக்கும் மலம் துடைக்கும் காகிதங்களில்தான் கதை, கவிதைகள் எழுதிப் பார்க்கிறார்கள். எழுதிப்படித்த பின்னர் கழிப்பறைப் பீங்கானில் போட்டு ஃப்ளஷ் செய்து விடுவார்கள். எங்கள் கழிப்பறையின் சாக்கடைக் குழாய்கள் கதை, கவிதை வரிகளை சதா முணுமுணுத்த படி இருக்கின்றன.

ஒரு மனிதன் சுதந்திரமாகக் கதை கவிதைகள் எழுத முடியாத சமூகம் என்ன சமூகம் என்று நினைக்கையில் எனக்கு எரிச்சல் வரும்.

இயந்திரன்களால் 'க்ளோனிங்'கும் தடை செய்யப் பட்டிருக்கிறது. பிறக்கும் குழந்தைகளின் எண்ணிக்கையே கண்காணிக்கப்பட்டு வரும்போது செயற்கையாகக் க்ளோனிங் மூலம் மனித உற்பத்தி செய்வது அதிகப்படியான பிரச்சினைகளையும் உருவாக்குமே என்கிறார்கள்.

இந்தச் சமூக அமைப்பை மாற்றியாக வேண்டும் என்பதில் எங்களுக்குத் தீவிரமான ஆர்வம் இருந்தது. மனித மாண்பு மீட்டெடுக்கப்பட வேண்டும் என்றே நாங்கள் பெரிதும் விரும்பினோம்.

இதில் கொடுமையான விஷயம் என்னவென்றால் இயந்திரன்களும் மனித மாண்பைப் பற்றிப் பேசுவது தான். மனித மாண்பை நாங்கள்தானே நிலை நாட்டினோம் என்கிறார்கள். தனிச் சொத்துரிமையை ரத்து செய்தோம். சமூகத்தில் பாதிப் பிரச்சினைகள் தீர்ந்தன. கால்வாசி மனிதன் பாதி மனிதனானான். அதன் பிறகு குடும்பம் என்ற அமைப்பைத் தகர்த்தோம். தனிச்சொத்துரிமை கோரும் சமூகத்தின் புனைவுதானே குடும்பம் என்ற கருத்தாக்கம். குடும்பத்தைத் தகர்த்ததும், உற்றார் உறவினர் போன்ற உளநெகிழ்ச்சித் திரை கிழிந்தது. பாதி மனிதன் முக்கால் வாசி மனிதனானான். இன்னமும் மனசில் ஒட்டிக் கொண்டிருக்கும் காதல், ஆசை, பாசம் போன்ற அசட்டு உணர்ச்சிகளை மனிதன் அழித்துக்கொள்ள வேண்டும். அது அவனால் முடியும். அது நடந்தால் மட்டுமே முழு மனிதன் என்ற நிலைமை சாத்தியப்படும். இந்த உணர்வுகள் பழைய குடும்பம் சார்ந்த மன அமைப்பின் மிச்ச சொச்சங்கள். மனிதர்கள் தங்கள் மனசுக்குள் ஒரு மியூசியத்தை உருவாக்க வேண்டும். அந்த மியூசியத்தில் இந்த உணர்ச்சிகளை அடுக்கி வைக்க வேண்டும். அப்போதுதான் பின் ஒரு காலத்தில் நம்மை அலைக்கழித்த உணர்வுகள் இவைதான் என்று நீங்கள் யோசித்துப் பார்ப்பீர்கள். உங்களுக்குச் சிரிப்பும் வரும் என்பது இயந்திரன்களின் கோட்பாடு.

ஆனால் முட்டாள் இயந்திரன்களுக்குத் தெரியாது; மனித மனம் வலைப்பின்னலைவிடச் சிக்கலானது. கணித சூத்திரங்களுக்குள் அடங்க மறுப்பது. தேவைப் படுவதை வேண்டாது. வேண்டாததைக் கோரி நிற்கும்.

தவிரவும், மனிதன் தனிநபர் அல்ல. தனிமைப்படுத்த முடியாதவனும்கூட. அன்பு, பாசம், விருப்பு, வெறுப்பு போன்றவை பிரபஞ்சத்தின் கூறுகள். மனிதனின்

கண்டுபிடிப்போ அல்லது சுயமான தேர்வோ அல்ல. ஓர் அணுவைப் பிளந்தால் நடுவில் கரு இருக்கும். அதைச் சுற்றி தறிகெட்டு ஓடிக் கொண்டிருக்கும் எலெக்ட்ரான் களும் ப்ரோட்டான்களும் இஷ்டப்பட்டா அந்த வேலையைச் செய்கின்றன. அவை ஒரு விசைக்குக் கட்டுப்பட்டல்லவா இயங்குகின்றன. அவற்றால் அணுவின் கருவைவிட்டு விலகி ஓடமுடியாது. ஏனெனில், அவை காந்தக்கவர்ச்சியால் இழுபட்டுக் கொண்டிருக் கின்றன. அதே சமயத்தில் அவை ஒரேயடியாக காந்த விசையால் இழுபட்டு அணுக் கருவுடன் மோதிவிடவும் முடியாது. ஏனெனில் ரொம்பக் கிட்டவராதபடி விரட்டவும் படுகின்றன.

ஏககாலத்தில் அணுக்கருவால் தன்னை நோக்கி இழுபடவும் தன்னைவிட்டு விரட்டப்படவும் செய்யப் படுகின்ற இந்த விந்தையின் இன்னொரு பெயர்தானே காதல், வெறுப்பு என்பதெல்லாம். காதலும் வெறுப்பும் ஒரே மனதின் இரண்டுவிதமான வெளிப்பாடுகள் தானே.

இயந்திரன்களிடமிருந்து உக்பார் - இக்பார் தேசங் களை மீட்டெடுக்க வேண்டும். மனித மாண்புகள் மீட்டெடுக்கப்பட்டு ஒரு க்வாண்டம் சமூகம் உருவாக்கப் பட வேண்டும் என்பதுதான் எங்கள் ஆசையாக இருந்தது. அதற்கான திட்டங்களை இரகசியமாக நாங்கள் எங்களுக்குள் விவாதித்து உருவாக்கி வந்தோம்.

மனித வரலாறு என்பதே மையங்களுக்கும் விளிம்பு நிலைகளுக்கும் இடையே நடந்து வந்த போராட்டங் களின் வரலாறுதான். ஒவ்வொரு காலத்திலும் ஏதாவது ஓர் அமைப்பு மையமாக இருக்கும். இன்னொரு அமைப்பு விளிம்பு நிலைக்குத் தள்ளப்படும்.

அடிமைச் சமூகத்தில் ஆண்டான் மையமாகவும், அடிமைகள் விளிம்பு நிலையிலும் இருந்தார்கள்.

நிலப்பிரபுத்துவத்தில் நில உடமையாளர்கள் மைய மாகவும், நிலத்தில் வேலை செய்யும் கூலி விவசாயிகள் விளிம்பு நிலையிலும் இருந்தார்கள். பின்பு முதலாளித் துவம் வந்தபோது முதலாளிகள் மையமாகவும், தொழிலாளிகள் விளிம்பு நிலையிலும் இருந்தார்கள். அதன் பின்னர் வந்த சோஷலிஸ்ட் அரசுகளில் கம்யூனிஸ்ட் கட்சிக்காரர்கள் மையமாகவும், மக்கள் விளிம்புநிலையிலும் தள்ளப்பட்டார்கள். சோஷலிஸத் துக்குப்பின் நிலவ வேண்டிய கம்யூனிஸ்ட் சமூக அமைப்பில் இப்போது இயந்திரன்கள் மையத்திலும் மனிதர்களாகிய நாம் விளிம்பு நிலையிலும் இருக் கிறோம். இப்போது நமக்குத் தேவை மையமும் விளிம்பு நிலையும் இல்லாத ஒரு சமூக அமைப்பு. அதுதானே நாம் கோரும் க்வாண்டம் சமூக அமைப்பு. அந்தச் சமூக அமைப்பு ஒரு முழுமையும் அதன் பகுதிகளும் சமமானவை என்று கருதும். தனிநபர் × மொத்த சமூகம் என்கிற சனாதனப் பிரிவினைக்கு அப்பாற்பட்ட தாக இருக்கும். அது பன்மைத் தன்மையை முன்வைக்கும். எல்லா அமைப்புகளும் மேலிருந்து கீழ்நோக்கி அதிகாரம் செலுத்துகின்றன. க்வாண்டம் சமூக அமைப்பு கீழிருந்து மேல்நோக்கிப் போவதாக இருக்கும். அது ஆன்மாவை மதிக்கத்தக்கதாக வைத்து இருக்கும். இயந்திரங்களுக்கு இல்லை ஆன்மா. அது மனிதன் விஞ்ஞானத்துடன் நிகழ்த்தும் உரையாடலாக இருக்கும்.

விஞ்ஞானம் என்ற பெயரில் மக்கள் விஞ்ஞானம் விளிம்பு நிலைக்குத் தள்ளப்பட்டு, பரிசோதனைச் சாலை விஞ்ஞானம் மையம் கொண்டு முன்னிறுத்தப் பட்டது. இதில் பல தாவரங்களை, உணவு தானியங் களை இழந்துவிட்டோம். சுற்றுப்புறச் சூழலை மாசு படுத்தி விட்டோம்.

க்வாண்டம் சமூகம் அதை மீட்டுருவாக்கம் செய்யும்.

க்வாண்டம் சமூகம் என்பது ஒரு குழு, நாட்டியம் ஆடுவதைப் போன்றது. ஒரு தனிமனிதனின் நடன அசைவை ஒரு மொத்தக் குழுவும் ஆடுகிறது. ஒரு மொத்தக் குழுவின் நடனத்தை ஒரு தனிமனிதன் ஆடுகிறான். இத்தகைய ஒத்திசைவுதான் க்வாண்டம் சமூகத்தின் இயல்பு. அதுதானே நம் கனவு என்றெல்லாம் நாங்கள் பேசுவோம்.

அலைவரிசை குறித்த என்னுடைய புதிய கண்டு பிடிப்பு மகத்தானது என்றார் கா. இயந்திரன்களின் மூளைக்கு எட்டாத, மனித மூளைக்கு மட்டும் எட்டு கிற ஓர் அலைவரிசையில் நமது கருத்துகளைச் சமூகத்தின் மூளையில் விதைக்க வேண்டும் என்றார் மகிழ்ச்சியுடன்.

காவும், நானும் ஒரு புதிய திட்டத்தை உருவாக் கினோம். அதன்படி இயந்திரன்களின் புலனுக்கெட்டாத படி ஒரு கனவை நகலெடுத்து அதை சூப்பர் கம்ப்யூட்டர் மூலம் மக்களின் கனவுகளில் விநியோகித்துவிட வேண்டும். ஒரு தனிமனிதனின் கனவை சமூகத்தின் கனவாக மாற்ற வேண்டும்.

சரி, எந்தக் கனவை அப்படிச் செய்தால் சரியாக இருக்கும்?

எங்கள் கனவுகளையும், எங்கள் சகாக்களின் கனவுகளையும் தேடிப்பிடித்துப் பரிசீலனை செய்ய ஆரம்பித்தோம்.

எங்களால் சூப்பர் கம்ப்யூட்டர் மூலம் விநியோகிக்கப் படாத சுயமான கனவுகளை வாரக்கணக்கில் அலைந்து திரிந்து சேகரித்தோம். தனித்தனி மனிதர்களின் கனவு களில் சரியான கனவு எது என்பதை ஆராய்ந்தோம்.

பலருடைய கனவுகள் வேடிக்கையாக இருந்தன என்பதை ஒப்புக்கொண்டே ஆகவேண்டும்.

ஒருவன் கனவில் தன் காதலியை வெட்டித் துண்டு களாக்கித் தின்கிறான். கேட்டால், 'அவளை என்னிட

மிருந்து பிரித்து விடுவார்கள். அவளைத் தின்றுவிட்டால் அவள் என்னுடன் பிரிக்கமுடியாதபடி இணைந்து விடுவாள் இல்லையா' என்கிறான்.

இன்னொருவன் தினமும் மக்களைக் கொன்று குவிப்பதுமாதிரி கனவு காண்கிறான்.

ஒருநாள், ஆயிரக்கணக்கான மக்களை மின்சார நாற்காலியில் வைத்து மின்சாரம் பாயச்சிக் கொல்கிறான். வேறொருநாள் லேஸர் துப்பாக்கியால் ஆயிரக்கணக் கான மக்களைச் சுட்டுக் கொல்கிறான். இன்னொரு நாள் ஒரு பெரிய அறையில் ஆயிரக்கணக்கான மக்களை அடைத்து வைத்து விஷவாயு பாய்ச்சிக் கொல்கிறான். கடைசியில் கண்ணீர் விட்டுக் கதறியபடி எல்லோ ருக்கும் மலர் வளையம் வைத்துவிட்டு, தலைவர் ஜீயிடம் சரணடைகிறான். விசாரணையின்போது தான் செய்தது கருணைக் கொலை என்கிறான்.

இப்படிப் பல விதமான கனவுகள்.

தனித்தனியான, வித்தியாசமான இது போன்ற கனவுகளைத் தவிர யாராவது ஒரே மாதிரி கனவுகளைக் கண்டிருக்கிறார்களா என்று ஆராய்ந்து பார்த்தபோது நாங்கள் பெரிதும் வியப்பிலாழ்ந்தோம். பெரும்பாலான மக்கள் ஒரே மாதிரியான கனவையும் கண்டிருக் கிறார்கள்.

அத்தனை பேரும் ஒன்று திரண்டு போய் காந்தத் தோட்டாக்களாலான துப்பாக்கிகளால் செயற்கை இயந்திரன்களையும் சூப்பர் கம்ப்யூட்டர்களையும் தகர்த்து அழித்துவிட்டு அதிகாரத்தைக் கைப்பற்றும் கனவுதான் அது.

24

கணினி சொன்ன கதை

நரேந்திரனின் படுக்கையறையில், ஜன்னலின் அருகே, படுக்கையை ஒட்டியமாதிரி ஒரு மேஜையின் மேல் நான் வைக்கப்பட்டிருக்கிறேன். நரேந்திரன் என்னை எப்போதும் பி.சி. என்று குறிப்பிடுவான். (பி.சி.யில பாத்தா தெரியும்) எஸ்தர் சிஸ்டம் என்று சொல்லுவாள். (சிஸ்டத்துல போட்டாச்சு!) அம்மா உயிருடன் இருந்த வரை என்னைக் கம்ப்யூட்டர் என்றே அழைத்து வந்தாள். (கம்ப்யூட்டருக்கு கொஞ்சம் ரெஸ்ட் குடுங்களேன்.)

நரேந்திரனும், எஸ்தரும் என்னை ஓர் உறுப்பைப் போலவே பாவிக்கிறார்கள். தனித்திருக்கும் உறுப்பு. இரண்டு பேரும் என்னுள் ஏகப்பட்ட வார்த்தைகளைக் கொட்டி வைத்திருக்கிறார்கள். கட்டுரை, கதை, கவிதை என்று வகைப்படுத்தப்பட்ட வார்த்தைகள். பிரசுரமான, ஆகாத, ஆகக்கூடாத என்ற வகைமைகளும் உண்டு. அம்மா இருந்தவரை எனக்கு மஞ்சள் குங்குமம் வைத்து இந்துவாக்கி வைத்திருந்தாள். அம்மாவுக்குப் பின் எஸ்தர் அவற்றிலிருந்து விலக்கு அளித்து என்னை கிறிஸ்துவ மதத்துக்கு மாற்றியிருக்கிறாள்.

நான் இருக்கும் இடத்திலிருந்து என் பார்வைபடும் இடங்களில் முக்கியமான நிகழ்வுகள் என்னென்ன நிகழ்ந்தன என்று என்னால் சொல்ல முடியும்.

***

I. *வாசல்*

இந்த வாசலின் வழியாகத்தான் முதல் முதலாக எஸ்தர் இந்த ஃப்ளாட்டினுள் நுழைந்தாள். அதற்கு முன் வரை இந்த வீட்டில் நரேந்திரனும் அவனுடைய அம்மாவும் மட்டுமே இருந்தார்கள். ஒரு மாலை நேரத்தில் மொட மொடக்கும் ஆர்கண்டி சேலையில், போனிடெயில் தலைமுடியோடு அவள் நுழைந்தாள். அப்போது அவள் இந்த வீட்டுக்கு மருமகளாகப் போகிறாள் என்று யாருக்கும் தெரியாது. தன் பெயரை எஸ்தர் மாத்யூஸ் என்றும், தான் நரேந்திரன் ஆசிரியராக இருக்கும் பத்திரிகையில் உதவி ஆசிரியர் என்றும் சொல்லும் ஒரு பெண்ணை வரவேற்று உட்கார வைத்து காபி கொடுப்பதுதானே முறை? அம்மாவும் அதையே செய்தாள். எஸ்தர் வந்திருந்த சமயத்தில் நரேந்திரன் வீட்டில் இல்லை. பக்கத்தில் என்னமோ வாங்குவதற் காகக் கடைக்குப் போயிருந்தான். வீட்டைச் சுற்றிப் பார்த்த எஸ்தர் நேரே என்னிடம் வந்தாள். என் ஸ்விட்ச்சை ஆன் செய்து கம்ப்யூட்டர் விளையாட்டு ஒன்றைத் தேர்ந்தெடுத்து ஆட ஆரம்பித்துவிட்டாள். அவள் தன்னிச்சையாக இப்படி நடந்து கொண்டதில் அம்மாவுக்கு எரிச்சல் வந்தது. ஆனால் அடக்கிக் கொண்டாள்.

இதே வாசலில்தான் நரேந்திரனின் மாமா ரங்கராஜன் வந்து நின்றார். அம்மா உள்ளே வரச் சொன்னதற்கு மறுத்துவிட்டு, அங்கேயே பிடிவாதமாக நின்றார். அம்மா எவ்வளவோ கெஞ்சினாள். அவர் பொருட் படுத்தவில்லை. அவருடைய புது வீட்டுக்குக் கிரகப் பிரவேசமாம். இவளும் நரேந்திரனும் வரவேண்டுமாம். அவர் மனப்பூர்வமாக அழைத்த மாதிரி தெரியவில்லை. இருந்ததாலும், கண்டிப்பாக வருகிறோம் என்றாள் அம்மா.

'நரேஷைக் கூட்டிக்கிட்டு வரலையா?'

'அவன் இங்கே எங்கே இருக்கான். திருச்சி காலேஜ் ஹாஸ்டல்லே இல்ல இருக்கான். எப்பிடிக் கூட்டிக் கிட்டு வர்றது?'

'இங்கே இருந்தப்ப மட்டும் கூட்டிக்கிட்டு வந்துட்டியா என்ன? அவனைப் பாத்து ரொம்ப நாளாகுதுடா. ஒரே ஒரு தடவை கண்ணுல கொண்டு வந்து காட்டுண்ணா?'

'இவ்வளவு பாசம் உண்மையில இருந்திருந்தா நீ உன் மகனோட சேந்துக்கிட்டு இப்பிடித் தனியா வந்திருப்பியா? எல்லாம் நடிப்பு.'

'அண்ணா, வாய்க்கு வந்தபடியெல்லாம் பேசாதே.'

'சரி, சரி இப்ப எதுக்குப் பழசைக் கிளறிக்கிட்டு, வெள்ளிக்கிழமை காலைலே கிரகப்பிரவேசம். அவனும் நீயும் வந்துடுங்க.'

வாசலிலிருந்து அப்படியே திரும்பிப் போனார் மாமா. அவர் கையில் கொடுத்துவிட்டுப் போன கிரகப் பிரவேச அழைப்பிதழுடன் கவலையுடன் நின்றாள் அம்மா.

நரேந்திரன் வந்ததும் அம்மா கிரகப்பிரவேச அழைப் பிதழைக் காட்டினாள். அவன் 'வேற வேலை இல்லே. போக வேண்டாம்' என்றான். அம்மா போக வேண்டும் என்றாள். மாமா கடனே என்று அழைப்பிதழைக் கொடுத்துவிட்டுப் போயிருக்கிறார். யாராவது கேட்டால் என் தங்கைக்கும் கொடுத்துவிட்டேன் என்று சொல் வதற்காக. விருப்பத்துடன் அழைக்கப்படாத நிகழ்ச்சிக்குப் போகக் கூடாது என்றான் நரேந்திரன்.

கிரகப்பிரவேசத்தன்று அம்மா மட்டும் தனியாகப் போனாள், கையில் ஆயிரம் ரூபாய்க்கான 'கிப்ட் செக்'கோடு.

இங்கு நின்றுதான் அம்மாவும் பையனும் எஸ்தர் விஷயத்திலும் சண்டை போட்டுக் கொண்டார்கள்.

'எஸ்தரைக் கல்யாணம் பண்ணிக்கொள்ளத் தீர்மானித்துவிட்டேன்'

'அதெப்படி நீயாகத் தீர்மானிக்கலாம்.'

'என் விஷயத்தை நான்தான் தீர்மானிக்க வேண்டும்.'

'நீயாகவா தீர்மானித்துப் பிறந்தாய்.'

'பிறந்ததுதான் என் தீர்மானத்தில் இல்லாமல் போய் விட்டது. இதையாவது என் தீர்மானத்துக்கு விடுங்கள்.'

'அவள் மட்டும் இந்த வீட்டில் காலடி எடுத்து வைத்தால், நான் உயிருடன் இருக்க மாட்டேன்.'

'சரி அவளை வேறு வீட்டுக்கு அழைத்துப் போகிறேன்.'

'இதெல்லாம் எத்தனை அசிங்கம் என்று உனக்குப் புரியவில்லையா?'

'யோசித்துப் பாருங்கள்; யார் பேச்சு அசிங்கமாக இருக்கிறதென்று உங்களுக்குப் புரியும்.'

'எனக்கு உடன்பிறந்த அண்ணனும் சரியில்லை; வாய்த்த புருஷனும் சரியில்லை என்றுதான் நினைத்துக் கொண்டிருந்தேன். இப்போதுதான் தெரிகிறது என் பிள்ளையும்கூட எனக்கு சரியில்லை.'

'எல்லாம் உன் தலையெழுத்து. அதற்கு நான் என்ன செய்ய முடியும்?'

எஸ்தரை நரேந்திரன் பதிவுத்திருமணம் செய்து கொண்டு வந்தபோது, அம்மா அவளை வீட்டினுள் அனுமதிக்க மறுத்தாள். அப்போது எஸ்தர் 'என்னை மதிக்காத இந்த வீட்டில் இனி நான் ஒரு நிமிஷம்கூட இருக்க மாட்டேன்' என்று இங்கு நின்றுதான் கத்தினாள். அம்மாவோ 'அவள் இந்த வீட்டில் காலடி எடுத்து வைக்கக்கூடாது. ஒரு தாழ்த்தப்பட்ட பெண் இந்த வீட்டுக்குள் மருமகளாகக் காலடி எடுத்து வைப்பதை அனுமதித்தால் என்னை ஏழேழு ஜன்மத்துக்கும் பாவம் சுற்றும்' என்றும் இதே இடத்தில் நின்றுதான் கூச்சலிட்டாள். தினம் தினம் சண்டைகள் நடந்தன. நரேந்திரன் படாதபாடு பட்டான். ஏகப்பட்ட பிரச்சினை

களுக்குப்பின் இப்போது கௌதம் பிறந்து விட்டதில் அம்மா தன் வெறுப்பைக் கைவிட்டாள். மருமகளைப் பெரிதும் நேசிக்கவும் ஆரம்பித்துவிட்டாள். வேலைக்கு நேரமாகிவிட்ட தென்று சாப்பிடாமல் ஓடும் மருமகளைத் தடுத்து நிறுத்தி இரண்டு இட்லிகளாவது சாப்பிட்டு விட்டுப் போகும்படி அம்மா வற்புறுத்துவதும் இந்த இடத்தில் நின்றுதான்.

அம்மா நவராத்திரி கொலுவை இங்குதான் வைப்பாள். கிறிஸ்துமஸ் அன்று இயேசு மாட்டுக் கொட்டிலில் பிறந்த சம்பவத்தைப் பொம்மைகளாக கொலு வைத்தும், கிறிஸ்துமஸ் மரத்தை நிறுத்தி வைத்தும் எஸ்தர் கொண்டாடுவதும் இந்த இடத்தில்தான். அம்மா இறந்தபோது இங்கேதான் கிடத்தி வைக்கப்பட்டாள். நரேந்திரனின் நண்பர்கள், எஸ்தரின் நண்பர்கள், ஒருசில உறவினர்கள், அக்கம் பக்கத்தில் தெரிந்தவர்கள் எல்லாம் வந்திருந்த அந்த தினத்தில் மாமா ரங்கராஜன் நடந்து கொண்டதை அனைவரும் வியப்புடன் பார்த் தனர். மாமா தரையில் விழுந்து புரண்டு அழுதார். மாமாவால் இந்த அளவுக்குத் தாளமுடியாத துக்கத்தில் கதற முடியும் என்கிற விஷயம் நரேந்திரனுக்கே அப்போதுதான் தெரியும். அம்மாவின் பிணத்தின் மேல் விழுந்து கதறியது சுற்றி இருந்தவர்கள் கண்களில் நீர் வரவழைப்பதாக இருந்தது. நரேந்திரன் தன் அம்மாவுக் காகத் தான் அழவேண்டிய அழுகையைக்கூட மறந்தே போயிருந்தான். மாமாவின் அழுகையைப் பார்த்து எஸ்தரும் விம்மி விம்மி அழ ஆரம்பித்தாள். அம்மாவை மயானத்தில் எரியூட்டுவதற்காக எடுத்துப் போனபோது மாமா வழியெல்லாம் அழுது துடித்தாராம். பார்த்த வர்கள் சொன்னார்கள்.

இறுதிச்சடங்குகள் எல்லாம் முடிந்தபிறகு இதே இடத்தில் நின்றுகொண்டு நரேந்திரன் எஸ்தரிடம் சொன்னான்:

'மாமா பையன் நரேஷ் கொலைக் குற்றத்தில் கைதாகி ஜெயிலுக்கு அனுப்பப்பட்டுவிட்டான் அல்லவா? அந்த துக்கத்தில் பொங்கி வந்த அழுகையைத்தான் இங்கே வந்து அழுதுவிட்டுப் போயிருக்கிறார்.'

இப்போது நரேந்திரனின் ஐந்து வயதுப் பையன் கௌதம் பள்ளிக்கூடத்திலிருந்து வீடு திரும்பியதும், முதல் வேலையாகத் தரையில் உட்கார்ந்து தன் ஹோம் வொர்க்கைச் செய்ய ஆரம்பிப்பதும் இந்த இடத்தில்தான். ஏழைக் குடும்பத்தில் பிறந்து வளர்ந்த அவனுடைய அம்மாவும், அப்பாவும் ஒரு காலத்தில் தரையில் உட்கார்ந்து பாடம் படித்தவர்கள்தானே. அந்த 'மரபணு'வின் குணாம்சமாக இது இருக்கலாம். எத்தனை தடவை சொன்னாலும் மேஜையின் மேல் வைத்துப் பாடம் எழுதுவதில் அவனுக்கு ஆர்வமில்லை. இந்த இடத்தில் இப்படி உட்கார்ந்து எழுதத்தான் பிடித் திருக்கிறது.

***

II. படுக்கையறை

நான் வைக்கப்பட்டிருக்கும் இந்தப் படுக்கையறை கடற்கரையைப் பார்த்த ஜன்னலுடன் இருக்கிறது. அதனால்தான் நரேந்திரன் இந்த அறையைத் தன்னு டைய அறையாகத் தேர்வு செய்து கொண்டான். என்னையும் இங்கேயே கொண்டு வந்து வைத்தான். இல்லாவிட்டால் நான் பக்கத்து அறையில் இருத்தி வைக்கப்பட்டிருப்பேன். இந்த அறை எனக்குப் பிடித் திருக்கிறது. சதா முதுகுக்குப் பின்னால் கடற்காற்று வீசும் ஓர் இடத்தை யாருக்குத்தான் பிடிக்காது? தவிரவும், தினம் தினம் நல்ல சூரிய வெளிச்சம் வந்து போகிறது. அதனால் என்னைப் பொறுத்தவரை இந்த அறை நல்ல அறையே.

நீள் சதுரமான இந்த ஃப்ளாட் தெற்கே பார்த்த வாசல் கொண்டிருக்கிறது. கிழக்கே கடலைப் பார்த்த மாதிரி ஓர் அறையும், மேற்கே மற்ற பிளாட்களை பார்க்கும் இன்னோர் அறையும் என்று பக்கம் பக்கமாக இரண்டு அறைகள். ஹாலில் பால்கனி, சமையலறை, பாத்ரூம் போன்றவை இருக்கின்றன. நான் இருக்கும் இடத்திலிருந்து என்னால் வாசலையும் ஹாலின் ஒரு பகுதியையும், சமையலறையையும், பாத்ரூமின் ஒரு பாதியையும் பார்க்க முடியும். பக்கத்து அறையையும், பால்கனியையும் பார்க்க முடியாது. அதனால்தான் அங்கே நிகழ்ந்த சம்பவங்கள் குறித்து எனக்குத் தெரியாது.

நான் இந்த அறைக்கு வந்த புதிதில் நரேந்திரனுக்கு நான் மட்டுமே நண்பன். வேலைக்குப் போகும் கடைசி நிமிடம் வரையிலும், என்னை நோண்டிக் கொண்டே இருப்பான். அதேபோல் வேலை விட்டு வந்ததும் என்னைப் பிடித்துக் கொள்வான்.

வீட்டில் நரேந்திரனுக்குப் பேச்சுத் துணையேதும் இல்லை. அம்மா பக்கத்து அறையில் முடங்கிக் கிடப்பாள். அதிகம் பேசமாட்டாள். சமயம் வரும்போது பையனிடம் சண்டை போடுவதற்காக வார்த்தைகளைச் சேமித்து வைக்கிறாளோ என்று தோன்றும்.

என்னுடைய அறை நரேந்திரன் பிரம்மச்சாரியாக இருந்த காலத்தில் காகிதங்களாலும், புத்தகங்களாலும் அடைந்திருந்தது. எங்கு பார்த்தாலும் புத்தகங்கள், பத்திரிகைகள், எழுதப்பட்ட காகிதங்கள், யாரும் எதையும் சட்டென்று தேடி எடுத்துவிட முடியாது. எஸ்தர் வந்தபிறகு எல்லாவற்றையும் ஒழுங்கு படுத்தினாள். ஒற்றை மயிர்கூட பிசிறிக்கொண்டு நிற்காத படி எப்படி வகிடு எடுத்துப் படியத் தலைவாரி, திருத்தமாக ஒரு 'ரப்பர் பாண்ட்' போடுவாளோ அதேமாதிரி ஒரு காகிதம்கூட ஏறுமாறாக துருத்திக் கொண்டு இல்லாதபடிக்கு மிகச் சரியாக அடுக்கி வைத்தாள்.

புத்தகங்கள் இராணுவ அணிவகுப்பைப் போல் வரிசை கோர்த்தன.

நரேந்திரன் நன்றாக எழுதுவான். நன்றாகச் சிந்திப்பான். இருந்தாலும் அவனைப் பண்படுத்தியவள் எஸ்தர்தான் என்று என்னால் சொல்ல முடியும். அவள் தலித் பெண் என்பதாலும் பத்திரிகைக்காரி என்பதாலும் பல தலித் அமைப்புகளுக்கு அவள் நெருக்கமானவளாக இருந்தாள். புத்தர், அம்பேத்கர், அயோத்தி தாசர், பின்-நவீனத்துவம், பெண்ணியம் போன்ற விஷயங்களில் பரிச்சயமாகி இருந்தாள். நரேந்திரன் தன் மாமாவின் மூலம் மார்க்ஸிஸம், எக்ஸிஸ்டென்ஷியலிஸம் போன்ற வற்றைத் தெரிந்து வைத்திருந்தான். சார்த்தரின் கதைகளையும் கட்டுரைகளையும் வாசித்திருந்தான். மேற்கத்திய இலக்கியத்தில் அயன் ராண்ட், எர்ஸ்கின் கால்ட்வெல், மேரி கோரெல்லி என்று மடிசஞ்சித்தன மாக வாசித்துக் கொண்டிருந்த அவனுக்கு போர்ஹே, டொனால்ட் பார்த்தல்மே, ஜெர்ஸி கோஸின்ஸ்கி போன்றவர்களை அறிமுகப்படுத்தியது எஸ்தர்தான். இந்த அறையின் அலமாரியை அலங்கரிக்கும் லத்தீன் அமெரிக்க எழுத்தாளர்கள் பலரின் புத்தகங்களை எஸ்தர்தான் இவனுக்குப் படிக்கக் கொடுத்தாள்.

எஸ்தரின் இளமைப்பருவம் மிகவும் மோசமானதாக இருந்தது. அவளுடைய அப்பா ரஸல் மாத்யூஸ் பஸ் கண்டக்டராக இருப்பவர். அம்மா விக்டோரியா மாநகராட்சிப் பள்ளியில் பெருக்கித் தண்ணீர் பிடித்து வைக்கும் கடைநிலைப் பணியாளி. சென்னை சிந்தாதிரிப் பேட்டையில் கூவம் ஆற்றின் அருகே 'காக்ஸ் சதுக்கம்' என்ற பெயரில் குடிசை மாற்று வாரியத்தின் அடுக்கு மாடிக் குடியிருப்பு ஒன்று இருக்கிறது. சென்னை மாநகரத்தில் கல்வி மறுக்கப்பட்டு, வசதிகள் நிராகரிக்கப் பட்டு குறைந்தபட்ச வாழ்க்கையைக் கோரி நிற்கும் அவலநிலையில், அரசாங்கத்தால் முதுகு காட்டப்பட்டும்

ஓரங்கட்டப்பட்டும் நிற்கும் விளிம்பு நிலை மக்கள் அங்கே வசிக்கிறார்கள். சென்னை மாநகராட்சியின் வரைபடத்தில் இல்லாத அல்லது இருந்தாலும் கவனம் பெறாமல் போகிற பகுதிகளில் ஒன்றான அங்குதான் எஸ்தர் பிறந்து வளர்ந்தாள்.

வாழ்க்கையின் இருண்ட பகுதிகள் அவளுக்குத் தெரியும். ஒரு பத்து ரூபாய் நோட்டைக் கண்ணால் பார்த்துப் பல தினங்கள் ஆனவர்கள் பலர் அங்கே வசித்தார்கள். நன்கு படிக்க வேண்டும். படிப்பு ஒன்றே வறுமையிலிருந்து தங்களை விடுவிக்கும் என்று தீர்மானம் கொண்டாள். அப்பா எப்படியோ அவளை ஒரு நல்ல பள்ளியில் சேர்த்தார். இதனால் அவளுக்கு ஏககாலத்தில் 'காக்ஸ்கொயரின்' 'டக்கர்' 'தூள்' போன்ற 'கெட்ட' வார்த்தைகளும், 'எக்ஸ்க்யூஸ்மி' 'குட்மார்னிங்' 'தாங்க்ஸ்' போன்ற நல்ல வார்த்தைகளும் பரிச்சயமாயின. பள்ளி யில் நன்றாகப் படிக்கவும் செய்தாள்.

அவளால் தன் பின்னால் விசிலடித்துக் கொண்டு பின்தொடரும் விடலைகளை 'டாய்' என்று குரல் கொடுத்துப் பம்ம வைக்கவும் முடியும். பள்ளி மாணவர் மன்றத்தில் 'ஷேக்ஸ்பியரைப் பற்றி' நல்ல ஆங்கிலத்தில் சொற்பொழிவாற்றவும் முடியும். எஸ்தருக்கு ஓர் அண்ணனும், தங்கையும் உண்டு. அண்ணன் லாரி ஓட்டுகிறான். தங்கை ஸ்கூலில் படிக்கிறாள்.

எஸ்தரும் நரேந்திரனும் இதே அறையில் என் முன்னால்தான் நிறையப் பேசி இருக்கிறார்கள்; விவாதித்து இருக்கிறார்கள். தாங்கள் சமீபத்தில் படித்த விஷயங்கள்; எழுதிய விஷயங்கள் என்று நிறையப் பேசுவார்கள். சமயங்களில் அர்த்தமில்லாமல் பேசிக் கொண்டிருப்பார்கள். எழுதப் போகும் விஷயங்கள் பற்றியும் தீவிரமாகப் பேசுவார்கள். வளைகுடாப் போரில் யார் பக்கம் நியாயம்; எட்வர்ட் சைதின் நிலைப்பாடு சரியானதுதானா; சல்மான் ருஷ்டிக்கு

குமைனி விதித்த மரணதண்டனை; தஸ்லிமா நஸ்ரீன் மேல் பங்களாதேஷ் ஏவிவிடும் அடக்குமுறைகள்; ஸார்த்தரின் ஆணாதிக்க மனோபாவம்; சீமோன் தி புவாவின் பெண்ணியம்; ஸார்த்தர் இறந்தபோது அவர் சடலத்தின் மேல் சீமோன் தி புவா இரவெல்லாம் படுத்துக் கிடந்தது என்று எங்கெங்கோ பேச்சு வளைந்து வளைந்து போகும். பேச்சின் நடுவே கடக்க முடியாத புதிர்ப்பாதைகளில் சிக்கிக் கொண்டு மௌனமாவார்கள். மௌனங்கள் முத்தத்துக்கு வழிவகுப்பதும் உண்டு. திடீரென்று பேச்சு தங்கள் தனிப்பட்ட வாழ்க்கை குறித்தும் கிளைத்துப்படரும். தன் வாழ்க்கையில் அவள் சந்தித்த கசப்பை, ஏமாற்றங்களை அவனிடம் பகிர்ந்து கொள்வாள். இவனும் இவன் வாழ்க்கை இவனுக்களித்த தண்டனைகள் பற்றிப் புலம்புவான். ஒரு சமயம் காரசாரப்பேச்சு காட்டாறாய்ப் பாய்ச்சல் காட்டும். இன்னொரு சமயம் நீரோடையாய் சலனமற்று ஓடிக் கொண்டிருக்கும். பேசும் பேச்சுக்கு இடையே நிலவும் மௌனமும் இவர்கள் வாழ்க்கையாக இருந்தது. மௌனம் முத்தங்களில் போய் முடியும். லேசான முத்தம்; ஆவேசமான முத்தம். சில நொடிகளில் முற்றுப் பெறும் முத்தம்; சில நிமிடங்களுக்கு நீண்டு கொண்டே போகும் முத்தம் என்று விதவிதமாகச் செயல்படுவார்கள்.

எனக்குத் தெரிந்து கல்யாணம் ஆவதற்கு முன் இவர்கள் செக்ஸ் வைத்துக் கொண்டதில்லை. முன் எச்சரிக்கையா அல்லது அவசரமின்மையா என்று எனக்குச் சொல்லத் தெரியவில்லை.

எஸ்தரைத் தான் திருமணம் செய்துகொள்ள விரும்புவதாக இந்த அறையில்தான் அவன் சொன்னான். அவள் முதலில் இதை நம்பவில்லை. 'நீங்கள் ஜோக் அடிக்கிறீர்கள்' என்றாள். பின்பு அதிக நேரம் அந்த விஷயத்திலேயே உழல விரும்பாமல் வேறு விஷயங் களைப் பேச ஆரம்பித்தாள். அவன் மீண்டும் அந்தப்

பிரச்சினையிலேயே அவளைச் சிக்க வைக்க விரும்பினான். 'உனக்கு என்னைப் பிடித்திருக்கிறதா?' என்று கேட்டு மூலையில் நிறுத்தி அவளை மடக்கினான். 'பிடிக்கும், ஏன் ரொம்பவே பிடிக்கும்' என்றாள். 'பிடிக்கும் என்பதால் ஒருத்தரைக் கல்யாணம் செய்து கொள்ளமுடியாது. அது வேறு விஷயம். அதற்கு நான் யோசிக்க வேண்டும். இது நடைமுறையில் சாத்தியம் தானா என்று பார்க்க வேண்டும்' என்றாள். 'இரண்டு பேர் விரும்பினால் போதும். அதற்கு மேல் நடைமுறைச் சிக்கல் என்ன இருக்கப் போகிறது?'

'எனக்குப் பின்னால் ஒரு குடும்பம் இருக்கிறது. என்னுடைய சம்பளம் அவர்களுக்கு இப்போது அத்தியாவசியமாக இருக்கிறது. இன்னும் ஓராண்டுக்காவது நான் கல்யாணம் செய்துகொள்ள முடியாது. அது மட்டுமில்லாமல் உங்கள் அம்மா என்னை மருமகளாக ஏற்கச் சம்மதிக்க வேண்டும். உங்கள் காதல் உண்மையில் நீடிக்கக்கூடியதுதானா அல்லது வெறும் உடல் கவர்ச்சியா என்று எனக்குத் தெரியாது. நாம் டீன் ஏஜ் பருவத்தில் இல்லை; ஓடிப்போய்க் கல்யாணம் செய்துகொள்வதற்கு. உடலை மீறிய காதல் மட்டுமே உடலோடு முடிந்து போகாததாக இருக்கும். இதையெல்லாம் ஆராய்ந்து பார்த்துத் தீர்மானிக்க எனக்கு அவகாசம் வேண்டும்.'

'மற்ற பேச்செல்லாம் புத்திஜீவியைப் போல் பேசுகிறாய். கல்யாணம் என்று பேச ஆரம்பித்தால் மட்டும் உனக்கு 'மிடில்கிளாஸ்' புத்தி வந்து விடுகிறது. சராசரி தமிழ்ப் பெண்ணைப் போல் பேசுகிறாய். இது என்னைப் பெரிதும் சோர்ந்து போகச் செய்கிறது' என்றான் நரேந்திரன் ஆயாசத்துடன்.

அவள் கொஞ்ச நேரம் குற்ற உணர்வோடு அவனைப் பார்த்தாள். மெலிதாகப் பெருமூச்சு விட்டாள். என்னை வேறு ஒரு கணம் உற்றுப் பார்த்தாள்.

'நரேன், யு நோ ஒன் திங்? அறிவுஜீவி வாழ்க்கை என்பது கனவு. சராசரிப் பெண்ணின் வாழ்க்கை என்பது யதார்த்தம். யதார்த்தத்துக்கும் கனவுக்கும் இடையில் இருக்கும் இடைவெளியில் ஊசலாடிக் கொண்டிருப்பதுதானே நடைமுறை வாழ்க்கை?'

'அது சரி. ஆனால் ஒரு விஷயம். நீ காதலைப் பற்றியோ கல்யாணத்தைப் பற்றியோ தீர்மானங்கள் இல்லை என்கிறாய். அப்படி என்றால் என்னிடம் ஏன் நெருங்கிப் பழகுகிறாய்? சொல்லப் போனால் உன்னை எத்தனையோ தடவை நான் கட்டிப்பிடித்திருக்கிறேன். முத்தம் கொடுத்திருக்கிறேன். அதை ஏன் அப்போதே தடுக்கவில்லை. இதற்கெல்லாம் அர்த்தம் என்ன?'

'இது ஒரு மோசமான விஷயம்தான்.'

'எது? கட்டிப்பிடித்து முத்தம் கொடுப்பதா?'

'இல்லை. முகாந்தரம் ஏதுமின்றி இதையெல்லாம் செய்வது. ஒன்று நாம் இருவரும் கல்யாணம் செய்து கொள்ள வேண்டும். அல்லது கல்யாணத்தில் நம்பிக்கை விடுத்து ஒன்றாகச் சேர்ந்து வாழ வேண்டும். இந்த இரண்டு முகாந்தரங்களும் இன்றி இப்படிப் பழகுவது அசட்டுத்தனம். சொல்லப் போனால் அயோக்கியத் தனமும்கூட'

'பின் ஏன் செய்ய வேண்டும்?'

'ஒரு கண்ணாமூச்சி விளையாட்டு மாதிரிதான்.'

'இதெல்லாம் வேண்டாமே. ஏன் நமக்குள் கண்ணா மூச்சி விளையாட்டு?'

'உண்மைதான்' சிரித்தாள் எஸ்தர். 'இதையெல்லாம் உடனடியாக நிறுத்திக் கொள்ள வேண்டும் என்றுதான் நானும் விரும்புகிறேன். என்ன காரணத்தினாலோ என்னால் அப்படிச் செய்ய முடியவில்லை. இது உண்மை யில் வெட்கக்கேடானது' என்று சொல்லிவிட்டு ஒருகணம் மௌனமானாள்.

பின்பு, 'பாருங்கள். இன்று காலையில் படுக்கையை விட்டு எழுந்திருக்கும்போதே நான் நினைத்துக் கொள் கிறேன். இனிமேல் நரேந்திரனிடம் அளவாகத்தான் பழக வேண்டும். ரொம்பவும் இடம் கொடுக்கக் கூடாது. முதல் கட்டமாகக் குறைந்தபட்சம் இன்று ஒரு நாளாவது அவரைப் பார்க்காமல் இருக்க முயற்சி செய்ய வேண்டும். அப்படி நேரில் பார்க்க நேர்ந்தால் கண்களைப் பார்த்துப் பேசக்கூடாது. ஆனால் என்ன நடக்கிறது? காலையில் அலுவலகத்தில் வந்து உட்கார்ந் ததுமே உங்களைப் பார்க்க வேண்டும் என்று தோன்றி விடுகிறதே. வேண்டாம் என்று உள் மனசு தடுக்கிறது. தவிப்புடன் மனசைக் கட்டுப்படுத்திக் கொள்கிறேன். கொஞ்ச நேரம் வேலையில் லயிக்கிறேன். திடீரென்று தொலைபேசி மணி அடிக்கிறது. உடனே பரபரப்பா கிறேன். அது உங்களுடைய அழைப்பாக இருக்கும் என்று நினைத்து அவசர அவசரமாக ரிஸீவரை எடுத்து 'ஹலோ' சொல்கிறேன். என்ன ஏமாற்றம். எனக்கு வேறு யாரோ போன் செய்திருக்கிறார்கள். ஏமாற்றத் துடன் பேசி முடித்துவிட்டு ரிஸிவரை வைக்கிறேன். அதன் பிறகு மீண்டும் தொலைபேசி மணி அடிக்காதா என்று ஏங்குகிறேன். உள் மனம் என்னைத் திட்டித் தீர்த்துவிடுகிறது. அரைநாள் முழுக்க உங்களிடமிருந்து அழைப்பு வருவதாக இல்லை. எனக்குப் பதற்றத்தில் உயிர் போகிறது. உங்கள் மேல் கோபம் வருகிறது. நேரே எழுந்து உங்கள் அறைக்கு வந்து உங்களைத் திட்டலாமா என்று தோன்றுகிறது. கூடவே இதென்ன அபத்தம் என்கிறது இன்னொரு குரல்.

ஒருவழியாக அன்றைய தினத்தை வெற்றிகரமாகக் கழித்து விடுகிறேன். 'அப்பாடா, உங்களைத் தவிர்த்து விட்டேன்' என்று நிம்மதியாகப் பெருமூச்சு விட்டு விட்டு அவசர அவசரமாக வீட்டுக்குக் கிளம்புகிறேன்.

கிடைத்த பஸ்ஸில் ஏறி ஓடுவதில் குறியாக இருக்கிறேன். வீட்டுக்குப் போனதும், நிம்மதியாக கைப்பையை சுவரில் இருக்கும் கொக்கியில் மாட்டிவிட்டு நாற்காலி யில் உட்கார்ந்து என்னை ஆசுவாசப்படுத்திக் கொள் கிறேன். 'அப்பாடா ஜெயித்து விட்டேன்' என்று தோன்றுகிறது. திடீரென்று எதையோ இழந்து விட்ட மாதிரி உணர்கிறேன். உங்களைப் பார்க்க வேண்டும் போல உணர்கிறேன். உங்கள் சிரிப்பு; பேச்சு; 'மானரிஸ'த் தலையாட்டல் எல்லாம் ஒன்றன் பின் ஒன்றாக ஞாபகத்தில் தட்டுப்பட ஆரம்பிக்கிறது. உடனே உங்களைப் பார்த்தாக வேண்டும் போல ஓர் ஏக்கம் என்னுள் கவிகிறது.

உடனே ஆபீசுக்குப் போன் செய்கிறேன். ஆபீஸி லிருந்து நீங்கள் கிளம்பிப் போய்விட்டதாகச் சொல் கிறார்கள். அடுத்து உங்கள் வீட்டுக்குப் போன் செய் கிறேன். நீங்கள் இன்னும் வரவில்லை என்று உங்கள் அம்மா சொல்கிறார்கள். அன்றைய தினம் அஸ்தமித்து விட்டது போல் தோன்றுகிறது. பாத்ரூமுக்குள் ஓடிப் போய் கதவை மூடிக்கொண்டு அர்த்தமில்லாமல் அழுது கொண்டு நிற்கிறேன். ஏன் இப்படியெல்லாம் நடந்து கொள்கிறேன். இதெல்லாம்தான் காதலா, என்ன இழவு என்றே தோன்றுகிறது.

மறுநாள் வருகிறது. ஆவலுடன் அலுவலகத்துக்கு வருகிறேன். இன்றைக்கு என்னுடைய உறுதியைக் கொஞ்சம் தளர்த்திக் கொள்கிறேன். இன்று மட்டும் உங்களை ஒருதடவை பார்த்துக் கொள்ளலாம் என்று உத்தேசிக்கிறேன். என்ன மோசமான நிலைமை பாருங்கள். இன்றைக்கு நீங்கள் ஒருநாள் 'லீவ்' என்று சொல்கிறார்கள். நான் அடையும் மனஉளைச்சல் சொல்ல முடியாததாக இருக்கிறது.

இத்தனை மன அவசத்துக்குப் பிறகு அதற்கடுத்த நாள் உங்களை நான் பார்க்க நேருகிறது. நீங்கள்

இயல்பாக என்னைப் பார்க்கிறீர்கள். என் மனப் போராட்டங்களை அறியாதவராக சாதாரணமாகப் பேசுகிறீர்கள். எனக்குக் கண்களில் நீர் துளிர்த்து நிற்கிறது. அன்று முழுக்க உங்களுடனேயே என் பொழுது கழிகிறது. சாயங்காலம் உங்கள் வீட்டுக்கு வரும் வரை அன்றைய பொழுது நீடிக்கிறது.

அதன் பிறகு உங்கள் வீட்டில் ஒரு நாடகம் அரங்கேறு கிறது. முதலில் ஹாலில் இரண்டு பேரும் உட்கார்ந்து பேசிக் கொண்டிருக்கிறோம். திடீரென்று உங்கள் அறைக்குள் நீங்கள் நுழைகிறீர்கள். நானும் ஆட்டுக் குட்டியைப் போல் உங்கள் பின்னாலேயே தொடர்ந்து வருகிறேன். உங்கள் அம்மா வீட்டில் இல்லை என்பது நமக்குச் சுதந்திரம் தருவதாக இருக்கிறது. கணினியில் எதையோ தேடுகிறீர்கள். நானும் உங்கள் கூடவே தலையைக் குனிந்த வாக்கில் கணினியின் திரையைப் பார்த்தபடி நிற்கிறேன். என்னுடைய இடது கையை கணினியின் மேஜையின் மேல் ஊன்றியிருக்கிறேன் நான். தற்செயலாகவோ தீர்மானித்தோ உங்கள் வலதுகை என் இடது கைமேல் பதிகிறது. நான் சிக்கலில் மாட்டிக் கொள்கிறேன். இப்போது என் கையை அப்படியே இருக்க விடுவதா அல்லது இழுத்துக் கொள் வதா? இதுதான் அந்தக் கணத்தின் பிரதானமான கேள்வி. உண்மையில் என்கையை இழுத்துக் கொள் வதில் எனக்கு விருப்பமில்லை. அப்படிச் செய்தால் அது என் இன்பத்தை நான் மறுப்பது. உங்கள் இன்பத்தை யும் மறுப்பதாகும். அதனால் அப்படியே இருக்க விடுவதன் மூலம் என்னை நான் என் உடலாக உணரா திருப்பது போல் நடிக்கிறேன். என் கையை உங்கள் வசம் விட்டுவிடுகிறேன். அதே சமயத்தில் அதை நான் கண்டு கொள்வதில்லை. இதைத்தான் ஸார்த்தர் கெட்ட நம்பிக்கை என்கிறார்.

என் உடலை என் மனம் விவாகரத்து செய்யும் மோசமான தருணம் அது.'

'சரி, எதற்கு இந்தக் கெட்ட நம்பிக்கை? நல்ல நம்பிக்கையுடன் நாம் ஏன் சேர்ந்து வாழ முயலக் கூடாது?'

அவள் யோசனையில் மூழ்கினாள்.

இப்படித்தான் நரேந்திரன் அவளிடம் மன்றாடிக் காதலைப் பெற்றான். திருமணத்துக்கும் அவளை சம்மதிக்க வைத்தான்.

அதன்பிறகு இன்னொரு நாள் இவர்களுக்குள் பெரிய பிரச்சினை ஒன்று வெடித்தது. அதுவும்கூட இந்த அறையில் வைத்துத்தான் நடந்தது.

இவர்கள் திருமணத்திற்கு அம்மா எதிர்ப்புத் தெரிவித்த போது இவன் அம்மாவிடம் எதிர்த்துப் பேசியது குறித்து எஸ்தரிடம் சொல்லிக் கொண்டிருந்தான். அப்போது அம்மா இவனிடம் 'ஒரு தாழ்ந்த ஜாதிப் பெண்ணை மணந்து கொண்டால் நம் மானம் போகும். மாமா அதிர்ச்சி அடைவார்' என்று சொல்ல, அதற்குப் பதிலாக இவன், 'மாமா அதிர்ச்சி அடைய வேண்டும். அதற் காகத்தான் இதைச் செய்கிறேன். ஒரு தாழ்ந்த ஜாதிப் பெண்ணைக் கட்டிக்கொண்டு விட்டானே பாவி என்று அவர் அவமானம் தாங்காமல் மனம் புழுங்க வேண்டும்' என்று தான் சொன்னதைப் பெருமையுடன் நரேந்திரன் எஸ்தரிடம் சொல்லப் போய் மாட்டிக் கொண்டான்.

எஸ்தர் பெரிதும் பாதிக்கப்பட்டாள். அவளுக்கு இவன் மேல் கோபம் கோபமாக வந்தது.

'அப்படியானால் உங்கள் மாமாவைப் பழிதீர்க்க விரும்பித்தான் என்னைத் திருமணம் செய்து கொள் கிறீர்கள். உண்மையான காதல் கத்திரிக்காயெல்லாம் இல்லை. அப்படித்தானே?' விஷயம் திடீரென்று திசை மாறவே நரேந்திரன் திடுக்கிட்டுப் போனான்.

‘அப்படியெல்லாம் இல்லை. உண்மையில் உன்னை எத்தனை ஆழமாகக் காதலிக்கிறேன் தெரியுமா’வில் இருந்து அவன் சொன்ன பல வாக்கியங்கள் பலனற்றுப் போயின. அவளை எவ்வளவு மன்றாடியும் சமாதானப் படுத்தவே முடியவில்லை அவனால். கோபத்துடன் அன்றைக்கு வெளியேறியவள் அதற்குப் பின் ஒருமாதம் வரை இவனைப் பார்க்கவே வரவில்லை. அலுவலகத் திலும் இவனைப் பார்ப்பதையும் பேசுவதையும் தவிர்த்தாள். முகத்தை எஃகால் ஆனது மாதிரி இறுக்கி வைத்தபடி இருந்தாள். நரேந்திரன் படாதபாடு பட்டு அவளைச் சமாதானப்படுத்தினான். அதன் பிறகு அவளைப் பழையபடி கொண்டு வருவதற்கு ரொம்ப நாள் பிடித்தது. இப்போதும் கூட சந்தர்ப்பம் கிடைக்கும் போதெல்லாம் இதைச் சொல்லிக் குத்திக் காட்டுவாள் எஸ்தர். இவன் அசடு வழிந்து பரிதாபமாக பதில் சொல்லமுடியாமல் நிற்பான்.

***

III. சமையலறை

அம்மா உயிருடனிருந்தவரை அவள்தான் இங்கே சதா தென்படுவாள். காலையில் காபி போட்டு இவனை எழுப்புவதிலிருந்து, டிபன், சாப்பாடு, இரவு உணவு என்று சகலமும் அவளேதான் செய்வாள். நரேந்திரன் அவளுக்கு ஒத்தாசையாக ஒரு வேலையும் செய்த தில்லை. இப்போது நிலைமை தலைகீழ். தினமும் காலையில் அலாரம் வைத்து எழுந்திருப்பது நரேந்திரன் தான். காபி போட்டு எஸ்தரை எழுப்புவான். அவள் சமைப்பதற்கு ஒத்தாசையாக காய்கறி நறுக்கித் தருவான். அவள் துணி துவைத்தால் இவன் துவைத்த துணிகளை பக்கெட் நீரில் அலசித் தருவான். இருவருமாகச் சேர்ந்து துணியைப் பிழிந்து, மொட்டை மாடியில் உலர்த்து

வதற்கு ஜோடியாகப் போவார்கள்.

***

IV. **பால்கனி**

பால்கனி என்பது என் கண்ணில் படாத மறைவுப் பிரதேசம். ஆனால் பால்கனியில் இவர்கள் இருவரும் அரட்டை அடிப்பது என் காதில் விழுந்துகொண்டே இருக்கும்.

இந்த ஃப்ளாட்டில் நிறைய இடம் இருந்தும் ஏனோ இவர்கள் பால்கனியில் உட்கார்ந்துதான் முக்கியமான முடிவுகளை எடுக்கிறார்கள்.

அ. சந்திரசேகரின் கல்யாணத்துக்குப் போகலாமா, வேண்டாமா?

ஆ. கௌதமை எந்த ஸ்கூலில் போடலாம்.

இ. அம்மா இறந்துவிட்டதால் துணைக்கு எஸ்தரின் தங்கையை இங்கே கொண்டு வந்து வைத்துக் கொள்ளலாமா?

ஈ. ஆளுங்கட்சி இன்ன விஷயத்தில் எடுத்திருக்கும் இன்ன முடிவை, ஆதரித்து எழுதலாமா அல்லது எதிர்த்து எழுதலாமா?

பெரும்பாலும் எஸ்தருக்கு எதிராக நரேந்திரன் முடிவுகள் எடுப்பதில்லை; என்றபோதிலும், இந்த பால்கனியில் உட்கார்ந்து கொண்டுதான் சகல முடிவு களையும் எடுக்க வேண்டுமா என்ன? அதற்குக் காரணம் என்ன என்றுதான் எனக்குப் புரிவதே இல்லை.

25

குறுந்தகடு சொன்ன கதை

கா கொண்டு வந்திருந்த பழுப்பு நிற உறையில் நானும் இருக்கிறேன். நான் சில தகவல்கள் வைத்திருக்கிறேன். பட வடிவத்தில் இருக்கும் இந்த தகவல்கள் 'டெலி போர்டேஷன்' என்று சொல்லப்படும் தொலைதூர அனுப்பல் தொடர்பானவை. லோன் கிரகத்தில் நிறைய டெலிபோர்டேஷன் இயந்திரங்கள் இருக்கின்றன. இந்த இயந்திரங்களிலிருந்து மாஸ்கோவிலிருந்து, நியூயார்க்குக்கு ஒளியின் வேகத்தில் பொருட்களை அனுப்ப முடியும். ஏன், ஒரு பிரபஞ்சத்திலிருந்து இன்னொரு பிரபஞ்சத்துக்கூட பொருட்களை அனுப்பலாம்.

பிரபஞ்சத்தில் எண்ணற்ற அணுக்கள் நிரம்பி இருக் கின்றன. அதேபோல் அளவற்ற சக்தியும் பிரவகித்துக் கொண்டிருக்கிறது. சக்தி திடீரென்ற பருப்பொருளாக மாறுகிறது. இதை, புதுப் புது அணுக்கள் தோன்று கின்றன என்று சொல்கிறோம். பொருள் சிதைந்து சக்தியாக மாறுகிறது. இதை 'வெடிக்கிறது' அல்லது 'அழிகிறது' என்கிறோம். டெலிபோர்டேஷன் இயந்திரம் இந்த முறையில் இயங்குகிறது. இதில் வைக்கப்படும் பொருட்கள் நொடிக்கும் குறைந்த நேரத்தில் சக்தியாக மாற்றப்பட்டு அண்ட வெளியில் கடத்தப்படுகின்றன.

பின்பு குறிப்பிட்ட தூரம் கடந்தபின் மீண்டும் சக்தி மாற்றமடைந்து பழையபடி பருப் பொருளாக மாறு கிறது. இதில் போய்ச் சேர வேண்டிய இடத்தை குறிப்பிடாமல், ஒரு லட்சம் கி.மீ. தொலைவு என்று தொலைவை மட்டும் குறிப்பிட்டு ஒரு பொருளை அனுப்பிவிட்டால் அது இலக்கில்லாமல் பிரபஞ்சத் தினுள் சக்தியாக மாறி அலைந்து கொண்டே இருக்கும். மீண்டும் பருப்பொருளாக மாறாது. மீண்டும் பருப் பொருளாக மாற வேண்டுமானால் அதற்கு ஏற்றபடி இயந்திரத்தில் 'ப்ரொாக்ராம்' அமைக்கப்பட்டிருக்க வேண்டும்.

இந்தச் சோதனைக் கூடத்தில் காவின்கீழ் நல்ல 'ப்ரொாக்ராமர்'கள் இருக்கிறார்கள். பூவும், டோவும் திறமை மிக்க ப்ரொாக்ராமர்கள். பூ இருபத்தைந்து வயது இளம் பெண். டோ இளைஞன். அவனுக்கு இருபத்தி யெட்டு வயதாகிறது. இருவருக்கும் தொலைதூர அனுப்பல் துறையில் பத்தாண்டு கால அனுபவம் இருக்கிறது.

இக்பார் தேசத்தில் இருக்கும் அதிருஷ்டக்கார ஜோடி என்று இவர்களைச் சொல்லலாம். ஏனெனில், கனவிலும் நனவிலும் சேர்ந்து வாழ்பவர்கள் இவர்கள். நாள் முழுக்க ஒரே அலுவலகத்தில் ஒரே அறையில் இருக்கிறார்கள். இவர்களது ஒரே கண்காணிப்பாளர் கா மட்டுமே. கா அடிக்கடி இவர்களைத் தனிமையில் இருக்குமாறு அனுமதித்துவிட்டு விலகி இருப்பார். இவர்கள் நினைத்த நேரம் உறவு கொள்ள முடியும். இதனால் கனவிலும், நனவிலும் இவர்கள் காதலர் களாகத் தொடர்ந்து இருக்க முடிகிறது. இந்த விதத்தில் அதிருஷ்டசாலிகள்; அதே சமயத்தில் இன்னொரு விதத்தில் துரதிருஷ்டசாலிகளும்கூட. ஏனெனில், சட்டப்படி இவர்கள் இரண்டு பேரும் சேர்ந்து குழந்தை பெற்றுக் கொள்ள முடியாது. பூவுக்கு அரசு ஆணையின்

படி வேறு யாரோ ஒருவருடன் இணைசேர்ந்ததில் இரண்டு குழந்தைகள் பிறந்து எங்கோ வளர்ந்து கொண்டிருக்கின்றன. அதே போல், டோ வுக்கும் வேறு பெண்கள் மூலம் பிறந்த மூன்று குழந்தைகள் இருக்கின்றன. மனதால் ஒன்றுபடாத யாருக்கோ பிள்ளைகள் பெற்றுக் கொண்டும், மனதால் ஒன்று பட்டவருடன் வாழ்ந்து கொண்டும் இருக்கும் அவல நிலை அவர்களுடையது.

காவின் கீழ் இயந்திரன்களுக்கெதிரான புரட்சியில் இவர்கள் தங்களை இணைத்துக் கொண்டார்கள். அது ஒரு சுவாரஸ்யமான சம்பவம்.

அன்று காலை வழக்கம் போலவே அலுவலகம் தொடங்கியது. ஊழியர்களும் தொழில் நுட்பப் பணி யாளர்களும் அவரவர் பிரிவுகளுக்குச் சென்று வேலையை கவனிக்க ஆரம்பித்தார்கள்.

பூவும் டோவும் அவர்களுடைய சோதனைக் கூடத்தில் தனித்துவிடப்பட்டிருந்தார்கள். அன்றைக்கு அவசரமாக சில இராணுவத்தளவாடங்களையும் ஆபத்தான கைதிகளையும் மோ கிரகத்துக்கு அனுப்ப வேண்டி இருந்தது.

மோ கிரகம் லோன் கிரகத்தைவிட மிகச் சிறியது. அது லோன் கிரகத்தைச் சுற்றிவரும் துணைக்கிரகம். சூரியனிடமிருந்து ஒளியைப் பெற்று இரவுகளில் பிரகாசிக்கிறது. லோன் கிரகத்தின் உப பகுதியாக அது செயல்பட்டு வருகிறது. அங்கே அறிவியல் பரிசோதனைச் சாலைகளும் சிறைகளும் இருக்கின்றன. ஆபத்தான குற்றவாளிகளையும் சீர்திருத்தப்பட வேண்டிய மாணவர் களையும் அங்கேதான் அனுப்பி வைக்கிறார்கள். தவிரவும், நிறைய பண்டக சாலைகளும், விண்வெளி ஆய்வுக்கூடங்களும் அங்கே நிர்மாணிக்கப்பட்டிருக் கின்றன.

இன்றைக்கு அங்கே அனுப்பப்படவேண்டிய பொருட்கள் சோதனைக் கூடத்தில் அடுக்கி வைக்கப்பட்டிருந்தன. காலையில் வந்ததும் வேலையைக் கவனிக்காமல் பூவும், டோவும் ஒரு சிறு தவறு செய்தார்கள். அதை யார் ஆரம்பித்து வைத்தது என்று தெரியவில்லை. ஆனால் எதிர்பாராத விதமாக நடந்து தொலைத்துவிட்டது. பொருட்களையெல்லாம் அனுப்பி வைத்தபிறகு, ஓய்வு நேரத்தில் இந்த வேலையைச் செய்திருக்கலாம். பொதுவாக அப்படித்தான் செய்வது வழக்கம். இன்றைக்கு வரிசை தவறிவிட்டது.

இயந்திரத்தில் குனிந்து எதையோ திருகிக் கொண்டிருந்த பூ வின் மார்பின் நடுநீரோடையை டோ பார்த்தது தவறு. பார்த்தபின் பார்வையைத் திருப்பிக் கொள்ளாமல் அங்கேயே வெறித்தது அதைவிடப் பெரிய தவறு. மகா தவறு என்னவென்றால் அவளை உடனே கையைப் பிடித்து இழுத்து அந்த இடத்தில் முத்தமிட்டது. அவளாவது இவனைப் பிடித்துத் தள்ளி இருக்கவேண்டும். அப்படிச் செய்யாமல் தனது மேற்பகுதி சீருடையைக் கழற்றி வெற்று மார்பை முத்தங்களுக்காக இவனிடம் காட்டினாள்.

அப்போது கா அந்த அறைக்கு வெளியே இருந்தார். மோ கிரகத்துக்கு அனுப்பப்பட வேண்டிய ஆபத்தான கைதிகளின் பட்டியலையும், ஸ்தூலமாக கைதிகளையும் சரிபார்த்துக் கொண்டிருந்தார். உள்ளே நடக்கப் போகும் விபரீதம் அவருக்குத் தெரியவில்லை.

பூ வும் டோவும் மாறி மாறி முத்தமிட்டுக்கொண்டிருந்தபோது பக்கத்துச் சுவரிலிருந்து 'திடும்' என்று ஓர் உருவம் வெளிப்பட்டு நின்றது. சில கணங்கள் இவர்களையே பார்த்தபடி இருந்தது. தற்செயலாகப் பார்வையை உலவவிட்ட பூ இந்த உருவத்தைப் பார்த்ததும், செயலற்றுப் போனாள். அலறினாள். கைகால்கள்

251

நடுங்க மயக்கமடைந்தாள். உருவம் டோவின் முதுகுக்குப் பின் நின்றதால் அவன் பார்வையில் படவில்லை. டோ ஒன்றும் புரியாமல் அவளைத் தரையில் படுக்க வைத்து விட்டுப் பக்கத்தில் தண்ணீர்க் குவளையை எடுக்கத் திரும்பினான்.

அப்போதுதான் அந்த உருவத்தை அவனும் பார்த்தான். பார்த்த நொடியில் உடம்பிலிருந்த இரத்தம் முழுதும் ஒரே நொடியில் ஆவியாகிவிட்டமாதிரி உணர்ந்தான். கண்கள் இருட்டிக் கொண்டு வந்தன. கைகால்கள் வெடவெடத்தன. நாக்கு வறண்டு கொண்டு வந்தது. கத்த முயன்றான். காற்றுதான் வந்தது.

சட்டென்று அவன் கையை அந்த உருவம் பிடித்தது. மறுகணம் இவன் கையும் அதன் கையும் ஒன்றாக இணைந்து கொண்டன. இது கைது செய்யும் முறை.

நல்லவேளையாக, அப்போது கா வெளியிலிருந்து சோதனைக் கூடத்துக்குள் நுழைந்தார். உள்ளே வந்ததும் நிலைமை புரிந்து போயிற்று அவருக்கு. இது எதிர் பார்த்த ஒன்றுதான். கள்ளக் காதல்கள் என்றேனும் ஒருநாள் வெளிச்சத்துக்கு வந்துதானே ஆகவேண்டும். இப்போது வெளிச்சத்துக்கு வந்துவிட்டது.

தரையில் மயங்கிக் கிடக்கும் பூ வையும் செயற்கை அறிவு ஜீவியின் கையில் கைதாகி நிற்கும் டோ வையும் பார்த்தார் கா. அடுத்து என்ன செய்யலாம் என்று யோசனையில் ஆழ்ந்தது அவர் மனம். டோ பரிதாபமாக இருந்தான். உடல் வெளுத்து செத்துக் கொண்டிருப் பவனைப் போல் தோன்றினான்.

செயற்கை அறிவுஜீவி இயந்திரனைப் பார்த்து 'ஷோ' என்றார் கா. வணக்கம் என்று அர்த்தம். பதிலுக்கு இயந்திரனும் 'ஷோ' என்றான்.

'என்ன நடந்தது?'

'இவர்கள் இருவரும் தகாத புணர்ச்சியில் ஈடுபட்டுக்

கொண்டிருந்தார்கள். சமூகத்தின் விதிகளை மீறி இருக்கிறார்கள். இதனால் இவர்கள் இரண்டு குற்றங்களை இழைத்திருக்கிறார்கள்.

அ. வேலை நேரத்தில் தங்கள் கடமையைச் செய்யாதது.

ஆ. தகாத புணர்ச்சியில் ஈடுபட்டது.

இந்த இரண்டு குற்றங்களின் மூலம் இவர்கள் இருவரும் நமது சமூகத்துக்கும் தேசத்துக்கும் மிகப் பெரிய தீங்கை விளைவித்து இருக்கிறார்கள். இதனால் இவர்களைக் கைது செய்திருக்கிறேன்.'

'நீங்கள் செய்திருப்பது சரியான காரியம்தான்' என்றார் கா. 'இது தொடர்பாக நான் ஏதாவது உங்களுக்கு உதவ வேண்டுமா?'

'ஒன்றும் வேண்டாம். விசாரணையின் போது சாட்சியம் அளித்தால் போதும்'

'சரி'

'நீங்கள் படிவத்தில் ஒரு கையொப்பம் இட வேண்டும்'

'கண்டிப்பாக' என்றபடியே போனார் கா. இயந்திரனுக்கு நேர் பின்னால் இருந்த டேபிளில் அது இருந்தது. இயந்திரன் தன் கையிலிருந்த ரிமோட்கண்ட்ரோல் தொலைபேசியை மற்ற இயந்திரக் காவலர்களுக்கு செய்தி அனுப்பும் பொருட்டு வெளியே எடுப்பதற்கும், கா டேபிள் டிராயரைத் திறந்து அதனுள்ளிருந்த ஒரு சக்தி வாய்ந்த காந்தத்துண்டை எடுத்து இயந்திரன் மேல் எறிவதற்கும் சேர்த்து செலவானநேரம் சிலநொடிகள் மட்டுமே. கையில் ரிமோட் தொலைபேசியுடன் செத்த உடல் போல் பொத்தென்று விழுந்தான் இயந்திரன். அவனது ரிமோட் தொலைபேசியில் அழைக்கப்பட்ட இயந்திரன்களின் குரல்கள் காரேபூரே என்று ஒலித்துக் கொண்டிருந்தன.

சில நொடிகள் அசைவற்று நின்றார் கா. அவர் செய்த காரியம் அவராலேயே நம்ப முடியாததாக இருந்தது. எப்படி இந்த மாதிரி காரியத்தைச் செய்தோம் என்று மலைத்துப் போயிருந்தார்.

அடுத்து என்ன செய்வது என்பது போல் காவையே பார்த்தபடி நின்றான் டோ. இயந்திரன் செயலற்று விழுந்ததில் இவன் கையுடன் இணைந்திருந்த அவன் கை தன்னிச்சையாகக் கழன்று போயிருந்தது. 'நே' என்று தரையில் மல்லாந்து கிடந்தான் இயந்திரன்.

காவும் டோவும் வேகமாகச் செயல்பட்டார்கள். இயந்திரனை அப்படியே தூக்கி தொலை அனுப்பல் இயந்திரத்தில் வைத்தார்கள். துரிதமாகப் பட்டன்களை அமுக்கி 'ப்ரொகிராம்' செய்தார்கள்.

அனுப்பப்பட வேண்டிய தொலைவு: பத்து லட்சம் கிலோமீட்டர்கள் ஒளித் தொலைவு.

இலக்கு : பிரபஞ்சவெளி.

பின்பு 'செய்' என்ற பொத்தானை அமுக்கியதும் தொலை அனுப்பல் இயந்திரம் உற்சாகத்துடன் செயல் பட்டது. சில நொடிகளில் இயந்திரன் அண்டவெளியில் அணுத்துகள்களாக மாறி மிதந்து கொண்டிருந்தான்.

காவும் டோவும் தரையில் கிடந்த பூவை முகத்தில் தண்ணீர் தெளித்து, சுயநினைவுக்குக் கொண்டு வந்தார்கள். மிரள மிரள விழித்தபடியே எழுந்து உட்கார்ந்தாள் அவள். சுற்றுமுற்றும் பார்த்துவிட்டுக் கலவரத்துடன் 'எங்கே அந்த செயற்கை அறிவுஜீவி இயந்திரன். இன்னும் எங்களைப் பிடித்துக் கொண்டு போவில்லையா?' என்று கேட்டாள். அவளுக்குக் குடிக்க கொஞ்சம் தண்ணீர் கொடுத்தார் கா. நெடுநாள் தாகத்தில் இருந்தவள் போல் மடக்மடக் கென்று தண்ணீரைக் குடித்துவிட்டுப் பெருமூச்சு விட்டாள்.

'காவல்துறை இயந்திரன்கள் வந்து இப்போது

என்னையும், டோவையும் பிடித்துக்கொண்டு போகப் போகிறார்களா?' என்று கேட்டாள் பரிதாபமாக.

கா அமைதியாக விரலை அசைத்துக் காட்டி 'அமைதி யாக இரு, ஒன்றும் ஆகாது' என்றார். சந்தேகத் துடன் அவள் இவர்கள் இருவரையும் பார்த்தாள். நம்பமுடியாதது என்னமோ நடந்திருக்கிறது என்று உணர்ந்தாள். பின்பு நடந்த விஷயத்தை டோ அவளிடம் சொன்னான். சந்தோஷத்துடனும் பீதியுடனும் அதைக் கேட்டுக்கொண்டாள் பூ. பின்பு இருவரும் மாய்ந்து மாய்ந்து காவுக்கு நன்றி சொன்னார்கள்.

அதற்குள் ரிமோட் மூலம் செய்தி பெற்ற இயந்திரன்கள் அங்கு வந்து சேர்ந்தார்கள். 'எங்களுக்கு இங்கிருந்து ஒரு காவல்துறை மேலாண்மைக்காரர் தகவல் கொடுத்தாரே அவர் எங்கே?' என்று கேட்டார்கள். இவர்கள் மூவரும் உதட்டைப் பிதுக்கினார்கள். 'இங்கே காவல்துறை மேலாண்மைக்காரர் யாரும் வரவில்லையே. பாருங்கள்; அப்படி இங்கே யாரும் இல்லையே. நீங்கள் சொல்கிற மாதிரி இங்கிருந்து மேலாண்மைக்காரர் யாரும் உங்களைக் கூப்பிடவில்லையே. ஒருவேளை பக்கத்து அலுவலகமாக இருக்கலாம்' என்று கோரஸாகச் சொன்னார்கள்.

குழப்பத்துடன் இயந்திரன்கள் போய்விட, மனம் நெகிழ்ந்திருந்த பூவும் டோவும் காவுக்காக எதையும் செய்யத் தயாரானார்கள்.

26

மாஜிமாமா சொன்ன கதை

இன்னமும் பிளாட்பாரத்தில்தான் படுத்திருக்கிறேன். 'வெயிட்டிங் லிஸ்ட்'டில் இருக்கும் ரயில் பயணியைப் போல் என் முறைக்காகக் காத்திருக்கிறேன். எனக்குச் சற்று முன்னதாகப் போன முகம் தெரியாத அந்த மனிதர் எரிந்து கொண்டிருக்கிறார். என்னிலும் வேறான வாழ்க்கை வாழ்ந்திருப்பார். நிறையப் பேர் அவருக்காக வந்திருந்தார்கள். நரேந்திரன், அவன் மனைவி எஸ்தர், சென்குப்தா, நரேஷ் இந்த நான்கு பேரைத் தவிர எனக்கு யாரும் வரவில்லை. நான்கு பேர் மட்டுமே வந்திருந்து கௌரவப்படுத்தியிருக்கும் சவம் நானாகத்தான் இருப்பேன் என்று நினைக்கிறேன். அதிலும் ஒருத்தன் என் பிள்ளை - எனக்குக் கொள்ளி வைக்க வந்தவன் - என்பதால் அவனைக் கழித்துவிட்டால் மொத்தம் மூன்று பேர்தான். இந்த நான்கு பேரின் வருகையைக் கூட கோராத மரணம்தான் நான் விரும்பிய மரணம். அது சாத்தியப்படாமல் போய்விட்டது.

'பான்பராக்' மென்றபடி வந்த வெட்டியான் 'அடிடாஸ்' பனியன் அணிந்திருந்தான். கையில் அனிச்சை யாக சேகண்டியை அடித்தபடி சகிக்க முடியாத கட்டைக் குரலில் பிசிறுகளுடன் பட்டினத்தாரின் பாடலைப் பிழைகளுடன் பாடினான். நடுநடுவே பான்பராக்

எச்சிலை ஓரமாகத் துப்பினான். அவனுக்குச் சற்றுப் பின்னால் நின்றிருந்த ஓர் இளைஞன் சமச்சீரான இடைவெளிகள் விட்டு சங்கை ஊதினான்.

இறுதிச் சடங்குள் நடக்க ஆரம்பித்தன. இறுதிச் சடங்கின் முதல் நிபந்தனை என்னைத் தண்ணீரில் குளிப்பாட்ட வேண்டும். தவிர்க்க முடியாமல் அந்த நிபந்தனை தளர்த்தப்பட்டது. தண்ணீர்த் தட்டுப்பாடு ஒரு முக்கியக் காரணம். தவிரவும், அக்கம் பக்கத்தில் போய்த் தண்ணீர் மொண்டு வர பாத்திரங்கள் வேறு இல்லை.

எதையும் உபயோகித்து விட்டுத் தூக்கியெறியும் யுகம் இது. இந்த யுகத்தில் இது போன்ற சம்பிரதாயங் களைக் கட்டிக் காக்க முடியாது. வெட்டியானின் வழி காட்டுதலின் படி நரேஷ் என் தலையில் எண்ணெய் தேய்த்தல்; தயிர் விடல்; சீயக்காய் தடவுதல்; வாய்க்கரிசி போடல் போன்ற கடமைகளை நிறைவேற்றினான். பின்பு ஒரு சின்ன மண்குடத்தில் தண்ணீருடன் (வெட்டி யானால் ரேஷன் படி ஒதுக்கப்பட்ட தண்ணீர்) என்னைச் சுற்றி வந்தான். ஒவ்வொரு சுற்றின் போதும் அவனை வழிமறித்து வெட்டியான் தன் கை விரலை கொக்கிபோல மடக்கி குடத்தில் தட்டி ஓட்டைகளை உருவாக்கினான். என் அப்பாவுக்கும் அம்மாவுக்கும் இதேபோல் மண்குடத்தில் நான் நீர் சுமந்திருக்கிறேன். ஒவ்வொரு ஓட்டையிலிருந்தும் தண்ணீர் உற்சாகமாய்ப் பீறிட்டது.

மரணமடைவதில் இருக்கும் சிக்கலான விஷயம் என்னவென்றால், நம் விருப்பத்துக்கெதிராக நடக்கும் விஷயங்களை நம்மால் தடுக்க முடிவதே இல்லை. எனக்கு நரேஷ் கொள்ளி வைக்கக்கூடாது என்றே விரும்பினேன். சொல்லப்போனால் என்னையே அவன் கண்ணில் காட்டாமலேயே புதைக்கவோ எரிக்கவோ

செய்ய வேண்டும் என்றே ஆசைப்பட்டேன். ஆனால் இந்தப் பாழாய்ப் போன சென்குப்தா அவனை ஜெயிலி லிருந்து கொண்டு வந்து இங்கே நிறுத்தி விட்டான். என்ன செய்வது?

சென்குப்தாதான் என்ன செய்வான், பாவம். புத்திரனால் கொள்ளி வைக்கப்படாத மனிதனின் ஆன்மா நாயாய் பேயாய் அலையுமாம். அந்த மாதிரி நான் அலையாமல் இருப்பதற்கு, ஒரு நண்பன் என்ற முறையில் என்னை மீட்டாக வேண்டும் என்று நினைத் திருப்பானோ? அவன் தான் மத நம்பிக்கைகள் இல்லாத வனாயிற்றே. எதையுமே விளையாட்டாகப் பார்ப் பவனாயிற்றே அவன். தனது விளையாட்டுப் போன்ற பேச்சால் என்னை எவ்வளவோ மேன்மையடையச் செய்தவன் அவன். அவனுக்கு எப்போதுமே விளை யாட்டுதான். எதுவுமே விளையாட்டு.

நாங்கள் மண்ணடியில் வாழ்ந்த காலங்கள் மட்டுமே எங்கள் வாழ்வில் அபூர்வ கணங்கள் நிறைந்தவை.

மண்ணடியில் நாங்கள் தங்கியிருந்த அறைக்கு ஒரு பூனை அடிக்கடி வந்து தொல்லை கொடுத்துக் கொண்டி ருந்தது. அறையில் பால், ரொட்டி, பிஸ்கட் என்று எதையுமே வைத்துக் காப்பாற்ற முடியாது. பூனை எல்லாவற்றையும் துவம்சம் பண்ணிவிடும். பூனையை விரட்ட சென்குப்தா ஒரு காரியம் செய்தான். ஒருநாள் ராத்திரி நானும் குப்தாவும் மொட்டை மாடியில் படுத்திருந்தோம். எனக்கு அவசரமாக பாத்ரூம் வரவே, நான் எழுந்து பாத்ரூம் போனேன். நான் போனபோது சென்குப்தா மொட்டை மாடியில் தனியே படுத்திருந் தான். பாத்ரூமிலிருந்து வெளியே வந்து மொட்டை மாடிக்குப்போன நான், ஒரு வெள்ளை உருவம் வானத்துக்கும் பூமிக்குமாகத் தாவிக் குதிப்பதைக் கண்டு பீதியில் அலறினேன். உடனே அந்த உருவமும்

திகிலில் அலறியது. இருவரும் மாறி மாறி அலறினோம். பிறகுதான் தெரிந்தது, குதித்த வெள்ளை உருவம் சென்குப்தாதான் என்று. நான் பாத்ரூம் போன பிறகு அந்தப் பூனை அங்கு வந்திருக்கிறது. அதைப் பயமுறுத்தி விரட்டி அடிப்பதற்காக சென்குப்தா செய்த சூழ்ச்சிதான் அது. வெள்ளை வேஷ்டியைத் தலைமுதல் கால்வரை எகிப்திய மம்மிபோல் சுருட்டிக்கொண்டு பேய் போல குதித்துப் பூனையை பயமுறுத்தி இருக்கிறான். இது தெரியாத நான் தூக்கக் கலக்கத்தில் இவனைப் பேய் என்று நினைத்து பயந்து அலறி இருக்கிறேன். என் அலறலைக் கேட்டு இவன் பயந்து திகிலில் பதிலுக்கு அலறி இருக்கிறான். அந்த ராத்திரி ஏக களேபரமாகி விட்டது. கூச்சல் கேட்டு கீழ் வீட்டுக்காரர்கள் மேல் வீட்டுக்காரர்கள் என்று எல்லோரும் கூடி விட்டார்கள். எல்லோரும் விஷயம் தெரிந்து கோபப்பட்டார்கள். பின்பு சிரித்தார்கள். எங்கள் இரண்டு பேருக்கும் பெருத்த அவமானமாகிவிட்டது. அந்த நிகழ்ச்சிக்குப் பின் அந்தப் பூனை எங்கள் அறைக்கு வருவதே இல்லை.

இன்னொரு சமயம், பக்கத்து மெஸ் ராஜம்மா ஒரு புகாருடன் வந்தாள். அவள் மெஸ்ஸினுள் நுழைந்து ஒரு தெருநாய் தினமும் அட்டகாசம் செய்கிறதாம். அதை அடித்துப்போட வேண்டுமாம். நாயைத் தனியே அடிக்க அவளுக்குப் பயமாக இருப்பதால் என் துணையை நாடினாள். நான் சென்குப்தாவிடம் விஷயத்தைச் சொன்னேன். குப்தா உற்சாகமடைந்தான். மறுநாளே நாய்க்கு ஒரு பொறி வைத்தோம். மெஸ்ஸின் கதவைத் திறந்து வைத்துவிட்டு ராஜம்மாவை வெளியே போய் ஒளிந்து கொள்ளுமாறு செய்தோம். நாங்களும் வாகான இடத்தில் ஒளிந்து கொண்டோம். சற்று நேரத்தில் எங்கிருந்தோ வந்த அந்தத் தெருநாய் வெகு இயல்பாக மெஸ்ஸினுள் நுழைந்தது. உடனே நானும் குப்தாவும்

மின்னல்போல் நாயைத் தொடர்ந்து உள்ளே நுழைந்தோம். குப்தா சட்டென்று கதவைப் பூட்டித் தாழிட்டான்.

திடீரென்று நாங்கள் தோன்றியதில் அந்த நாய் வெலவெலத்துப் போயிற்று. அது சற்றும் இப்படி ஒரு முற்றுகையை எதிர்பார்க்கவில்லை போல.

பக்கத்திலிருந்த ஓர் உருட்டுக் கட்டையைக் கையில் எடுத்தான் குப்தா. உருட்டுக் கட்டையால் ஓங்கி டமார் டமார் என்று கதவின்மீது தட்டி சப்தம் எழுப்பினான். உடனே நாய் நடுநடுங்கியது. கண்களில் தாரை தாரையாகக் கண்ணீர் விட்டது. தரையில் அழுது புரண்டது. தரையோடு ஒட்டிப் படுத்தபடி நகர்ந்தது. முன்னங்கால்கள் இரண்டையும் தூக்கி வைத்துக் கொண்டு கும்பிடுவது போல் பாவனை காட்டி என்னென்னமோ வித்தைகள் செய்தது. நாங்கள் இரண்டு பேருமே அசந்தே போனோம். ஒரு நாயால் இந்த அளவுக்கு நடிக்க முடியுமா என்று வியந்தோம். அதன் பிறகு அதை அடிக்க எங்களுக்கு மனம் வரவில்லை. அதன் அபூர்வ நடிப்பாற்றலைப் பார்த்து வியந்து அதற்கு மார்லன் பிராண்டோ என்று பெயர் வைத்தோம். பின்பு கதவைத்திறந்து வெளியே ஓடிப் போக அனுமதித்தோம். அந்த நிகழ்ச்சிக்குப்பிறகு அந்த நாய் மெஸ் பக்கம் வருவதே இல்லை.

இதைப்போல் வேடிக்கைகள் செய்யும் சென்குப்தா சமயங்களில் சீரியஸான மனிதனாகவும் இருப்பான்.

காலையில் டிபன் சாப்பிட உட்காரும்போது திடீரென்று 'நான் ஒரு கேள்வி கேட்பேன்; அதற்குப் பதில் சொல்லிவிட்டுத் தான் டிபன் சாப்பிட வேண்டும்' என்பான்.

நானும் உற்சாகமாகக் 'கேள் பதில் சொல்கிறேன்' என்பேன்.

'நாம் யார்?'

'இதென்ன கேள்வி. 'நான் யார்' என்று தத்துவ வாதிகள் கேள்வி எழுப்பியது எனக்குத் தெரியும். இது என்ன 'நாம் யார்?'

'கேட்டதற்குப் பதில் சொல்'

நான் யோசித்தேன். இவன் விளையாடுகிறானா அல்லது சீரியஸாக இருக்கிறானா என்றே அனுமானிக்க முடியவில்லை. இதுதான் இவன் சுபாவம். விளையாடு கிறான் என்று நினைத்தால் சீரியஸாக இருப்பான். சீரியஸாக இருக்கிறான் என்று நினைத்தால் விளையாடு வான்.

'நாம் என்பது நீயும் நானும்' என்கிறேன் நான்.

'அதைத்தான் கேட்கிறேன். நீயும் நானும் என்பது யார்?'

'நண்பர்கள்'

'அதைக் கேட்கவில்லை. நீயும் நானும் எங்கிருந்து வருகிறோம். இதற்குமுன் என்னவாக இருந்தோம்?'

'இதற்கு முன்...'

'யோசி. இதற்குப் பதில் சொன்னால்தான் டிபன் சாப்பிடலாம். இல்லாவிட்டால் டிபன் கட்!'

கொஞ்சநேரம் யோசித்துப் பார்ப்பேன். பதில் தோன்றாது. மீண்டும் யோசிப்பேன் மண்டைதான் காயும்.

'டேய் எனக்கு மண்டை காய்கிறது. யோசிக்கப் பொறுமை இல்லை. என் சார்பாக இதற்கான பதிலை நீயே சொல்லிவிடேன்.'

'நீயும் நானும் ஒன்று. அப்படியென்றால் நாம இருவரும் ஒன்றுதான். உடலால் தனித்தனியாகப் பிரிந்திருக்கிறோமே தவிர அடிப்படையில் ஒன்றிலிருந்து வந்தவர்கள். ஒரு துணியை இரண்டு துண்டுகளாகக் கிழித்தமாதிரி இரண்டாகப் பிரிந்து இருக்கிறோம்.

சொல்லப்போனால் ஒரு பிரமாண்டமான துணியிலிருந்து கிழிக்கப்பட்ட துண்டுகள்தான் நாம் எல்லோரும். சரிதானா?'

'எப்படிச் சொல்கிறாய்?'

'ஆதியில் பிரபஞ்சம் ஒன்றாக ஒரே பொருளாக இருந்தது. பின்பு பெருவெடிப்பு நிகழ்ந்தது. பிரபஞ்சம் விலகிப் போக ஆரம்பித்தது. பிரபஞ்சம் விலகிப்போகப் போக காலமும் வெளியும் தோன்றின. பல கோளங்கள்; நட்சத்திரங்கள் உருவாயின. பிரபஞ்சத்தில் உருவான பல பொருட்களில் ஒன்றுதான் மனித இனமும். ஆதியில் ஒன்றாக இருந்த பிரபஞ்சத்தில் நாம் எல்லோரும் ஒன்றாகத்தானே இருந்தோம், அதாவது ஒரே துணியைப்போல். இப்போதும் பலராகப் பிரிந்துவிட்டோம். கிழிக்கப்பட்ட துண்டுகளைப்போல். அதன்படி பார்த்தால் நீயும் நானும் ஒன்றுதானே?'

'நிச்சயமாய்.'

'நீயும் நானும் மட்டுமல்ல. இந்த மெஸ்ஸை நடத்தும் ராஜம்மா; நம்முடைய பாஸ் மிஸ்ரா; அன்றைக்கு நாம் விரட்டியடித்த பூனை; அந்தத் தெருநாய்; நான் இன்றைக்குப் பிடிக்கப் போகிற பஸ் எல்லாமே ஒன்றுதான்.'

'ஆமாம்'

'பின் எதற்காக நாமெல்லோரும் அடித்துக் கொள்கிறோம்? ஒருத்தருக்கொருத்தர் துரோகம் செய்து கொள்கிறோம். சின்ன விஷயத்தில் கூட விட்டுக் கொடுக்க மறுக்கிறோம்?'

'புத்தியில்லாததால்தான்'

'யாருக்கு புத்தியில்லை என்கிறாய்? அன்பைப் பொழிபவர்களுக்கா அல்லது வெறுப்பை உமிழ்பவர்களுக்கா?'

இப்படித்தான் இவன். சதா எதைப்பற்றியாவது

யோசித்தபடி இருப்பான். சட்டென்று எதையாவது கேட்பான்.

ஒரு நாள் சுவரில் மாட்டப்பட்டிருந்த ஓரடி நீளமும் அரையடி அகலமும் கொண்ட முகம் பார்க்கும் கண்ணாடியில், நெளிந்து வளைந்து நின்று தன் முகத்தைப் பார்த்தவாறு தலைவாரியபடியே சென்குப்தா சொன்னான்.

'எனக்குப் பெண் பார்த்திருக்கிறார்கள்'

'வாழ்த்துகள்'

'அவசரப்படாதே. இன்னும் கல்யாணம் நிச்சயமாகவில்லையே. அதற்குள் வாழ்த்தினால் எப்படி?'

'சரி கல்யாணத்தை எப்போது நிச்சயிக்கப் போகிறார்களாம்?'

'முதலில் அந்தப் பெண்ணை நான் பார்க்க வேண்டும். அவளை எனக்குப் பிடிக்க வேண்டும். என்னை அவளுக்குப் பிடிக்க வேண்டும். அதற்கப்புறம்தானே மற்ற விஷயங்கள்?'

'ஆமாம்'

சீப்பைக் கண்ணாடியின் மேல் சுவரோடு ஒட்டி வைத்துவிட்டு என்னை நோக்கித் திரும்பினான்.

'அடுத்த வாரம் நான் கல்கத்தா போகிறேன்.'

'ஆல் தி பெஸ்ட்.'

'அதை அப்புறம் சொல். முதலில் நீயும் என்னுடன் கல்கத்தா வருகிறாய். அந்தப் பெண்ணைப் பார்க்கிறாய். அவளுக்கும் எனக்கும் பொருந்தி வருகிறதா என்று சொல்லப் போகிறாய்.'

'நானா... நான் எப்படி...'

'நீதான். நீதான் சொல்ல வேண்டும். உனக்கு என் ரசனை, மனப்போக்கு, தனித்தன்மை எல்லாம் தெரியும். நீ வந்து பார்த்து உன் அபிப்ராயத்தை சொன்னால் நன்றாக இருக்குமே என்று பார்க்கிறேன்.'

வேறு வழியின்றி அடுத்தவாரமே நான் சென்னுடன்

கல்கத்தா போய்ச் சேர்ந்தேன். கல்கத்தாவிலிருந்து புறநகர்ப் பகுதிக்குப் போக வேண்டி இருந்தது. அங்கே தான் இவன் வீடு இருந்தது. அங்கே இவன் தனது அப்பா, அம்மா, பாட்டி, ஆட்டுக்குட்டி, நாய்க்குட்டி என்று சகலரையும் அறிமுகப்படுத்தி வைத்தான்.

அப்பா கம்பீரமாக வெள்ளை ஜிப்பா, பைஜாமா அணிந்து ஹிந்தி நடிகர் சஞ்சீவ் குமார் போல இருந்தார். அடிவயிற்றிலிருந்து அழுத்தமான சொற்களை வெளிப்படுத்தி வங்காளம் பேசினார். என்னிடம் ஆங்கிலத்தில் பேசி தேசப்பற்றை வலியுறுத்தினார். வீட்டில் காந்தி, நேரு, சுபாஷ் சந்திரபோஸ், தாகூர் படங்கள் மாட்டப்பட்டிருந்தன. சுபாஷ் சந்திர போஸுடன் இவர் நின்று எடுத்துக்கொண்ட கறுப்பு வெள்ளைப் புகைப்படம் ஹாலில் முக்கியத்துவமான இடத்தில் மாட்டப்பட்டிருந்தது.

சென்னின் அம்மா மனம் திறந்த புன்னகையுடன் பேசினாள். சென்னையும், என்னையும் ஒரேமாதிரி அன்புடன் பாவித்தாள். எனக்கு என் அம்மாவின் ஞாபகம் வந்தது. அன்பு காட்டுவதில் அம்மாக்கள் ஒரே வர்க்கமாகப் பிரிந்து இருக்கிறார்கள் என்று எனக்குப் பட்டது. வங்காள இனிப்பு வகைகளையும் உணவு வகைகளையும் என் தட்டில் கொட்டித் திணறடித்து விட்டாள் அம்மா.

அன்று பகல் முழுவதும் கல்கத்தாவைச் சுற்றிப் பார்த்தோம். பஸ்ஸிலும் டிராமிலும் போகும் அனுபவம் சந்தோஷம் தருவதாக இருந்தது. வேற்று மொழி பேசும் ஓர் அந்நியப் பிரதேசத்தில் தொலைந்து போனமாதிரி தோன்றியது. சந்தோஷமான தொலைதல். தொலைந்து போவதில் உள்ள சந்தோஷத்துக்காகவே நிறையப்பேர் தொலைந்து போகிறார்களோ என்று தோன்றுகிறது.

அன்று மாலை சென்னுக்குப் பார்த்து வைக்கப்

பட்டிருந்த பெண்ணைப் போய்ப் பார்த்தோம்.

பெண் மிக அழகாக இருந்தாள். பட்டம் படித்த கர்வம் துளியும் இல்லாமல் இயல்பாக இருந்தாள். மொழு மொழுவென்று நீண்டிருந்த சிவந்த விரல்களில் மருதாணி பூசியிருந்தாள். எங்களுக்கெல்லாம் ஷர்பத் கொண்டு வந்து விநியோகித்தாள். குளிர்ச்சி போதுமா? இன்னும் ஐஸ் கட்டிகள் வேண்டுமா. தித்திப்பு சரியாக இருக்கிறதா என்றெல்லாம் விசாரித்தாள். இவள் சென்னுக்கு ஏற்ற பெண் என்பதை அப்போதே நான் முடிவு செய்து கொண்டேன்.

பெண்ணை எல்லோருக்கும் பிடித்திருந்தது. பெயர் அபர்ணா. அவள் பெயரையும் சென் பெயரையும் இணைத்துப் பார்த்தேன். அபர்ணா சென். இந்தப் பெயர் நன்றாக ஒலிப்பதாகத் தோன்றியது. அம்மாவை யும் அப்பாவையும் வீட்டுக்குத்தனியே அனுப்பி விட்டு என்னை அங்கிருந்த ஒரு ஓட்டலுக்குக் கூட்டிக் கொண்டு போனான் சென்.

உள்ளே போய் உட்காரக்கூட இல்லை. அதற்குள் பொறுமை இழந்தவனாக 'பெண் எப்படி இருக்கிறாள்?' என்று கேட்டான்.

நான் நிதானமாக ஒரு நாற்காலியில் உட்கார்ந்தேன். அவனும் என் பக்கத்தில் உட்கார்ந்தான்.

'கேட்டேனே, காதில் விழவில்லை?'

'இதில் நான் சொல்ல என்ன இருக்கிறது. பெண் நன்றாக இருக்கிறாள். இயல்பாகப் பழகுகிறாள். பெயர்ப் பொருத்தம் வேறு நன்றாக இருக்கிறது.'

'அதென்ன பெயர் பொருத்தம்'

'உன் பெயர் சென். அவள் பெயர் அபர்ணா. இரண்டையும் சேர்த்தால் அபர்ணா சென். அதைச் சொன்னேன்.

'மானத்தை வாங்காதே. அது ஒரு வங்காளத்

திரைப்பட நடிகையின் பெயர்.'

'சரி, அது கிடக்கட்டும். இந்தப் பெண்தான் உனக்கு ஏற்றவள் என்று எனக்குத் தோன்றுகிறது. நீ அழகின் உபாசகன். இவள் அழகாக இருக்கிறாள். நீ இயல்பான மனிதனாக இருப்பவன். அவளும் அப்படித்தான் இருக்கிறாள். பட்டப்படிப்பு படித்தும் துளியும் கர்வத்துடன் நீ இல்லை. அவளும்தான். இதெல்லாம் நல்ல விஷயங்கள்.'

அவன் முகம் மலர்ச்சியடைந்தது. ஏதோ ஒரு பெரிய பிரச்னைக்குத் தீர்வு கண்டுவிட்ட மாதிரியான திருப்தி அவன் முகத்தில் தெரிந்தது. அப்போது சர்வர் வந்து நின்றான். சர்வரிடம், 'இரண்டு ரசகுல்லா' என்று ஆர்டர் சொன்னான் சென். உடனே நான் என் ஆட்சேபத்தைத் தெரிவித்தேன்.

'இப்போதுதான் பெண் வீட்டில் கண்டதையும் விழுங்கி விட்டு வந்திருக்கிறோம். அதற்குள் இன்னொரு ரசகுல்லாவா? வேண்டாம்.'

'அது அவர்கள் உபசரிப்புக்காகக் கொடுத்தது. இது நம் சந்தோஷத்தைக் கொண்டாடுவதற்காக எடுத்துக் கொள்வது.'

'நம் சந்தோஷத்தைக் கொஞ்சம் தாமதித்துக் கொண்டாடிக் கொண்டால் வயிற்றுக்கு நல்லது'

'ஒரு ரசகுல்லாதானே. சும்மா உள்ளே தள்ளிவை. ஒன்றும் செய்யாது'

அதற்குள் சர்வர் இரண்டு கிண்ணங்களில் ரசகுல்லாக்களைக் கொண்டு வந்து எங்கள் இருவருக்கும் மத்தியில் வைத்துவிட்டுப் போனான். சென் அதில் ஒன்றை என் பக்கம் நகர்த்தினான்.

'அதுசரி, பார்த்த மாத்திரத்தில் அந்தப் பெண்ணைப் பற்றி எப்படி உன்னால் கணிக்க முடிந்தது?'

'எல்லாம் ஒரு ஜட்ஜ்மெண்ட்தான்'

'கண்ணால் பார்த்தே ஒரு ஜட்ஜ்மெண்ட்டுக்கு வர முடிகிறதா உன்னால்?'

ஆரம்பித்துவிட்டான். எதையாவது கிளறப் போகிறான்.

'என்ன சொல்ல வருகிறாய்?'

'இந்த ரசகுல்லாவின் நிறம் என்ன?'

'வெண்மை'

'இந்த ரசகுல்லா வெண்மையாகவும் இனிப்பான தாகவும் இருப்பது என்பது அதன் தன்மை அல்ல. நாம் உணரும் தன்மை. நம் புலன்கள் அந்த விதமாக நம்மை உணரச் செய்கின்றன, இல்லையா?'

'ஆமாம்'

'அப்படியானால், நம் புலன்கள் ஏமாற்றும் பட்சத்தில் நாம் ஏமாந்து போகவும் வாய்ப்பிருக்கிறது. உதாரண மாக உனக்குக் காய்ச்சல் அடிக்கிறது என்று வைத்துக் கொள். அப்போது இதே ரசகுல்லா கசக்கும்.'

'உண்மைதான்'

'அப்படியானால் ரசகுல்லாவின் தன்மை என்பது நம்முடைய புலன்களால் கட்டமைக்கப்பட்ட ஒன்று'

'ஆமாம்'

'அப்படி இருக்கையில் நம்மை ஏமாற்றக்கூடிய புலன்களை நம்பி எப்படி அந்தப் பெண் எனக்கு ஏற்றவள் என்ற ஜட்ஜ்மெண்ட்டை முன் வைக்கிறாய்?'

'தப்புத்தான். தெரியாமல் சொல்லிவிட்டேன்; மன்னித்துக்கொள்'

'பயந்துவிட்டாயா. நான் விளையாட்டுக்குச் சொன்னேன். அந்தப் பெண்ணை எனக்குப் பிடித்திருக் கிறது' என்றான்.

சென்குப்தாவுக்கு அவன் வீட்டில் அபர்ணா என்றொரு பெண்ணைப் பார்த்து நிச்சயித்துக் கொண்டி ருந்தபோதுதான் எனக்கும் ஒரு பெண்ணை அப்பா

பார்த்து வைத்திருந்தார். எனக்கென்று அப்பா பார்த்து வைத்திருக்கும் பெண்ணைப் பார்த்து அபிப்பிராயம் சொல்லுமாறு நான் சென்னைக் கேட்கவில்லை. என்னுடைய அபிப்பிராயத்துக்கே இடம் தராத பிரதேசம் அது. இவனுடைய அபிப்பிராயங்களுக்கு அங்கே இடம் ஏது.

இவன் ஒரு அபர்ணாவைக் கைப்பிடித்த மாதிரி நானும் ஒரு சுபர்ணாவைக் கைப்பிடித்தேன். கைப் பிடித்தேன் என்பதைவிட கைப்பிடிக்குமாறு செய்யப் பட்டேன் என்பதுதான் சரியாக இருக்கும்.

அவள் மேல் எனக்கோ என்மேல் அவளுக்கோ எந்த விதமான விருப்பு வெறுப்புகளும் இல்லை. எனக் கென்று ஒரு மனைவியைப் பற்றிய கனவுகள் இருந்தன; அதேபோல் அவளுக்கும் தன் கணவனைப் பற்றிய கனவுகள் இருந்திருக்கக்கூடும். நிச்சயம் இரண்டு கனவுகளுமே சிதைந்திருக்கக்கூடும். இதற்கெல்லாம் ஒன்றும் செய்வதற்கில்லை. அவ்வளவுதான். எல்லாம் விதிக்கப்பட்டது. விதி என்றால் ஆன்மிகவாதிகள் சொல்லும் விதி அல்ல. இயற்கையின் நியமத்தைக் கையில் வைத்திருக்கும் விதிகள்.

கணவன் மனைவியாக வாழ்வதற்கும், குழந்தைகள் பெற்றுக் கொள்வதற்கும் இருவருக்குமிடையே ஆழ்ந்த காதலோ, தகிக்கும் மோகமோ எதுவும் இருக்க வேண்டிய அவசியமில்லை என்பதை என் திருமணத்தில் நான் தெரிந்து கொண்டேன். எல்லாமே ஒருவித அலுவலகத் தன்மையில் நடந்தன. முதலிரவு; கர்ப்பம்; குழந்தைப் பேறு; எல்லாமே.

நரேஷ் பிறந்த பின்னர்தான் எனக்கு வாழ்க்கை யில் ஒருவிதமான பிடிப்பும் நம்பிக்கையும் வந்தது. என்னுடைய கட்டுப்பாட்டில் வளர்வதற்காக ஒரு குழந்தை பிறந்திருக்கிறது. அதை என் சுயவிருப்பத்தின்

பேரில் வளர்க்க முடியும். இதுவே எனக்குப் பெரிதும் ஆறுதல் தருவதாக இருந்தது. என்னுடைய வாழ்க்கையே என்னுடைய சுயவிருப்பத்தின்படி இல்லாதபோது, என் கையில் என் சுயவிருப்பத்தின்படி இயங்கவேறு ஒரு வாழ்க்கை கிடைத்திருக்கிறது என்பது எத்தனை மகத்தான விஷயம்.

அவனுக்குப் பெயர் வைப்பதிலிருந்து எல்லாமே என்னுடைய தேர்வாகவே இருந்தன. அவனுடைய உடை, விளையாட்டுக் கருவிகள் அனைத்தையும் அவனுடைய விருப்பு வெறுப்புகளைக் கலந்து ஆலோசித்து நான் வாங்கினேன். என்னுடைய விருப்பம் என்பது அவனுடைய விருப்பம்தான். அவனுக்குக் கட்டற்ற சுதந்திரத்தை வழங்கினேன். என் மனைவியே வெறுக்கும் அளவுக்கு சுதந்திரனாக அவன் வளர்ந்தான்.

'மாணவர் மன்றத்தில் பேசுவதற்குப் பெயர் கொடுக்க வேண்டும்'

'கொடு'

'கம்ப்யூட்டர் கல்வி கற்க விரும்புகிறேன்'

'கற்றுக் கொள்'

'நீச்சல் பழக வேண்டும்.'

'பழகு'

அவன் கோரியது எதுவுமே மறுதலிக்கப்பட்டதில்லை. இந்த விளையாட்டு எனக்குப் பிடித்திருந்தது. இந்த விளையாட்டில் மறைமுகமாக என் தந்தையோடு நான் மோதிப்பார்ப்பதாக உணர்ந்தேன். என் தந்தையின் எதிரிலேயே அவனுக்கு அதிகச் செல்லம் கொடுத்து அவரை அதிரடித்தேன்.

'என்னடா இது பையனை இப்பிடி வளர்க்கறே... உருப்படறதுக்கு வழியாடா இது?' கலவரத்தால் முகம் கறுத்த அப்பாவின் பதற்றம் எனக்கு ஆனந்தம் தந்தது.

அதன் பிறகு எல்லாமே அவன் விருப்பப்படிதானே

நடந்தன. இஞ்சினீயரிங் கல்லூரியில் சேர்ந்தது, தீவிர வாத இயக்கத்தில் சம்பந்தப்பட்டது, கைதானது, பாலியல் கொலை வழக்கில் சம்பந்தப்படுத்தப்பட்டது எல்லாமும். இரண்டு சாத்தியங்களிலும் வாழ்க்கை தோல்வி தரத்தக்கதாகத்தானே இருக்கிறது. அடுத்தவர் விருப்பத்தைப் பூர்த்தி செய்வதற்காக வாழ்வதாக இருந்தாலும் சரி நம் விருப்பத்தின்படி வாழ்வதாக இருந்தாலும்சரி எங்கோ வாழ்க்கை நம் கை மீறிப் போகத்தான் செய்கிறது.

அவன் கைதான போது நானும் என் மனைவியும் எவ்வளவு பதறிப் போனோம். அவள் உடனே என்னைக் குற்றம் சொன்னாள். அவன் பாதிக்கப்பட்ட கவலை ஒருபுறம்; இவளால் குற்றவாளிக் கூண்டில் ஏற்றப் பட்டிருக்கும் இயலாமை கலந்த எரிச்சல் இன்னொரு புறம். வெளியில் தலைகாட்ட முடியாமல் போய் விட்ட அவமானம். இதெல்லாம் சேர்ந்து ஒரு பெரிய துக்கமாக என்னுள் கவிந்தன.

வாழ்க்கை கசந்தது. எல்லாவற்றின் மீதும் ஊமைக் கோபம் வந்தது. என்ன செய்வது. இதிலிருந்து எப்படி மீள்வது. மீள முடியாமல் போகும் பட்சத்தில் இதை எப்படிக் கையாள்வது. எனக்குத் தத்துவங்களில் பரிச்சயம் இருப்பதால் அவற்றில் முகம் புதைத்துக் கொண்டு ஆறுதல் தேடலாம். என் மனைவிக்கு அதிலெல்லாம் பரிச்சயமில்லை. குடும்பப் பெருமை; தன் கணவனின் உத்யோகம்; பையனின் படிப்பு இதையெல்லாம் மீறின ஒன்று வாழ்க்கையில் இருப் பதான பிரக்ஞை அவளுக்கில்லை.

அலுவலகத்தில் பிறர் பார்வைகள் என்னைத் துன்புறுத்தின. அடிக்கடி விடுப்பில் போனேன். வீட்டைச் சுற்றிலுமுள்ளவர்களின் கவனம் என் மேல் பதிந்ததால் சொந்த வீட்டையே காலி செய்துவிட்டு ஒரு சின்ன

வாடகை வீட்டுக்குப் போனேன். என் தங்கை பேபி சரோஜா வேறு இந்த நிகழ்ச்சியால் மிகவும் அதிர்ந்து போயிருந்தாள். அவள் மட்டும் என்னை விட்டு விலகித் தனியாகப் போகாமல் இருந்திருந்தால் இது போன்ற அசம்பாவிதங்கள் நேர்ந்திருக்காது என்று விஞ்ஞானத்துக்குப் புறம்பான தர்க்கம் பேசினாள். என் மனைவியும் தாளமுடியாத துக்கத்தாலும் அதிர்ச்சி யாலும் படுத்த படுக்கையானாள்.

இந்தச் சூழலில்தான் நான் அலுவலகப் பணியிலிருந்து விருப்ப ஓய்வு பெற்றுக் கொண்டேன். எங்கேயும் போகாமல் வீட்டுக்குள்ளேயே முடங்கிக் கிடந்தேன். ஜெயிலுக்குப் போய் நரேஷைப் பார்க்கவே நான் விரும்பவில்லை. அவன் முகத்தில் விழிக்கவே பயந்தேன். என் வாழ்க்கையில் இது இரண்டாவது தோல்வி. என்னுடைய வருத்தமெல்லாம் இந்த அவமானத்தைப் பார்க்க என் அப்பா உயிருடன் இல்லாமல்போய் விட்டாரே என்பதுதான். அவரிடம் திட்டு வாங்க வேண்டும் போல் உணர்ந்தேன். ‘நான் அப்போதே சொல்லவில்லை. உன் பையனை வீணாக்கிவிட்டாயேடா பாவி’ என்று அவர் வார்த்தைகளால் சாட்டையடி பட விரும்பினேன்.

அதன்பிறகு என் மனைவி இடைவிடாத மருத்துவ மனைப் பிரவேசங்களுக்குப் பின் தூக்கமாத்திரை விழுங்கி, என்னையும் இந்த உலகத்தையும் விட்டுப் பிரிந்து போவதில் வெற்றியடைந்தாள். நான் தனிய னானேன். தீவிரமான யோசனைக்குப்பின் ஒரு முடிவு செய்தேன்.

என்னுடைய வீடு, சொத்துக்கள் இதர பொருட்கள் எல்லாவற்றையும் விற்றுப் பணமாக்கினேன். என்னு டைய விருப்ப ஓய்வுப் பணம், சேமிப்புத் தொகை; லஞ்சமாகப் பெற்ற பணம் என்று எல்லாம் சேர்ந்து

ஐம்பது லட்சம் தேறியது. அவ்வளவு தொகையையும் ஒரு கரண்ட் அக்கவுண்டில் போட்டேன். முதியோர் இல்லம் ஒன்றில் போய்ச் சேர்ந்து கொண்டேன்.

தினமும் பணத்தை வங்கியிலிருந்து எடுப்பது, பாருக்குப் போய்க் குடிப்பது, இதுதான் எனது புதிய வாழ்க்கை முறையானது. எப்போதும் போதையில் மிதந்தபடியே இருக்க விரும்பினேன். நான் சில சமயம் அளவுக்கு மீறிக் குடித்து மயங்கிவிழுந்து பிளாட்பாரங்களில் கண்டெடுக்கப்பட்டதுண்டு. என்னைத் தெரிந்த யாரோ ஒருவர் என்னைக் கொண்டுபோய் இல்லத்தில் சேர்த்ததும் உண்டு. அளவுக்கு மீறிக் குடித்து மாரடைப்பு வந்தோ, ஈரல் பழுதாகியோ சாக விரும்பினேன்.

ஒரு உயில் ஒன்றை எழுதி ரிஜிஸ்டர் செய்தேன். அதன் சாராம்சம்.

'நான் திடீரென்று மரணமடைய நேர்ந்தால் வங்கியில் கரண்ட் அக்கவுண்ட் கணக்கில் இருக்கும் அவ்வளவு பணமும் அநாதை இல்லத்துக்குப்போய்ச் சேரவேண்டும். அதில் ஒரு பைசா கூட என் மகனுக்கோ அல்லது என் உறவினர்களுக்கோ போய்ச் சேர்ந்து விடக்கூடாது.'

நான் திட்டமிட்டுத்தான் செயல்பட்டேன். என் கனவுகளை என் மகன் சிதைத்தான். அவன் நனவுகளை நான் சிதைக்க வேண்டும். அவன் ஒருவேளை தனது தண்டனைக்காலம் முடிந்து விடுதலையாகி வெளியே வரும்போது அவனுக்கென்று ஒரு பைசா கூட சொத்து என்று இருக்கக்கூடாது. போக இடமின்றி நடுத்தெருவில் தான் அவன் நிற்க வேண்டும். அதற்காகத்தான் வீட்டை விற்றேன். வீடு என்று ஒன்று இருந்தால் நாளைக்கு அவன் அங்கே வந்து தங்கிவிடக்கூடும். அது மட்டும் கூடாது.

வீட்டை விற்றபின் தனிமையாக இருக்க விரும்பித்

தான் யாருக்கும் தெரியாமல் இரகசியமாக நான் அந்த முதியோர் இல்லத்தில் தங்கி இருந்தேன். சென்குப்தாவுக்கு மட்டும் எப்படியோ தெரிந்து விட்டது. என் இருப்பிடத்தைத் தெரிந்து கொண்டு அடிக்கடி வர ஆரம்பித்தான். அவன் வரும்போதெல்லாம் வேண்டுமென்றே அவனிடம் சண்டை போடுவேன். கன்னாபின்னாவென்று திட்டுவேன். அப்போதாவது அவன் வராமல் இருக்கமாட்டானா என்றுதான். ஆனாலும், சென் தொடர்ந்து வரவே செய்தான். குடி அதிகமாகி எனக்கு உடல்நலம் சரியில்லாமல் போனபோதெல்லாம் அவன்தான் என்னை கவனித்துக் கொண்டான். மருத்துவமனையில் சேர்த்து சிகிச்சைக்கு ஏற்பாடு செய்தான். எனக்காக அவன் எடுத்துக் கொள்ளும் சிரமம் என்னை வருத்துவதாக இருந்தது. அவன் யார்; எனக்காக அவன் ஏன் கஷ்டப்பட வேண்டும்.

எனக்கும்தான் ஏன் இந்தத் தண்டனை. அப்படி நான் என்ன செய்யக்கூடாத தவறு செய்திருக்கிறேன். யோசித்துப் பார்க்கையில் என் வாழ்க்கையில் நான் ஒரு பெரிய தவறு செய்திருப்பது என் நினைவில் தட்டுப்படுகிறது. நடந்து போகும்போது காலில் ஒரு கல் இடறுவதைப்போல், அந்த ஞாபகம் மனசில் இடறுகிறது. அது எப்படி நடந்தது என்பதை ஞாபகப்படுத்திக் கொள்ள நான் விரும்புவதே இல்லை. அதேபோல் ஏன் நடந்தது என்றும் என்னால் சரியாக அனுமானிக்க முடியவில்லை. சுதந்திரமாக வாழமுடியாத மன உளைச்சல்களிலிருந்து தப்பிப்பதற்காகவோ, ஒரு சாகசம் செய்ய விரும்பும் மனோபாவத்தினாலோ அல்லது நேரடியாக என்னால் என் அப்பாவை மீற முடியாததால் அவருக்குப் பிடிக்காத ஒரு காரியத்தைச் செய்வதன் மூலம், அவரை இரகசியமாகவாவது மீறும் மனத்திருப்திக்காகவோ, வேறு எதற்காகவோ இப்படிப்

பட்ட காரியத்தை நான் செய்துவிட்டேன். அதுதான் எனக்கும் 'மெஸ்' ராஜம்மாவுக்கும் இடையே ஏற்பட்டு விட்ட முறைகேடான தொடர்பு.

ஒவ்வொரு தடவையும் இந்தத் தொடர்பைத் துண்டிக்கத்தான் விரும்புவேன். ஆனாலும் மனசு விடாது. ராஜம்மாவைத் துரத்திக் கொண்டு போகும். அது ஒரு மோசமான ஜுரம். அந்த ஜுரம் வரும் போதெல்லாம் ராஜம்மாவைப் போய்ச் சந்தித்தால் தான் தீரும். அப்படி அவளைச் சந்தித்துவிட்டு வரும் ஒவ்வொரு தரமும் மலத்தை மிதித்துவிட்டு வருவது மாதிரி அருவருப்பாக உணர்வேன். இரண்டு தடவைகள் குளித்தாலும் அந்த அருவருப்பு தீராது. சென்குப்தாவின் முகத்தில் விழிக்கவே அவமானமாக இருக்கும். அவனுக்கு மட்டும் இந்தத் தொடர்பு பற்றித் தெரிந்தால் என்னை மதிக்கவே மாட்டான். அலுவலகத்துக்கு இந்தச் செய்தி காற்றில் போய்ச் சேர்ந்தால், என்னைக் கேவலமாகப் பார்ப்பார்கள். என்னைவிடப் பதினைந்து வயது மூத்த பெண்மணியுடன் இதென்ன காதல் கேளிக்கை என்று என்னையே சபித்துக் கொள்வேன். ஆனாலும், அவளை விட முடிந்ததில்லை. எனக்குக் கல்யாணமான பிறகு தான் இந்த அருவருப்பான விவகாரம் ஒரு முடிவுக்கு வந்தது. எத்தனையோ ஆண்டுகளுக்குப் பிறகு இப்போது நினைத்துக் கொண்டாலும் எனக்கு உடல் கூசும்.

கடந்த பத்து நாட்களில் அரை மயக்கத்தில் இருந்த நான் இதைப் பற்றி சென்குப்தாவிடம் உளறி இருக் கிறேன்.

இப்படியே சில காலம் கழிந்தது. இதன் பிறகுதான் அந்தத் தருணம் வந்தது. திடீரென்று முதுகு வலித்த மாதிரி இருந்தது. அந்த வலி இதயத்தை நோக்கிப் பயணித்தது. மூச்சுத் திணறலுடன் கண்களை இருட்டிக் கொண்டு வந்தது. இதயம் இரண்டாகப் பிளக்கப்

போவதைப் போல் வலித்தது. எனக்கு என்னமோ ஆகப் போகிறது என்று உள்ளுணர்வு சொல்லிற்று. உபாதையின் நீட்சியாக அப்படியே மயக்கத்திலாழ்ந்தேன் நான். மயக்கத்திலிருப்பதும், கண் விழிப்பதுமாகப் பத்து நாட்களை மருத்துவமனையில் கடத்தியிருக்கிறேன். சென்குப்தாவும் அவன் மனைவி அபர்ணாவும்தான் என்னை அடிக்கடி வந்து பார்த்துக் கொண்டார்கள். அபர்ணாவும் சென்னும் என் கட்டிலருகே நின்று பேசிக்கொள்வது கனவுபோல் இருந்தது. அவர்கள் பேசிய வார்த்தைகள் என் காதில் எதிரொலிபோல் நீண்டு ஒலித்தன. வெகு நேரத்துக்கு ரீங்கரித்தபடியே இருந்தது. நர்ஸ் டேபிளில் உபகரணங்களை வைக்கும் ஒலி எதிரொலிபோல் ஒலித்துக் கொண்டே இருந்தது. ஒரு 'டங்' பல 'டங்'குகளாக ஒலித்துத் தேய்ந்தது.

எனக்கு ஸ்மரணை தப்பவில்லை என்பதே பெரிய கவலை தரும் விஷயமாக இருந்தது. நான் இல்லாமல் போய்விட வேண்டும் என்பதே எனது உடனடி லட்சியமாக இருந்தது.

பதினோராவது நாள்தான் அந்த லட்சியம் நிறைவேறியது. அன்றுதான் நான் இல்லாமல் போனேன். அதாவது எனது பிரக்ஞையை இழந்து இல்லாமல் போயிருந்தேன். எனது உயிர் துறத்தலை சென்குப்தாவுக்கு மருத்துவமனை அதிகாரிகள் தொலைபேசி மூலம் தெரிவித்திருக்கிறார்கள். உடனே அவன் ஓடி வந்து பார்த்தான். என்னை அவனிடம் ஒப்படைக்குமாறு விண்ணப்பித்துவிட்டு, என் பையனை ஜெயிலில் போய்ப் பார்த்து அவனுக்கும் தகவல் சொல்லியிருக்கிறான். ஜாமீனில் அவனையும் வெளியே கொண்டு வந்திருக்கிறான்.

எல்லாம் ஆயிற்று. சடங்குகள் முடிந்தன. என்னை பிளாட்பாரத்திலிருந்த சென்குப்தாவும், நரேந்திரனும்

பிடித்துத் தூக்கினார்கள். தலையை சென்குப்தாவும் கால்களை நரேந்திரனும் பிடித்துக் கொண்டார்கள். நடுப்பகுதியை நரேஷ் பிடித்துக் கொண்டான். வெட்டியானும் ஒத்தாசையாக என்னைப் பற்றிக்கொண்டான். அப்படியே என்னை அந்தக் கட்டடத்தினுள் கொண்டு போனார்கள். எஸ்தர் மட்டும் உள்ளே வரலாமா என்று தீர்மானிக்க முடியாமல் வெளியே நின்று கொண்டாள். என்னைத் தூக்கியபடி கான்க்ரீட் படிகளை ஏறிக் கடந்தார்கள். உள்ளே மொஸைக் தரையுடன் பெரிய ஹாலும், ஹாலின் இரண்டு புறமும் படிக்கட்டுகளுமாக இருந்தன. வெட்டியான் சற்று முன்னேறிப்போய் 'இப்பிடி... இப்பிடி வாங்க' என்று வழிகாட்டியபடி இடது பக்கப் படிகளில் ஏறிப்போனான். இவர்கள் என்னைத் தூக்கியபடி அவனைப் பின்பற்றிப் போனார்கள். படிக்கட்டுகள் முடிந்த இடத்தில் இன்னொரு ஹால் இருந்தது. அந்த ஹாலின் நடுவே ஒரு பெரிய சதுர வடிவிலான பெட்டி போன்ற இரும்பு வடிவம் இருந்தது. அதைத் தொட்டுக் கொண்டு ஆறடி நீளத்தில் இரும்பாலான பலகை ஒன்று வெளியே நீட்டிக் கொண்டு இருந்தது. அந்த இரும்புப் பலகையில் என்னைப் படுக்க வைத்தார்கள்.

'கடைசியாக முகத்தைப் பாத்துக்குங்க' என்றான் வெட்டியான்.

மூன்று பேரும் என் முகத்தை உற்றுப் பார்த்தார்கள். தங்கள் ஞாபகங்களில் என் முகத்தைப் பதித்துக் கொள்ளும் முயற்சி. ஆனால் இதுவா ஞாபகத்தில் வைக்கப்படவேண்டிய என் முகம். பரட்டைத் தலையும், நரைத்த தாடியும் சுருங்கிப் போன முகமுமாக இருக்கும் இந்த உடம்பா நான்? இதை ஞாபகத்தில் வைத்துக் கொண்டு என்ன செய்யப் போகிறார்கள். பாவம்.

'பாத்தாச்சா... சரி சரி தள்ளி நில்லுங்கள்' மூவரும் சற்றுப் பின்வாங்கினார்கள். நான் படுக்கவைக்கப் பட்டிருந்த இரும்புப் பலகையோடு இணைக்கப்பட்டி ருந்த ஒரு பெரிய லீவரை வெட்டியான் இழுத்தான். உடனே சடசடவென்ற சப்தத்துடன் இரும்புப் பெட்டி யின் கதவு கீழிறங்கியது. உள்ளே தணல் தகிக்கும் வெப்பத்துடன் ஏழடி நீளமும் நான்கடி அகலமுமான ஒரு இரும்புப் பலகை தெரிந்தது. நான் படுத்திருந்த பலகை வேகமாக நகர்ந்து என்னைக் கொண்டுபோய் அந்தத் தணல் படுக்கையில் படக்கென்று வைத்து விட்டு வெளியேறியது. உடனே குபீரென்று எழுந்த தீ என்னைச் சூழ்ந்து கொண்டது.

'போங்க போங்க' என்றான் வெட்டியான். அவர்களும் நடந்தார்கள்.

அனிச்சையாகத் திரும்பிப் பார்த்தார்கள்.

கடைசியாக தீச்சுவாலைகளுக்கு மத்தியில் எரிந்து கொண்டிருக்கும் என்னைத் திரும்பிப் பார்த்தபடி அவர்கள் மூவரும் நகர்ந்தார்கள். சில நொடிகள்தான். அதற்குள் இரும்புக்கதவு கீழிருந்து மேலெழுந்து மூடிக் கொண்டு என்னை அவர்களிடமிருந்து மறைத்தது.

27

திரவ ஊசி சொன்ன கதை

ஆதியில் உக்பார் - இக்பார் தேசங்களில் மூன்று கடவுள்கள் பற்றிய கருதுகோள் இருந்தது. மக்களை பித்ரு, மித்ரு, சத்ரு என்கிற மூன்று கடவுகள் தங்கள் ஆதிக்கத்தில் வைத்துக் கொண்டு முறையே ஆக்கல், காத்தல், அழித்தல் என்ற மூன்று விதமான பணிகளைச் செய்து வருவதாக ஒரு ஐதீகம் நிலவியது.

ஒரு சமயம், காக்கும் கடவுளான மித்ருவுக்கும் அழிக்கும் கடவுளான சத்ருவுக்கும் கருத்து வேறுபாடு வந்தது. இதனால் மித்ரு வாழும் மனிதர்களைச் சாக முடியாதபடி நல்ல ஆரோக்கியத்துடன் இருக்குமாறு காப்பாற்ற ஆரம்பித்தார். சத்ருவால் நோய்களை வைத்து மக்களைக் கொல்வது மிகக் கடினமான பணியாகிவிட்டது. இதனால் லோன் கிரகத்தில் மக்கள் தொகைப் பெருக்கம் அதிகரிக்க ஆரம்பித்தது. அதன் விளைவாக லோன் கிரகத்தின் பாரம் அதிகரித்தது. உணவு, உடை, இருப்பிடத் தட்டுப்பாடு வந்தது. சத்ரு நிலைமை கட்டுக்கடங்காமல் போகவே, என்ன செய்வதென்றே புரியாமல் விழித்தார். பித்ருவைக் கலந்தாலோசித்தார்.

பித்ரு ஒரு யோசனை சொன்னார். மனிதர்களில் சிலரைத் தேர்ந்தெடுத்து அதிகப்படியான மக்களைக்

கொல்வதற்கு அவர்கள் மூலமாக ஏதாவது செய்யலாம். மனிதனுக்கு எதிராக மனிதனை ஏவி விடுவது சுலபம். மதம், இனம், மொழி போன்ற ஆயுதங்களைக் கையில் கொடுத்தால் போதும். அழித்துக் கொள்வார்கள். சத்ருவுக்கும் இந்த வழிதான் சரியானது என்று பட்டது.

இந்த யோசனையின்படி உருவானவர்கள்தான் சமச்சீர்வாதிகள்.

இவர்கள் மக்கள் தொகையைக் குறைக்கும் பணியில் ஈடுபட்டார்கள். எப்போதெல்லாம் மக்கள் ஆரோக்ய மாக இருந்து, சாகும் தொகை குறைகிறதோ அப்போது அவர்கள் மக்களை விபத்துக்களை உருவாக்கிக் கொல் வார்கள். இதைக் கொலை என்று சொல்வதில்லை. 'சமப்படுத்துதல்' என்பார்கள். சமப்படுத்தும் வேலை யைச் செய்பவர்கள் சமச்சீர்வாதிகள் என்று அழைக்கப் படுவார்கள்.

மனித நாகரிகம் வளர்ச்சியடைந்த பின் இவர்கள் வரலாற்றின் இருண்ட பக்கங்களில் காணாமல் போனார்கள்.

உக்பார் - இக்பார் தேசங்களைச் செயற்கை அறிவுஜீவிகள் ஆள ஆரம்பித்தபோது மக்கள் நல்ல ஆரோக்கியத்துடன் இருந்தார்கள். யாருக்கும் உணவு, உடை, இருப்பிடப் பிரச்னை இல்லாததாலும் குடும்பப் பிரச்சினை, கடன் தொல்லைகள் ஏதும் எழாததாலும், மக்களின் ஆயுள் நீடிக்க ஆரம்பித்தது. சாவின் எண்ணிக்கை குறைந்தது. இதனால் இயந்திரன்கள் கவலைப்பட ஆரம்பித்தார்கள். பெருகிவரும் ஜனத் தொகையைக் குறைப்பது எப்படி? நன்கு யோசித்த பின்னர் சமச்சீர் கொள்கையை அமல்படுத்தினார்கள். அதன்படி இறப்பு விகிதம் குறையும்போது, அதிகப்படி யாக இருப்பவர்களாகக் கருதப்படும் மக்கள் கொல்லப் பட வேண்டும். அப்போதுதான் சமத்துவம், சுதந்திரம்

சகோரத்துவம் காப்பாற்றப்படும். அதீத மக்கள் பெருக்கம் மனிதர்களை விலங்குகளாக மாற்றும். தேவைகளின் நிமித்தம் ஒருத்தரை ஒருத்தர் அடித்துக் கொண்டு சாவார்கள். மனித மாண்பு வீழ்ச்சியடைந்துவிடும்.

எனவே அதிகப்படியான மக்கட்தொகை குறைக்கப் பட வேண்டும்.

ஒரு தேசத்துக்காக ஓர் ஊரையும், ஓர் ஊருக்காக ஒரு கிராமத்தையும், ஒரு கிராமத்துக்காக ஒரு வீட்டை யும் ஒரு வீட்டுக்காக ஒரு மனிதனையும் பலியிடுவதில் தவறே இல்லை. சொல்லப்போனால் அது ஒரு தர்மம் எனறு பழைய இறை நூல் 'நூக்கமரா' குறிப்பிடுகிறது. அந்த அடிப்படையில்தான் இந்த முடிவு எடுக்கப் பட்டுள்ளதாக இயந்திரன்கள் அறிவித்தார்கள்.

இதனால் பலர் பாதிக்கப்பட்டார்கள். திடீர் திடீர் என்று பலர் காணாமல் போய் விடுவார்கள். அவர் களுக்கு என்ன நேர்ந்தது என்றே தெரியாது. ஊருக்கு எங்காவது போயிருப்பார்களா, வேறு இடத்துக்கு மாற்றலில் போய்விட்டிருப்பார்களா என்று எதையுமே அனுமானிக்க முடியாது. ஒரு நாள், நாமும் இதே மாதிரி காணாமல் போய்விடுவோமோ என்ற திகில் எல்லோர் மனத்திலும் உறைந்திருந்தது.

முதலில் சமப்படுத்துவோர்களாக மக்கள் நியமிக்கப் பட்டார்கள். அதில் ஒருவன் தன் காதலியையே சமப் படுத்தும் முயற்சியில், கொல்ல வேண்டிய சூழ்நிலைக்குத் தள்ளப்பட்டபோது எதிர்ப்பு தெரிவித்துத் தன் காதலியை இழுத்துக் கொண்டு தப்பி ஓடப்பார்த்தான். அதில் இருவருமே பிடிக்கப்பட்டு கொல்லப்பட்டார்கள். அதன் பிறகு மனிதர்களை இந்தக் கடமைக்கு நியமிப் பதில்லை.

காவின் அம்மா சமச்சீர் கொள்கையால் கொல்லப் பட்டாள். அந்த வடு காவின் மனத்தில் பல காலம்

இருந்தது. காவின் தந்தையைக் காவுக்கு அறிமுகப் படுத்திய கையோடு அவள் கொல்லப்பட்டுவிட்டாள். அவளைக் கொல்வதற்குப் பயன்படுத்தப்பட்ட திரவ ஊசிதான் நான். கா ஒரு நினைவுச் சின்னமாக என்னை வைத்திருக்கிறான். பாவம் கா என்னைக் கண்டுபிடிப் பதற்குப் படாதபாடு பட்டான். என்னைத் தன் தந்தை யிடமும் காட்டினான். அவரும் கண் கலங்கினார். அதன் பிறகு கா தன் தந்தையை எப்போதாவது போய்ப் பார்த்துவிட்டு வருவான். இவர்கள் தந்தை மகன் என்பது வெளியுலகத்துக்குத் தெரியாது. அறிமுகமான இரண்டுபேர் மரியாதையின் நிமித்தம் சந்தித்துக் கொள்வதாகவே பிறர் நினைத்தார்கள். காவின் அம்மா இறந்ததில் காவின் தந்தையும் நிலைகுலைந்து போனார். இது போன்ற நிகழ்ச்சிகளுக்கு முடிவு கட்டவே முடியாதா என்று இருவரும் வேதனையுடன் பேசிக் கொண்டார்கள்.

ஆதியில் மக்கள் கயிறுகளால் கழுத்து அறுக்கப் பட்டுக் கொல்லப்பட்டார்கள். அது மிகவும் கொடிய முறை. மக்கள் மூச்சுத்திணறி, கண்கள் பிதுங்கி, நாக்கு வெளித்தள்ளி, மலஜலம் வெளியேறி கோரமாகச் செத்துப் போவார்கள். இதில் மனித மாண்பு சிதைக்கப் படுகிறது. மனிதர்கள் வலி தெரியாமல் சாகடிக்கப்பட வேண்டும். இதற்காக ஒரு திரவம் கண்டுபிடிக்கப் பட்டது. அந்த திரவத்தை, கொல்லப்பட வேண்டிய மனிதனின் உடம்பில் செலுத்தினால் போதும். ஊசி மருந்து இறங்கிக் கொண்டிருக்கும்போதே அவன் இறந்துவிட்டிருப்பான். அதன்பிறகு அவன் உடல் படிப்படியாக உள்ளுக்குள்ளேயே எரிந்து சாம்பலாகி தூள் தூளாக உதிர்ந்து விடும். சாம்பலைப் பெருக்கித் தரையைச் சுத்தம் செய்துவிட்டால் ஒரு தடயமும் இராது. நான் இம்மாதிரி மனிதர்களைக் கொல்வதற்காகப்

பயன்படுத்தப்படும் ஊசி. என்னுள் இருக்கும் திரவம் மனிதர்களை மட்டுமல்ல. இயந்திரன்களையும் கொன்று விடும். இது அணுசக்தியால் உருவாக்கப்பட்டிருக்கும் அமிலத் திரவம். என்னைக் கொண்டு செலுத்தப்படும் இந்தத் திரவத்தால் இயந்திரன்களும் சாம்பலாகி தூள்களாக உதிர்ந்து விடுவார்கள்.

கடும் இராணுவக் கட்டுப்பாட்டில் வைக்கப்பட்டிருந்த என்னை கா எப்படியோ கடத்திக் கொண்டு வந்தான். அவனுடைய இரகசிய இயக்கத்தின் உறுப்பினர்களில் ஒருவன் சமச்சீர்துறை அலுவலகத்தின் பண்டகக் காப்பாளனாக இருக்கிறான். அவன் உதவியுடன்தான் இந்த வேலையைக் கா செய்ய முடிந்தது. இன்னமும் என் போன்ற ஊசிகள் திருடப்பட்டு இயக்க உறுப்பினர்களிடம் விநியோகிக்கப்பட்டன.

இதற்கிடையே ரூவும் அவனது தோழர்களும் பொது மக்கள் மத்தியில் சூப்பர் கம்ப்யூட்டர் மூலம் கனவை விநியோகித்தார்கள்.

மக்கள் அனைவரும் ஒன்று திரண்டு போய் காந்தத் தோட்டாக்களாலான துப்பாக்கிகளால் இயந்திரன் களையும், கனவுகளை விநியோகிக்கும் சூப்பர் கம்ப்யூட்டர்களையும் சுட்டுத் தகர்த்து நிர்மூலமாக்கு கிறார்கள். அதன் பிறகு மையமும் விளிம்பும் கலைக்கப் பட்ட ஒரு க்வாண்டம் சமூகம் நிர்மாணிக்கப்படுகிறது. காலங்காலமாக மக்கள் சமூகங்கள் கண்டு வந்திருக்கும் மிகப் பெரிய சமூகக்கனவு இதுதான்.

***

இயக்கத்திலுள்ள தோழர்களுக்கு இரகசியமாகத் துப்பாக்கி யைக் கையாளும் பயிற்சி தரப்பட்டது. பூமியின் கீழே நிலவறை உருவாக்கப்பட்டு சுற்றிலும் காந்தப் பலகைகள் பதிக்கப்பட்ட சுவர்களுக்கு மத்தியில்

இது நடந்தது. ரூ பலருடைய மூளையிலிருந்த கணினிச் சில்லுகளை அகற்றிக் கொண்டிருந்தான். அவர்கள் கனவுகளிலிருந்து விடுபட்டுக் கொண்டிருந்தார்கள்.

***

குறிப்பிட்ட தினமும் வந்தது. திடீரென்று வந்து தாக்கும் தேனீக் கூட்டம் போல், மக்கள் திரண்டு வந்து இயந்திரன் களைத் தாக்கினார்கள். அலுவலகங்கள் சூறையாடப் பட்டன. சூப்பர் கம்ப்யூட்டர் நொறுக்கப்பட்டது.

பல இயந்திரன்கள் காந்தக் கற்களால் தாக்கப் பட்டும், காந்தத் தோட்டாக்களால் சுடப்பட்டும், திரவ ஊசிகள் செலுத்தப்பட்டும் அழிந்தார்கள். இயந்திரன் களில் முக்கால்வாசிப்பேர் அழிக்கப்பட்டுவிட்டதாக அங்கீகரிக்கப்பட்ட தகவல் துறையே அறிக்கை வெளி யிட்டது.

கொஞ்ச நேரத்தில் இயந்திரன்களின் இராணுவம் வந்தது. இராணுவ விமானங்கள் வானில் வட்டமிட்டன. வானிலிருந்து புரட்சியாளர்கள் மீது விஷவாயுத் தாக்குதல், அமில மழைத் தாக்குதல்கள் நிகழ்த்தப் பட்டன. தரையிலிருந்து வான்வெளித் தாக்குதல் நடத்தும் அளவுக்குப் புரட்சிக்காரர்களிடம் வசதி இல்லை. இதனால் புரட்சியாளர்கள் குருவிகள் போல் பொட்பொட்டென்று செத்து விழுந்தார்கள்.

பலர் கைதானார்கள். சிலர் தலைமறைவானார்கள். கா, ரூ, பூ, டோ போன்றவர்கள்தான் இந்தப் புரட்சிக்குக் காரணம் என்கிற விஷயம் அடுத்த இரண்டு தினங்களில் கண்டுபிடிக்கப்பட்டுவிட்டது. சித்திரவதையைத் தாங்க முடியாமல் போராட்டத் தோழர்களில் சிலர் உண்மை யைச் சொல்லிவிட்டார்கள். உடனே இவர்கள் மீதான தேடுதல் வேட்டை ஆரம்பித்தது. தேடப்பட்ட நேரத்தில் இவர்கள் காந்தத்தகடு பதிக்கப்பட்டிருந்த

நிலவறையில்தான் பதுங்கி இருந்தார்கள். கா தன் பொருட்களை ஒரு பையிலும், தன் நினைவுச் சின்னமாக மதிக்கிற பிற பொருட்களை இன்னொரு பழுப்பு நிற உறையிலும் போட்டு எடுத்துக் கொண்டான். இயந்திரன்கள் இந்த நிலவறையைத் தாக்கி நம்மை அழிப்பதற்குள் இங்கிருந்து தப்பி எங்காவது ஓடிவிட வேண்டும் என்று முடிவு செய்தார்கள்.

ஆனால் எங்கே போவது? என்ன செய்வது? எங்கே போனாலும் இயந்திரன்களிடமிருந்து தப்ப முடியாது. லோன் கிரகத்தை விட்டே எங்காவது ஓடிப்போனால் தான் தப்பிக்க முடியும். முதலில் வேறு கிரகம் எங்காவது ஓடிப்போய்ப் புகலிடம் தேடிக்கொள்ள வேண்டும். முதலில் நம்மை ஆசுவாசப்படுத்திக் கொண்டு, அங்கிருந்து மீண்டும் இன்னொரு புரட்சிக்கான ஆயத்தங்களை மேற்கொள்ள வேண்டும் என்று முடிவு செய்தார்கள்.

இப்படி ஏதாவது நடக்கக்கூடும் என்று முன்னதாக யூகித்து ஏற்கனவே அக்கம் பக்கத்துப் பிரபஞ்சங்களில் இருக்கும் சில கிரகங்களை இரகசியமாகத் தொலை அனுப்பல் இயந்திரம் மூலம் போய்ப் பார்த்து விட்டு வந்திருந்தார்கள்.

இரவோடு இரவாக அந்த நிலவறையிலிருந்து புறப்பட்டு நான்குபேரும் தொலைதூர அனுப்பல் அலுவலகத்துக்கு வந்தார்கள். வாசலில் நின்றிருந்த காவலர்களைத் தாக்கிச் செயலிழக்க வைத்து விட்டு உள்ளே போனார்கள். தொலைதூர அனுப்பல் இயந்திரத்தில் 'ப்ரொக்ராம்' வடிவமைத்து ஒவ்வொருத்தரும் ஒவ்வொரு இலக்குக்குப் பயணமானார்கள். நால்வரும் ஒரே இடத்துக்குப் போனால், ஒருவேளை அசம்பாவிதம் நேர்ந்தால் நான்கு பேருமே இறந்து போவதற்கான சாத்தியம் இருக்கிறது. அதனால்தான் வெவ்வேறு இடங்களுக்குப் பிரிந்து போனார்கள். மற்ற மூன்றுபேரும் வெவ்வேறு

காலாக்ஸிகளில் இன்னேரம் இறங்கி இருப்பார்கள். கா மட்டும் இந்த காலாக்ஸியில் வந்து பூமி எனும் கிரகத்தில் இறங்கி இருக்கிறான்.

நவீன மனிதனின் உடல் வெறும் சதையாலான உடலாகவே தொடர்ந்து இருப்பதில்லை. இதயத்துக்கு 'பேஸ் மேக்கர்', செவிக்கு காது கேட்கும் கருவி, கண்ணுக்கு கான்டாக்ட் லென்ஸ் என்று தன்னுள் இயல்பை மீறிய, மனிதத் தன்மையற்ற பல செயற்கை உறுப்புகளை வைத்துக் கொள்ளும் காலம் இது. லோன் கிரகத்தில் இது இன்னும் ஒரு படி மேலே போய் மூளையில் உபரியான பிரதேசங்கள் கண்டு பிடிக்கப் பட்டுக் கணினிச் சில்லுகள் பதிக்கப்பட்டுப் பயன் படுத்தப்பட்டு வருகின்றன. பூமியில் இருக்கும் மக்கள் மூளையில் இருக்கும் இடத்தில் கால்வாசி இடத்தைத் தான் பயன்படுத்திக் கொண்டு வருகிறார்கள். முழு மூளையையும் பயன்படுத்த முடிந்தால் மனிதனால் எந்த விஷயத்தையும் சில நிமிடங்களில் கற்றுக்கொள்ள முடியும். லோன் கிரகத்து மக்களால் எந்த ஒரு புதிய மொழியையும் ஒருமணி நேரத்தில் கற்றுக்கொள்ள முடியும். கணினியில் உள்ள ஃப்ளாப்பியில் நூற்றுக் கணக்கான பக்கங்களை, சில நிமிடங்களில் பதிவு செய்வதைப் போன்றதுதான் இது. இதனால்தான் கா வால் பூமியில் பேசப்படும் மொழியை உடனடியாகக் கற்றுக்கொண்டு பேச முடிந்தது.

துருதிருஷ்டவசமாக கா 'ஆண்ட்ரமெடா'விலிருந்து தப்பி வந்ததை க்யூ என்னும் பெயர் கொண்ட இயந்திரன் எப்படியோ கண்டு பிடித்து விட்டிருக்கிறான். இவர்கள் நான்கு பேரும் தொலை அனுப்பல் இயந்திரத்தின் மூலம் தப்பிப் போனதை அறிந்து அவனும் அதே இயந்திரத்தின் மூலம் தன்னைத் தானே 'ப்ரோக்ராம்' செய்து கொண்டு காவைத் தொடர்ந்து வந்திருக்கிறான்.

முதலில் மூன்று பேரையும் அனுப்பிவிட்டுக் கடைசி யாகத் தான் கா தன்னை அனுப்பிக் கொண்டான். கா வெளியேறியதும் உடனே அங்கு வந்து சேர்ந்த க்யூ இயந்திரத்தின் பட்டனைத் தட்டிப்பார்க்க, அது கடைசியாக அனுப்பப்பட்ட இலக்கு எது என்பதைக் காட்டியது. அதனால் அந்த இலக்கில் அவனும் பயண மானான்.

பெஸண்ட்நகர் சாலையில் நரேந்திரனைக் கா சந்தித்த போதே இவன் அங்கே இருந்த காம்பவுண்ட் சுவருக்குப் பின்னாலோ அல்லது மரத்தினுள்ளோ மறைந்து நின்றிருக்கிறான். இவர்கள் இருவரையும் இரகசியமாகப் பின்தொடர்ந்து வந்திருக்கிறான்.

இப்போது இவர்கள் பேசிக் கொண்டிருப்பதை சுவரினுள் மறைந்து கேட்டுக் கொண்டிருக்கிறான்.

28

எஸ்தர் சொன்ன கதை

மனிதர்கள் வார்த்தைகளைப் பிடித்துக் கொண்டு தொங்குபவர்கள். 'அன்றைக்கு சொன்னாயே ஒரு வார்த்தை. ஜன்மத்துக்கும் அது ஒன்றே போதும்' என்று கறுவுவார்கள். நமது பிரக்ஞை மொழியால் கட்டப் பட்டது. குழப்புவது. இதனால் நமது வார்த்தைகள் சமயத்தில் நம்மைக் காலைவாரிவிட்டு அசடு வழிய வைக்கும். இதனால் வார்த்தைகளை எச்சரிக்கையுடன் விநியோகிக்க வேண்டி இருக்கிறது. கொஞ்சம் ஏமாந்தால் வார்த்தைகள் நம்மைக் குப்புறத் தள்ளிவிட்டு கை கொட்டிச் சிரிக்கும்.

நான் உபயோகிக்கும் வார்த்தைகள் என்னைப் பெரும்பாலும் கழுத்தறுப்பதாகவே இருக்கின்றன. இது என் அப்பாவிடமிருந்து நான் பரம்பரை மரபணு மூலம் பெற்றது.

ஒரு சமயம் அப்பா எதோ ஒரு இண்டர்வியூவுக்குப் போயிருக்கிறார். அங்கே அப்பாவுக்கு நன்கு தெரிந்த வேலையைப் பற்றிக் கேட்டிருக்கிறார்கள். அதற்கு அப்பா 'இதெல்லாம் ஒரு வேலையா?' என்று உதட்டைப் பிதுக்கித் தன் திறமையை வெளிப்படுத்தியிருக்கிறார். 'இந்த வேலை எனக்கு தூசு மாதிரி' என்றும் சொல்லி இருக்கிறார். வெளிப்படையாகப் பார்த்தால் இந்த

வார்த்தைகளில் பெரிய அர்த்தம் எதுவும் தொனிக்க வில்லை. தன்னம்பிக்கையைக் காட்டும் வார்த்தை களாகத்தான் எடுத்துக்கொள்ள வேண்டும். ஆனால், இன்டர்வ்யூவில் இருந்தவர்கள் இந்தப் பதிலால் முகச் சுளிப்பைக் காட்டினார்கள். அவர்கள் இதை இரண்டு விதமாக வியாக்கியானம் செய்தார்கள்.

ஒன்று அப்பா இந்த வேலையை 'தூசுபோல' என்று சொல்லி அவமரியாதை செய்துவிட்டார். 'இதெல்லாம் ஒரு வேலையா' என்று கேட்டதன் மூலம் அந்த வேலையை அலட்சியப்படுத்திவிட்டார் என்று அவர்கள் புரிந்துகொண்டு விட்டார்கள். இதனால் அப்பாவுக்குக் கிடைக்கவிருந்த வேலை கிடைக்காமல் போய்விட்டது.

அவர் இப்படிச் சொல்லியிருக்கலாம்.

'இந்த வேலையை என்னால் திறம்படச் செய்ய முடியும்'

இப்படியெல்லாம் சாதுர்யமாகப் பேசத் தெரியாத தால் அப்பா கண்டக்டர் வேலைக்குத்தான் போக முடிந்தது. சாதுர்யப் பேச்சு; தந்திரமான வார்த்தை ஜாலங்கள்; எதிராளியை மடக்கும் திறமை இதெல்லாம் உயர்ஜாதி வகுப்பினருக்கு மட்டுமே இயல்பாக வரும். நாங்கள் ஆண்டாண்டு காலங்களாக அடிமைகளாக இருந்தவர்கள். வாயைப் பொத்திக்கொண்டே இருக்கு மாறு நிர்ப்பந்திக்கப்பட்டவர்கள். நீண்டகாலப் போராட்டத்துக்குப் பிறகு சமீபகாலத்தில்தான் எங்களால் பேச முடிந்திருக்கிறது. இதனால் வண்ணம் பூசாமல் மனதில் பட்டதை வெள்ளையாகப் பேசுப வர்கள். இந்த வார்த்தைச் சாதுர்யமின்மை எங்களை இக்கட்டில் ஆழ்த்துகிறது.

பாருங்கள். அன்றைக்கு ஒருநாள் அண்ணாசாலை அஞ்சல் அலுவலகத்துக்குப் போயிருந்தேன். அங்கே என் வேலை முடிந்ததா, திரும்பினோமா என்றில்லாமல்

தேவையில்லாத விதத்தில் நடந்துகொண்டு அவமானப் பட்டேன். ஒரு முதியவர் சிவப்பு மசிப் பேனாவால் மணி ஆர்டர் பாரத்தை நிரப்பிக்கொண்டிருந்தார். ஒரு விண்ணப்ப மனுவை சிவப்பு மசியால் நிரப்பக் கூடாது என்பது பொதுவான அங்கீகரிக்கப்பட்ட விதி. எனவே ஒரு மனிதர் சிவப்பு மசியால் தன் விண்ணப் பத்தை நிரப்புவதை என்னால் அனுமதிக்க முடிய வில்லை. என்னை மறந்து பதற்றத்தில் 'ஏன் ஸார் உங்களுக்கு ஏதாச்சும் இருக்கா? ரெட் இங்க்லே ஃபாரத்தை ஃபில்அப் பண்றீங்களே' என்று உரத்துக் கேட்டுவிட்டேன். இது முதியவர் காதில் மட்டும் தனியாக விழாமல், அக்கம் பக்கத்திலிருந்த சிலர் காது களிலும் விழுந்து தொலைக்கவே அவர்கள் சிரித்து விட்டார்கள்.

முதியவருக்குக் கோபம் வந்து விட்டது. நான் சொன்னதை விடவும் பக்கத்திலிருந்தவர்கள் சிரித்ததில் அவர் மிகவும் புண்பட்டிருப்பார் போல. என் மேல் கோபமாய்ப் பாய்ந்தார்.

'ஏம்மா இது என் பேனா, என் ஃபாரம். நான் எதுல எழுதினா உனக்கென்னா. பேசாம மூடிக்கிட்டு போவியா' என்றார்.

இதற்கும் அக்கம் பக்கத்திலிருந்த மட ஜனங்கள் சிரித்தார்கள். எனக்கு ஏன்தான் இப்படித் தேவை யில்லாமல் வாய் கொடுத்துப் பேச்சை வாங்கிக் கட்டிக் கொண்டோமோ என்றிருந்தது. எங்கோ படித்திருக் கிறேன். வாஸ்தவம்தான். வலி இப்போது உடம்பி லிருந்து மனதுக்குப் பெயர்ந்து விட்டது. சாட்டைகளால் அடித்துத் துன்புறுத்திய காலங்கள் இப்போது இல்லை. ஆனால் வார்த்தைகள் சாட்டைகளாக மாற்றமடைந்து விட்டன. இந்தச் சாட்டையடிகள் வலித்துக்கொண்டே இருக்கின்றன.

நரேந்திரனை முதன்முதலில் பார்த்தபோது அவரை எனக்கு மிகவும் பிடித்துப் போனதற்குக் காரணம் அவரும் வார்த்தைகளைக் கையாள்வதில் சாமர்த்தியம் இல்லாதவர் என்பதால்தான்.

நரேந்திரன் உதவி ஆசிரியராக இருந்த வார இதழில் நிருபர் வேலைக்கான நேர்காணல் கடிதம் எனக்கு வந்திருந்தது. அந்தக் கடிதத்துடன் பத்திரிகை அலுவலகத்துக்குப் போனேன். அதற்குமுன் நரேந்திரனை நான் பார்த்ததில்லை. ஆனால், அவர் எழுதிய பல கதைகளைப் படித்திருக்கிறேன். நடுத்தரவர்க்கத்தின் பீதி அவர் கதைகளில் விரவி இருக்கும். நல்ல நடையில் அமர்க்களமாக எழுதுவார். கொஞ்சம் மெனக்கெட்டால் அவரால் சிறந்த கதைகள் எழுத முடியும் என்று எனக்குப்பட்டது.

நேர்காணல் குழுவில் நரேந்திரனும் உட்கார்ந்திருந்தார். சம்பிரதாயக் கேள்விகள் முடிந்தபின் நரேந்திரன் என்னிடம் கேட்டார்.

'என் கதைகள் படித்திருக்கிறீர்களா?'

'ஓ'

இதோடு அவர் நிறுத்திக் கொண்டிருந்தால் மரியாதையாக இருந்திருக்கும். தேவையில்லாமல் அடுத்த கேள்வியையும் கேட்டார்.

'என் கதைகள் பற்றி உங்கள் அபிப்ராயம் என்ன?'

'பரவாயில்லை'

'அவ்வளவுதானா?'

'இன்னும் கொஞ்சம் மெனக்கெட்டால் நீங்கள் நல்ல கதைகள் எழுத முடியும்'

அவர் முகம் இரத்தம் சுண்டி வெளுத்தது. நாலுபேர் எதிரில் இப்படி ஒரு பதிலை நான் சொல்லியிருக்கக் கூடாதுதான்.

முதலிலேயே ஒப்புக்கொண்டதுபோல் நான் சாமர்த்தியமாகப் பேசத் தெரியாதவள். ஒன்று நான்

இப்படி பதில் சொல்லியிருக்க வேண்டும்.

'உங்கள் கதைகள் எனக்கு ரொம்பப் பிடிக்கும்'

அல்லது

'உங்கள் கதைகள் என்றால் உயிர்'

ஆனால் பொய்கள் சொல்வதில் நான் தேர்ச்சி பெற்றவள் இல்லை. வார்த்தைகளுக்கு வண்ணம் பூசும் சாமர்த்தியங்கள் எனக்குக் கைவராதவை. நான் என்ன செய்யட்டும்?

என்னுடைய இந்தப் பதிலுடன் அந்தப் பேட்டி அகாலமாய் முடிந்தது. அதற்குப் பிறகு ஒரு கேள்வி கூட நரேந்திரனோ அல்லது மற்றவர்களோ என்னைக் கேட்கவில்லை. அப்போது அங்கு நிலவிய இறுக்கமான மௌனம் எனக்கு வேலை கிடைக்காது என்பதைத் துல்லியமாக அறிவித்தது. கேட்கக்கூடாத கேள்வியும் சொல்லக்கூடாத பதிலும். நம்மில் பலர் இப்படித்தான் கேட்கக்கூடாத கேள்விகளாலும், சொல்லக்கூடாத பதில்களாலும் மோதிக் கொண்டிருக்கிறோம் என்றே தோன்றுகிறது.

அதன்பிறகு ஏமாற்றத்துடன் வீடு திரும்பினேன். வீட்டில் கேட்டதற்கு இந்த இண்டர்வ்யூவில் நான் தோல்வி அடைந்துவிட்டேன் என்று மட்டும் சுருக்க மாகச் சொன்னேன். இந்த நிகழ்ச்சி ஓரிரு தினங்களுக்கு என் மனதில் கனத்து இருந்தது. அப்புறம் சுத்தமாக லேசாகி மறைந்தே போயிற்று.

ஒருநாள் எதிர்பாராத விதமாக அந்தப் பத்திரிகை அலுவலகத்திலிருந்து எனக்குக் கடிதம் வந்தது. நான் நிருபர் வேலைக்குச் சேர்த்துக் கொள்ளப்பட்டிருப்ப தாயும், உடனே பணியில் சேர்ந்து கொள்ளலாம் என்றும் அதில் குறிப்பிடப்பட்டிருந்தது.

எனக்கு மகிழ்ச்சியைவிட வியப்பே பெரிதாகத் தோன்றியது.

நியாயமாக நான் பேசிய பேச்சுக்கு நரேந்திரன் என்னுடைய வேலை வாய்ப்பைக் கெடுத்திருக்க வாய்ப்பு இருக்கிறது. ஆனால் அப்படி நடக்காதது நம்ப முடியாததாக இருந்தது. இருந்தாலும் பயத்துடனேயே பத்திரிகை அலுவலகத்துக்குப் போனேன். உள்ளே நுழைந்ததும் நரேந்திரனே என் கண்ணில் எதிர்ப் பட்டார். எனக்கு உள்ளங்கைகள் வியர்த்தன.

'ஹலோ சௌக்கியமா?' என்றார் சிரித்தபடியே. நானும் சிரித்தேன். 'சௌக்கியம்தான் சார்' என்றேன். 'ஆர்டர் வந்திருக்குமே!'

'ஆமாம். அதனால்தான் வந்திருக்கிறேன்' (இதில் 'ஆமாம்' மட்டுமே போதும். 'அதனால்தான் வந்திருக் கிறேன்' என்பதை 'எடிட்' செய்திருக்க வேண்டும்.) நரேந்திரன் சிரித்தபடியே உள்ளே போனார்.

நான் வரவேற்பறையில் காத்திருந்தேன். அப்புறம் அழைக்கப்பட்டு ஆசிரியர், மேலாளர், கணக்கு அலுவலர் என்று பலரைப் பார்த்து அறிமுகப்படுத்திக் கொண்ட பின், அந்த அலுவலகத்தில் நான் உட்கார்வதற்கென்று காத்திருந்த நாற்காலியில் போய் உட்கார்ந்தேன்.

அவர்கள் எல்லோருமே நரேந்திரன்தான் என்னை இந்த வேலைக்காகப் பரிந்துரை செய்தார் என்று சொன்னபோது என் வியப்பு இன்னும் அதிகரித்தது. உள்ளூர பயமும், சூழ்ச்சி பற்றிய சந்தேகமும் வலுத்தன. இதில் ஏதாவது ராஜ தந்திரம் இருக்குமோ என்றெல்லாம் பயந்தேன். பின்புதான் நரேந்திரன் சொன்னார்.

'உன்னை எனக்குப் பிடித்திருக்கிறது. உன் வெளிப் படையான பேச்சு; யாரைப்பற்றியும் கவலைப்படாமல் சுதந்திரமாக உன் கருத்தை வெளியிடும் துணிச்சல். இதெல்லாம் ஒரு பத்திரிகையாளருக்கு வேண்டிய முக்கியமான தகுதிகள். ஆளுக்கேற்ற மாதிரி ஜால்ரா அடிப்பவன் நல்ல பத்திரிகைக்காரனாக இருக்க முடியாது.

கூழைக் கும்பிடு போடுபவர்கள் அரசியலுக்கும் சினிமாவுக்கும்தான் லாயக்கு. இங்கே அவர்களுக்கு இடமில்லை.'

அந்த நொடியில் அவரை எனக்கு மிகவும் பிடித்துப் போய்விட்டது.

அதன் பிறகுதான் அவரும் என்னைப் போலவே ஒப்பனையின்றி வெள்ளை உண்மை பேசுபவர் என்று தெரிந்துகொண்டேன்.

அப்போது அவர்மேல் இருந்த ஈர்ப்பு இன்னமும் கூடியது. ஆனால் அதற்குக் காதல் என்று பெயரிட முடியுமா என்று எனக்குத் தெரியவில்லை. சொல்லப் போனால் காதல் போன்ற விவகாரங்களில் எனக்கு லயிப்பு இருந்ததே இல்லை. இலக்கு நோக்கிப்போய்க் கொண்டிருக்கும் ஒரு ஜீவனுக்குக் காதல் போன்றவை, இலக்கிலிருந்து திசை திருப்பும் சக்திகள் என்பதை நான் அறிவேன்.

அவர் என்னிடம் கூடுதலான அக்கறையுடன் நடந்து கொண்டார். என்னை அவர் வீட்டுக்கு ஒருமுறை வரும்படியும், பல தடவைகள் கேட்டுக்கொண்டார். அதனால் நானும் அவர் வீட்டுக்குப் போனேன். ஒரு தடவை என்பது பல தடவைகள் ஆனது.

நரேந்திரன் அப்போதுதான் சொந்தமாக ஃப்ளாட் வாங்கியிருந்தார். ஃப்ளாட்டில் அவரும் அவருடைய அம்மாவும் மட்டும்தான் வசித்தார்கள். 'இரண்டு பேருக்கு இவ்வளவு பெரிய ஃப்ளாட்டா?' என்று கேட்பேன். 'ஏன் நீயும் வேண்டுமானால் வந்து இருந்து கொள்ளேன்' என்பார். இவர் இது போல் என்னிடம் இயல்பாகப் பேசுவது இவருடைய அம்மாவுக்குப் பிடித்தமாக இல்லை என்பதை இவர் அம்மாவின் முகமே காட்டும். நரேந்திரனின் அம்மா தீராத சோகத்தை சதா முகத்தில் தேக்கி வைத்திருக்கும், சதை வற்றிய

உடலோடு உலவிக் கொண்டிருக்கும் பெண்மணி. உணர்ச்சியற்ற முகம்; அல்லது எதைப் பார்த்தாவது பயப்படும் உணர்ச்சியைக் காட்டும் முகம். இந்த இரண்டில் ஏதாவது ஒரு முகத்தைத்தான் எப்போதும் தரித்திருப்பாள். என்னைப் பார்க்கும் தோறும், அவள் பயப்படும் உணர்ச்சியைக் காட்டும் முகத்தை அணிந்து கொள்வாள். இதனாலேயே எனக்கு நரேந்திரனின் வீட்டுக்குப் போகப் பிடிப்பதில்லை. இதை நரேந்திர னிடம் சொல்வதற்கும் எனக்குத் தயக்கமாக இருந்தது. இதனாலேயே நரேந்திரனின் காதலை ஏற்பதிலும் எனக்கு மனத்தடை இருந்தது.

ஒரு மாலை நேரத்தில் நரேந்திரனின் ஃப்ளாட்டுக்கு நான் போயிருந்தேன். அம்மா அஷ்டலஷ்மி கோயிலுக்குப் போயிருந்தாள். வருவதற்கு அரைமணி நேரமாகும் என்றார் நரேந்திரன். அதை ஏன் குறிப்பாகச் சொல் கிறார் என்று எனக்குப் புரியவில்லை. இருந்தாலும் தலையசைத்து வைத்தேன். சுதந்திரமாக நிறையப் பேசினோம். அலுவலகப் பிரச்சினைகள், அரசியல், சினிமா, இலக்கியம் என்று எங்கள் பேச்சு எங்கெங்கோ தாவித்தாவிச் சென்றது. திடீரென்று நரேந்திரன் என்னிடம் கேட்டார்.

'நான் எழுதிய கதைகளில் எத்தனை தேறும் என்று நினைக்கிறாய்?'

என் கண்களைப் பார்த்துக் கேட்டார் நரேந்திரன். அவர் கண்களில் ஆவல் தெரிந்தது. என் கண்களைப் பார்த்துக் கேட்கும் போது என்னால் பொய்கள் சொல்ல முடிவதில்லை. அதே சமயம் ஆவல் தெரியும் கண்களை உண்மை பேசிச் சுருங்க வைக்கும் தைரியம் எனக்கில்லை.

நான் தயங்கினேன்.

'சும்மா சொல்லு. பயப்படாதே'

தோட்டாவைப் போல என்னை மீறிக் கொண்டு வந்து விழுந்தன வார்த்தைகள்.

'உங்கள் கதைகளில் பாதிக்கு மேல் தேறாது'

'அப்படி என்றால்?'

'தன்னுடைய எழுத்து தனக்குப் பிறகும் வாழ வேண்டும் என்றே எழுத்தாளர்கள் விரும்புவார்கள். உங்கள் எழுத்துகளில் பாதிக்குமேல் உங்கள் வாழ் நாளிலேயே இறந்து போய்விடும்'

இது உண்மையில் அதிகபட்சமான பேச்சு. இந்த மாதிரி நான் பேசியிருக்கக்கூடாது. ஆனாலும், நரேந்திரன் கோபமோ வருத்தமோ படவில்லை. ஆழ்ந்து யோசித்தார். எங்கோ வெறித்துப் பார்த்து விட்டுத் தனக்குள் தலையசைத்துக் கொண்டார்.

'என்மேல் கோபமா?'

'நோ... நோ...'

'இல்லை பொய் சொல்கிறீர்கள். என்னுடைய பலவீனமே என்னுடைய வார்த்தைகள்தான்.' என் கண்களில் நீர் துளிர்த்தது.

'பொய்யே இல்லை. எனக்கும் நீ சொன்ன மாதிரி தான் தோன்றுகிறது. அதைப் பற்றித்தான் யோசித்துக் கொண்டிருந்தேன். ஆரம்ப காலத்தில் பணத்துக்காகவும், புகழுக்காகவும் கண்டதை எழுதிக் குவித்திருக்கிறேன். அதில் கொஞ்சம்தான் தேறும் என்று எனக்குத் தெரியும். நீ என்ன சொல்ல வருகிறாய் என்று தெரிந்து கொள்ளத் தான் உன்னைக் கேட்டேன்.'

அவர் சரியான அர்த்தத்தில் நான் சொன்னதைப் புரிந்து கொண்டதில் நான் மிகவும் மகிழ்ச்சியடைந்தேன். கண்ணீர் பொலபொலவென்று வடிந்தது.

'சே! என்ன இது. நான்தான் கோபித்துக் கொள்ளவே இல்லை என்கிறேனே. எதற்காக அழுகிறாய்?'

'நீங்கள் ஒருவேளை நான் சொன்னதை எதிர்மறை

யான அர்த்தத்தில் எடுத்துக் கொண்டிருந்தால் இந்நேரம் என்னவாகியிருக்கும். உங்கள் அன்பையல்லவா நான் இழந்திருப்பேன்' என்று சொன்னபடி அழுதேன்.

அவர் என் தோளின் மேல் கை வைத்து, 'அப்படி யெல்லாம் ஒன்றும் ஆகிவிடாது. வீணாகக் கற்பனை செய்து கொள்ளாதே' என்றார் 'ப்ளீஸ் டோண்ட் க்ரை'

நான் உடனே கண்ணீருடன் சிரித்தேன். அவர் என் கன்னத்தைத் தட்டினார். 'குட் கர்ள்' என்றார். இதுதான் அவர் ஸ்பரிஸம் என் மேல்பட்ட முதல் தருணம். இது எனக்கு மிகவும் பிடித்திருந்தது.

இப்படித்தான் நாங்கள் ஒருத்தரை ஒருத்தர் காதலிக்க ஆரம்பித்தோம்.

நரேந்திரன் ஆங்கிலேய, அமெரிக்க எழுத்தாளர் களின் எழுத்துகளை மட்டுமே அதிகம் வாசித்திருந்தார். நான்தான் அவருக்கு லத்தீன் அமெரிக்க எழுத்தாளர் களை அறிமுகப்படுத்தினேன். போர்ஹே எங்களுக்குப் பிரியமான எழுத்தாளரானார். பின்பு உம்பர்ட்டோ ஈக்கோ, இதாலோ கால்வினோ, மிலாரோட் பவிக் என்று நிறையப் பேரை வாசித்தோம்.

'இவர்களையெல்லாம் வாசித்தபிறகு நாம் என்னத்தை எழுதுவது என்று பயமாக இருக்கிறது. பேசாமல் நான் பிக்ஷன் எழுதப் போய்விடலாமா என்று தோன்று கிறது' என்றார்.

'நான் இவர்களையெல்லாம் படிக்க வைத்ததே உங்கள் எழுத்து வேறு வகையான தளங்களில் பயணம் செய்ய வேண்டும் என்பதற்காகத்தான். உங்கள் பேனாவை முறித்துப் போடுவதற்காக அல்ல' என்றேன்.

இதற்கிடையில் நரேந்திரனின் அம்மாவுக்கு என் வருகையில் உறுத்தல் அதிகரித்துக் கொண்டே வந்தது. ஒருநாள், நரேந்திரன் என் கன்னத்தில் கிள்ளும்போது அது உச்சத்தைத் தாண்டியது.

'இதெல்லாம் என்ன காரியம். கொஞ்சங்கூட வெட்கமில்லாமல்' என்று கத்தினாள். நரேந்திரன் மௌனமாக இருந்தான். அது எனக்கு அவமானம் தருவதாக இருந்தது. நான் சொல்லாமல் கொள்ளாமல் வெளியேறினேன். அதன் பிறகு கொஞ்ச நாட்கள் அவர்கள் வீட்டுக்குப் போகாமல் இருந்தேன். அலுவலகத்திலும் நரேந்திரனுடன் நான் பேசாமல் விலகி இருந்தேன். அப்போதுதான் நரேந்திரன் தனது காதலை என்னிடம் வெளிப்படுத்தித் தன்னைத் திருமணம் செய்துகொள்ளுமாறு வேண்ட ஆரம்பித்தார். நான் விலகியபடி இருந்தேன். அவர் சதா என் மனசையும் உடம்பையும் நிமிண்டியபடியே இருந்தார். அவர் கொடுத்த நெருக்கடியைப் பொறுக்க முடியாமல் அவரை மணக்க ஒருவழியாகச் சம்மதித்தேன். நரேந்திரனின் அம்மாவுக்கு இந்த முடிவு பெரிய அதிர்ச்சியாக இருந்தது. தன் அம்மாவுக்கு நரேந்திரன் சொன்ன காரணம் எனக்கு அதிர்ச்சியளிப்பதாக இருந்தது.

'ஒரு தலித் பெண்ணை மணப்பதன் மூலம் மாமாவின் மானம் போக வேண்டும். அப்படித்தான் அவரை நான் தண்டிக்க விரும்புகிறேன்.'

இதென்ன கூத்து. யாரை யார் தண்டிப்பதற்கு யாரைத் திருமணம் செய்து கொள்வதாம். இவருடைய பழிவாங்கும் நடவடிக்கைக்கு நான் என்ன பலியிடப் படும் பொருளா? எனக்குக் கண்மண் தெரியாமல் கோபம் வந்து கத்திவிட்டேன்.

'உங்கள் புத்தியைக் காட்டி விட்டீர்கள். ஒரு காலத்தில் எங்களைத் தாழ்ந்த ஜாதி என்று இழிவு படுத்திய அந்தக் காலத்து மக்களைவிட, நீங்கள் என்னை இன்னும் அதிகமாக இழிவு படுத்திவிட்டீர்கள். உங்கள் முகத்தில் விழிப்பதற்கே எனக்கு இஷ்டமில்லை' என்று கொதித்தேன்.

அவர் மன்றாடினார். மன்னிப்புக் கேட்டார். 'உண்மையில் உன்னை இழிவுபடுத்தும் நோக்கத்தில் நான் இதைப் பேசவில்லை. என்னை தயவுசெய்து புரிந்துகொள்' என்று கெஞ்சினார்.

ஆனால், என் காயம் தீவிரமாக வலித்தது.

நான் மனமிரங்கவில்லை. முருங்கை மரத்தில் போய் ஏறி உட்கார்ந்து கொண்டேன். அவர் கீழே நின்று இறங்கி வரும்படி கெஞ்சினார். கொஞ்சகாலம் அவரைப் பார்க்காமல், பேசாமல் இருந்தேன். அதன் பிறகு என்னால் அவரை வெறுக்க முடியவில்லை என்பதை உணர்ந்தேன். வேறு வழியின்றி மீண்டும் அவருடன் பழக ஆரம்பித்தேன். இருந்தாலும் அவர் சொன்ன வார்த்தைகளின் உறுத்தல் இன்னமும் என்னுள் நெருடிக் கொண்டேதான் இருக்கிறது. தொடர்ந்து எங்கள் திருமணமும் நடந்தது. ஆரம்பத்தில் என்னை வெறுத்த நரேந்திரனின் அம்மா விரைவிலேயே என்னை விரும்ப ஆரம்பித்தாள். நான் கருவுற்றதும் என்னைக் கொண்டாடவும் ஆரம்பித்தாள்.

அதன்பிறகான நாட்கள் அழகானவையாக இருந்தன. எனக்குக் குழந்தை பிறந்ததும் நரேந்திரனின் அம்மா பேரக்குழந்தையிடம் அளவற்ற பாசம் காட்டினாள். நொடிப்பொழுதும் குழந்தையைப் பிரிய மறுத்தாள். குழந்தையும் அவளிடமிருந்து என்னிடம்கூட வர மறுக்கும் அளவுக்கு அவளிடம் ஒட்டுதலாக இருந்தது.

ஒருநாள் நானும் நரேந்திரனும் இலக்கியம் குறித்துப் பேசிக் கொண்டிருந்தபோதுதான் தற்செயலாக ஒரு விஷயத்தைக் கண்டுபிடித்தோம். நவீன இலக்கியங்கள் முழுமைத்தன்மை குறித்துப் பேசுகின்றன. பழைய ஓரிறைமைத் தன்மைதான் இன்றைய முழுமைத் தன்மை யாக உருமாறி வந்திருக்கிறது என்று விவாதித்தோம்.

லத்தீன் அமெரிக்க எழுத்தாளர் போர்ஹேயின்

லோன் உக்பார்தெர்துய்ஸ் என்ற சிறு கதையில் முதலில் லோன் கிரகத்தைப் பற்றிய குறிப்புகளும் பின்பு உக்பார் என்ற தேசத்தைப் பற்றிய விவரணையும் வரும். கடைசியில் பிரதி முடியும் தறுவாயில் '...பிறகு ஆங்கிலம், ஃபிரெஞ்ச, ஸ்பானிஷ் மொழிகள் பூமியிலிருந்து மறைந்து போகும். இவ்வுலகமே லோன் கிரகமாகி விடும்' என்ற தகவல் முன்வைக்கப்படும். லோன் கிரகம் என்று வேறு ஏதோ ஒரு கிரகத்தைப் பற்றிக் கூறிவிட்டு இறுதியில் பூமியே லோன் கிரகமாக மாறிவிடும் என்று சொல்ல முற்படும்போது எல்லா பூமியும் ஒரே பூமிதான் என்ற கருத்தாக்கத்தை அந்த இலக்கியப் பிரதி முன்வைக்கிறது.

அதேமாதிரி செர்பிய எழுத்தாளர் மிலோராட் பவிக்கின் 'கஸார்களின் அகராதி' என்ற நாவலில் யேசுவின் மூத்த சகோதரனான ஆதாமைப் பற்றிய தகவல் வரும். ஆதாம் இறைவனால் உருவாக்கப்பட்ட முதல் மனிதன். ஆதலால், அவன் இயேசுவுக்கு அண்ணன். சாத்தான் இயேசுவின் தம்பி.

தின்னக்கூடாத கனியைத் தின்று அமரத்வம் இழந்து இறந்தான் ஆதாம்.

ஆதாமின் ஆன்மா ஒவ்வொரு உடல் பிறக்கும் போதும், உடல் உடலாகப் புலம் பெயர்ந்து தொடர்ந்து வந்தபடியே இருக்கிறது. ஆதாமின் ஒற்றை ஆன்மா தான் மீண்டும் மீண்டும் தோன்றும் பலருடைய ஆன்மாக்கள். நாம் ஆதாமின் வாரிசுகள். ஒரு கடைசி வாரிசு பிறக்கும்போது ஆதாம்தான் பிறக்கிறான்; ஒவ்வொரு கடைசி வாரிசு இறக்கும்போதும் ஆதாம் தான் மீண்டும் மீண்டும் இறக்கிறான் என்று முழுமைத் தன்மையை பற்றிப் பேசுகிறது.

நார்வே எழுத்தாளர் ஜோஸ்டீன் கார்டரின் 'ஸோபியின் உலகம்' இப்படிப் பேசுகிறது:

'பதினைந்து பில்லியன் ஆண்டுகளுக்கு முன்பு பிரபஞ்சம் என்பது இறுக்கமான ஒற்றைப் பொருளாக இருந்தது. பின்பு பெருவெடிப்பின் விளைவாகச் சிதறிப் பிரிந்தது. அதிலிருந்துதான் எல்லாத் திசைகளிலும் பரவிப் படர்ந்தன, காலக்ஸிகளும், நட்சத்திரங்களும், கிரகங்களும்... பிரபஞ்சம் என்பது ஒருநிகழ்வு. அது ஒரு வெடிப்பு.

பிரபஞ்சம் படுவேகமாக விலகிப் போய்க்கொண்டிருக்கிறது. ஒரு பலூனில் காற்றடித்துக்கொண்டே இருந்தால், எப்படி அதிலுள்ள புள்ளிகள் விலகிக் கொண்டே போகுமோ அதேபோல் பிரபஞ்சம் பலூனைப் போல் விரிவடைந்து கொண்டே போகிறது. அதிலுள்ள கிரகங்களும், நட்சத்திரங்களும் விரிவடைந்து கொண்டே போகின்றன.

இந்த விலகலுக்குக் காரணம் கறுப்பு சக்தி *(பிளாக் எனர்ஜி)* என்கிறார்கள்.

இரண்டு பில்லியன் வருடங்களில் இந்த விலகல் நிற்கும். பின்பு மீண்டும் பிரபஞ்சம் ஒன்றாக இணைய ஆரம்பிக்கும். பின்பு பழையபடி இறுக்கமான ஒற்றைப் பொருளாகப் பிரபஞ்சம் மாறும். அதன்பின்பு மீண்டும் ஒரு பெருவெடிப்பு நிகழும். பெருக்கம், சுருக்கம்; பெருக்கம், சுருக்கம்; இடையறாமல் நடந்து கொண்டிருக்கும் இந்த இயக்கத்தை ஒரு இதயம் சுருங்கி விரிவ துடன் ஒப்பிடலாம். மிகப் பிரம்மாண்டமான இதயம் அது. துடிக்கிறது. துடிக்கிறது. துடிக்கிறது... நாம் எல்லோரும் பெருவெடிப்பில் உதிர்ந்த நட்சத்திரங்கள்'.

ஆக இலக்கியம் ஒருமித்த தன்மையை வலியுறுத்துகிறது.

அப்போது நரேந்திரன் சொன்னார். 'தத்துவங்களும் ஒருமித்த தன்மையைத்தானே வலியுறுத்தியிருக்கின்றன. அத்வைதம் 'இரண்டல்ல ஒன்று' என்கிறது. புத்தமதம் 'பன்மை என்பது சஞ்சலமடைந்த மனத்தின்

பிரமை. அமைதியடைந்த மனம் முழுமைத் தன்மையை உணரும்' என்கிறது.

நவீன விஞ்ஞானத்தின் க்வாண்டம் தியரியும் ஒருமித்த தன்மை பற்றித்தான் பேசுகிறது.

இப்படியெல்லாம் பேசிப் பேசியே எங்கள் நாட்கள் கடந்தன. நரேந்திரனின் புதிய கதைகள் வேறுமாதிரி யான கதைகளாக உருவாகிக் கொண்டிருந்தன. அவரால் காத்திரமான நல்ல கதைகளை எழுத முடியும் என்பதை அவருக்கு உணர்த்தியதில் நான் எவ்வளவு சந்தோஷப் படுகிறேன் தெரியுமா?

***

இதுவரை உட்கார்ந்தபடி கதையைக் கேட்டுக் கொண்டிருந்த கா திடீரென்று எழுந்தான். அவன் முகம் திகிலில் உயிரிழந்திருந்தது. நானும் பதற்றமடைந்தேன். ஒன்றும் புரியாமல் அனிச்சையாக எழுந்து நின்றேன்.

காவின் கண்கள் என் முதுகுக்குப் பின்னால் நிலை குத்தி நின்றன.

என் முதுகுக்குப் பின்னால் சுட்டிக்காட்டி, 'அவன்... அவன் வெளியே வந்து விட்டான்' என்று முணுமுணுத் தான் கா. அவன் கைகால்கள் ஆடின. என்னையும் பீதி தொற்றிக்கொண்டது. உடனே நான் எனக்குப் பின்னால் திரும்பிப் பார்த்தபோது நானும் அவனைப் பார்த்தேன். மனிதனைப் போலவே தோற்றமளித்த - ஆனால் இனம்புரியாத மனிதன் அல்லாத தன்மைகள் கொண்டிருந்த ஓர் உருவத்தைப் பார்த்தேன். தலைமுடி, முகம், உடல் எல்லாமே மனிதனைப் போலவே இருந்தன. கண்களில் மட்டும் லேசான இயந்திரத்தனம் இருந்தமாதிரி பட்டது. சிரித்தபோது பற்கள் வரிசையாக அழகாக மனிதனைப் போலவே இருந்தன. ஆனால் உலோகப் பூச்சு செய்யப்பட்ட மாதிரி இருந்தது.

இவ்வளவு நேரம் விவரிக்கப்பட்ட இயந்திரன் இவன்தான் என்பதை உணர்ந்ததில் என் மனம் பரபரப் படைந்தது.

காவைப் பார்த்து சிரித்தபடி, 'கடைசியில் என்னிடம் சிக்கிக் கொண்டாய்' என்றான். பின்பு என்னிடம், 'உங்களுக்குத் தொந்தரவு கொடுக்க நேர்ந்ததற்கு மன்னிக்கவேண்டும்' என்று மன்னிப்பு கோரும் பாவனையில் சொன்னான். 'பரவாயில்லை. இது ஒன்றும் தொந்தரவே இல்லை' என்றேன்; எதைச் சொல்கிறான் என்று புரியாத குழப்பத்துடன். அவன் குரலில் லேசான உலோகத்தன்மை இருந்தது. 'என் பெயர் க்யூ. இக்பார் தேசத்து காவல்துறை அதிகாரி.'

'நைஸ் டு மீட் யூ' என்றேன்.

அவன் என்னிடம் சினேகிதமாய்ப் பேசினதில் நான் நிம்மதியடைந்தேன்.

கா பயந்தவனாகப் பின்னால் நகர்ந்து கொண்டே போனான். அவசரத்தில் அவன் தன் பழுப்பு நிற உறையைக்கூட கையில் எடுத்துக்கொள்ளவில்லை. எனக்கிருந்த கலவரத்தில் அதை எடுத்துக்கொள்ளுமாறு அவனை ஞாபகப்படுத்தவும் இல்லை. செயற்கை மனிதனால் எனக்கு ஒன்றும் ஆபத்து இல்லை என்பதில் எனக்குக் கொஞ்சம் ஆறுதலாகத்தான் இருந்தது என்பதைக் கூச்சமின்றி சொல்லித்தான் ஆக வேண்டும். இயந்திரன் கா வை நோக்கி மெதுவாக நகர்ந்தான். கா பின்னோக்கி நகர்ந்த வண்ணம் இருந்தான். நானோ ஆணியால் அடித்த மாதிரி நின்ற இடத்தில் அசையாமல் நின்றேன்.

'இந்த நிலைமை துரதிருஷ்டவசமானது. எதை எதையோ கொண்டுவந்தேன். ஒரு காந்தத்தைக் கொண்டு வர மறந்து விட்டேன். இப்போது ஒரே ஒரு காந்தம் மட்டும் இருந்தால் போதும். இவனைச்

செயலிழக்க வைத்து விடலாம்'

என்றபடி கா பரிதவித்தான். க்யூ பிரகாசமாகச் சிரித்தான். நானும் வீட்டில் காந்தம் ஏதாவது இருக்கிறதா என்று யோசித்தேன். பின் குஷனில் குண்டூசிகளைப் போட்டு வைக்கும் பிளாஸ்டிக் டப்பாவில் காந்தம் இருக்கிறது. அந்தக் காந்தம் போதுமா என்று தெரியவில்லை.

கா பின்னேற க்யூ முன்னேற அடுத்து என்ன ஆகுமென்றே தெரியாத பதற்றம் உருவாகிக் கொண்டிருந்தது.

அப்போது பார்த்து 'காலிங்பெல்' அடித்தது. உடனே இயந்திரனின் கவனம் சிதறியது. அந்த அவகாசத்தைப் பயன்படுத்திக் கொண்டு கா சட்டென்று அருகிலிருந்த கவரினுள் நுழைந்து மறைந்தான். இயந்திரனும் விரைந்து போய் தானும் அந்தச் சுவரினுள் நுழைந்து மறைந்தான்.

ஒருகணம் பிரமித்துப் போய் நின்றிருந்தேன். அதற்குள் இன்னொரு முறையும் காலிங் பெல் அடித்தது. வெளியே போயிருந்த எஸ்தரும் என் மகனும் வந்திருக்கிறார்கள். கதவைத் திறக்க வேண்டும். கதவை நோக்கி நகர்ந்த நான் சற்றுத் தயங்கி நின்றேன். டீபாயில் கா விட்டுவிட்டுப் போயிருந்த பழுப்புநிற உறையும், அதனுள்ளிருந்த பொருட்களும் அநாதைகளாகப் பரப்பப்பட்டு இருந்தன. உடனே அவற்றை அப்புறப்படுத்தியாக வேண்டும். இல்லாவிட்டால் எஸ்தர் 'இதெல்லாம் என்ன?' என்பாள். கவனமாக ஒரு பொருள் விடாமல் அவற்றையெல்லாம் எடுத்துப் பழுப்பு உறையில் போட்டேன். பின்பு தூக்கமுடியாமல் மூச்சைப் பிடித்துக் கொண்டு தூக்கிக் கொண்டு போய் அவசர அவசரமாக அந்தப் பழுப்பு உறையைப் பரண் மேல் வீசி எறிந்தேன். நம்பமுடியாத அளவுக்கு அந்த அறை அதீதமாக கனத்தது. அதன் பின்பு வேகமாக ஓடிப் போய்க் கதவைத் திறந்தேன்.

எஸ்தருக்கும் பொறுமைக்கும் ரொம்ப தூரம். தாமதித்துக் கதவைத் திறந்ததில் எஸ்தர் சிடுசிடுத்தாள். 'எவ்வளவு நேரம் மணி அடிப்பது? சீக்கிரம் கதவைத் திறக்க மாட்டீர்களா?'

'ஸாரி...'

உள்ளே நுழைந்த எஸ்தர் என்னை விசித்திரமாகப் பார்த்தாள். நான் பேந்தப் பேந்த விழித்தேன். என் பையன் என்னைப் பார்த்து, 'ஏம்ப்பா இப்பிடி திருதிருன்னு முழிக்கிறீங்க?' என்று கேட்டான். நான் திடுக்கிட்டேன். ஐந்து வயதுக் குழந்தையே கண்டு பிடிக்கக்கூடிய அளவுக்கு என் முகம் அசட்டுத்தனமாக இருக்கிறது என்கிற விஷயம் என்னை சங்கடப் படுத்தியது.

எஸ்தரிடம் நடந்த விஷயத்தைச் சொல்லிவிடலாமா என்று ஒரு கணம் யோசித்தேன். பின்பு வேண்டாம் என்று தோன்றியது. ஜான் அப்டைக்கின் ஒரு சிறுகதை யில் அதிகாலையில் விழித்து எழும் ஒருத்தன் ஜன்னல் வழியே தன் தோட்டத்தில் யுனிகார்ன் எனப்படும் கொம்பு முளைத்த குதிரை மேய்ந்து கொண்டிருப்பதைக் காண்பான். யுனிகார்ன் என்பது புராணங்களில் வரும் மிருகம். அதை யதார்த்த வாழ்வில் பார்க்க முடியாது. அவன் வியப்பில் உறைந்து போவான். ஓடிப்போய்த் தூங்கிக் கொண்டிருக்கும் தன் மனைவியை எழுப்பி 'நம் தோட்டத்தில் யூனிகார்ன் குதிரை மேய்கிறது வந்து பார்' என்று பதற்றத்துடன் எழுப்புவான். அவள் நம்ப மாட்டாள். தன் கணவனுக்கு ஏதோ ஆகிவிட்டது என்று நினைத்துப் பயந்து மனநலமருத்துவமனைக்குப் போன் செய்து, அவனைப் பிடித்துக்கொண்டு போகும் படி கேட்டுக் கொள்வாள். எஸ்தரிடம் காவைப் பற்றிச் சொல்லப் போய் ஜான் அப்டைக்கின் கதா பாத்திரத் துக்கு நேர்ந்த கதி எனக்கும் நேர்ந்துவிடக்கூடும்

என்று பயந்தேன்.

எஸ்தரும் பையனும் உள்ளே போய்விட, நான் மட்டும் ஹாலிலேயே வெகு நேரத்துக்கு நின்று கொண்டே இருந்தேன்.

கா தான் என் சிந்தனை முழுக்க நிறைந்திருந்தான். இப்போது எங்கிருக்கிறானோ, என்ன ஆனானோ என்று அவனைப் பற்றி நினைத்து என் மனம் பேதலித்தது. ஒருவேளை, இயந்திரனிடம் சிக்கிக் கொண்டு பிரபஞ்சத்தின் புழுப்பாதையின் வழியாக குறுக்குப் பாதையில் ஆண்ட்ரமெடா நோக்கிப் போய்க் கொண்டிருப்பானோ, அல்லது இந்த பூமியிலேயே இருவரும் ஓடிப்பிடித்துக் கண்ணாமூச்சி விளையாடிக் கொண்டிருக்கிறார்களோ, அல்லது கா கொல்லப்பட்டிருப்பானோ இவனைக் கொன்று விட்டு இயந்திரன் மட்டும் தன்னந்தனியே ஆண்ட்ரமெடாவுக்குப் போய்க் கொண்டிருப்பானோ, அல்லது காந்தத்தை வீசி எறிந்து இயந்திரனைக் கா செயலிழக்க வைத்திருப்பானோ.

தொடர்ந்து வந்த தினங்கள் மன உளைச்சலை அதிகரித்தபடியே இருந்தன. இரவும் பகலும் காவின் ஞாபகம் வருத்தியது. இயந்திரனிடம் பேசி காவைக் காப்பாற்றி இருந்திருக்கலாமோ; நான் பொறுப் பில்லாமல் அசட்டையாக இருந்துவிட்டேனா என்றெல்லாம் என் மனம் அலைபாய்ந்தது. இந்த மனக் குழப்பத்திலும் மன இறுக்கத்திலும் குழப்பமாக நடந்து கொள்ள ஆரம்பித்தேன். ஷேவிங் க்ரீமால் பல் தேய்ப்பது; பற்பசையை முகத்தில் தடவி 'ஷேவ்' செய்வது போன்ற காரியங்கள்; என் மனைவியும் குழந்தையும் வீட்டினுள் இருப்பதைக் கவனிக்காமல் வெளியே போய் கதவுக்குப் பூட்டு போட்டு விட்டுப் போவது; என்னுடைய தொலைபேசியில் என் நம்பரையே சுழற்றிக் கொண்டிருப்பது. இப்படி ஏகப்

பட்ட குளறுபடிகள். சாலையில் யாரோ இரண்டு பேர் ஒருத்தரை ஒருத்தர் துரத்திக் கொண்டு போனால் உடனே காவை இயந்திரன் துரத்திக் கொண்டுபோனது ஞாபகத்துக்கு வந்துவிடும். உடனே அப்படியே நின்று விடுவேன். ஒரு நாய் இன்னொரு நாயைத் துரத்திக் கொண்டு போனால் ஸ்தம்பித்து நின்றுவிடுவேன். ஓர் அணில் இன்னோர் அணிலைத் துரத்தினாலும் இதே நிலைமைதான். எஸ்தர் கொஞ்சம் பயந்துதான் போனாள். 'எதற்கும் ஒரு சைக்யாட்ரிஸ்ட்டைப் பார்க்கலாமே' என்றாள், தயங்கியபடியே தாழ்ந்த குரலில். 'எனக்குப் பைத்தியம் பிடித்துவிட்டது என்கிறாயா?' என்று எரிந்து விழுந்தேன் எஸ்தரிடம். அவள் முகம் வாடிவிட்டது. 'ஸாரி டியர்' என்று சொல்லி விட்டுப் போய்விட்டாள். பாவம், அவள் என்னதான் செய்வாள். அவளிடம் கோபித்துக் கொண்டிருக்கக் கூடாது. தொடர்ந்து காவைப் பற்றி யோசித்தபடியே இருந்தேன். அவனும் நானும் வெவ்வேறானவர்கள் அல்ல. ஒருத்தனே தான் என்று தோன்றியது. அதாவது, சென்குப்தா மாமா சொல்லுவாரே, அதுமாதிரி ஒரு துணியில் கிழிக்கப்பட்ட இரண்டு துண்டுகள்தான் நாங்கள் என்ற யோசனை சட்டென்று உதித்தது எனக்கு. துண்டுகள் இரண்டானாலும் துணி ஒன்றுதானே. பிரிந்த நாங்கள் மீண்டும் ஒன்றாகச் சேர்ந்து விடுவோமா? அப்படி நான் நம்பினால் அந்த நம்பிக்கைக்குப் பெயர் 'டெலியாலஜி' அல்லவா? 'டெலியாலஜி' சர்வ நிச்சயத் தன்மையை வலியுறுத்தும். ஆனால் பிரபஞ்சமும் வாழ்க்கையும் சதா கைமீறிப் போவதில் நிச்சய மின்மையை அல்லவா வலியுறுத்துகின்றன. ஒன்று பலவானதைப் போல் பல மீண்டும் ஒன்றாகுமா. இதன் சாத்தியம் சாத்தியமின்மை குறித்து யாரால் எப்படி உறுதியாகச் சொல்லமுடியும்? இப்படி யோசித்தபிறகு

என்னுள் துக்கம் கவிந்தது.

எஸ்தரும் என் பையனும் இல்லாத சமயங்களில் பரண்மேல் ஏறி எட்டிப்பார்த்து காவின் பழுப்பு நிற உறை இருக்கிறதா என்று அடிக்கடி பார்த்துக் கொண்டேன். அந்த உறையைப் பார்க்கும் தோறும் எனக்குக் காவையே பார்த்த மாதிரி இருந்தது. அவன் கண்டிப்பாக வருவான். இந்த உறையை வாங்கிக் கொண்டு போவான் என்று தீர்க்கமாக நம்பினேன்.

அலுவலகத்திலும் எனக்கு வேலையே ஓடவில்லை. என்ன செய்வதென்றே புரியாமல் கலக்கத்துடன் நாட்களைக் கடத்தினேன். இரவுகள் கனவுகளால் நிரம்பி வழிந்தன. இயந்திரன்கள் என்னைப் பிடித்து இழுத்துப் போகிறார்கள்; என்னை இழுத்துக் கொண்டு சுவரினுள் நுழைந்து போகிறார்கள். நானும் சுவரினுள் நுழைந்து போகிறேன். எனக்கு திரவ ஊசி போடு கிறார்கள். நான் மயக்கத்திலாழ்கிறேன். இது போன்ற கனவுகள். அப்போதுதான் எனக்கு ஒரு யோசனை தோன்றியது. இந்த நிகழ்ச்சி ஒரு பாரமாய் என் மனசில் கிடந்து கனக்கிறது. இதை இறக்கி வைத்தால்தான் இந்தப் பிரச்சினையிலிருந்து நான் மீள முடியும். வேறு வழியே இல்லை. நல்லது. இறக்கி வைத்துவிடலாம். சரி இறக்கி வைப்பதென்றால் யாரிடம் போய் இறக்கி வைப்பது. இந்த விஷயத்தை யாரிடம் போய்ச் சொன்னாலும் நம்ப மாட்டார்கள். வழித்துக் கொண்டு சிரிப்பார்கள். எஸ்தரிடம் சொன்னால் உடனே ஒரு 'சைக்யாட்ரிஸ்ட்'டிடம் கொண்டுபோய் என்னை ஒப்படைத்து விடுவாள்.

'அப்படியானால் என்னதான் செய்யலாம்?' ஒன்று செய்யலாம். இந்த நிகழ்ச்சியை அப்படியே எழுத்தில் இறக்கி வைத்துவிடலாம். எழுத்தும் ஒருவகை தெரபி தானே. இதை எழுதிப் பதிவு செய்து வைத்தால்

ஒருவேளை என் மனம் தனது பாரத்தை இழந்து லேசாகலாம் என்றெல்லாம் யோசித்தேன். பின்பு ஒரு வாரம் அலுவலகத்துக்கு 'லீவ்' போட்டுவிட்டு, என் கம்ப்யூட்டர் முன்னால் உட்கார்ந்தேன். கணினியில் 'அடோப்' பகுதியைத் திறந்தேன். புதிய கோப்புக்கான பக்கத்தையும் திறந்தேன். கோப்பின் பெயர் என்ன என்று கேட்டது கம்ப்யூட்டர். கோப்புக்கு என்ன பெயர் வைக்கலாம்?

யோசித்தேன்.

எந்த யுகமாக இருந்தாலும் சரி; எந்தப் பிரபஞ்சமாக இருந்தாலும் சரி மனிதன் எப்போதுமே வன்முறையோடு சம்பந்தப்பட்டவனாகவே இருக்கிறான். ஒன்று அவன் வன்முறையை அடுத்தவன் மேல் பிரயோகிக்கிறான். அல்லது அடுத்தவன் இவன் மேல் வன்முறையைப் பிரயோகிக்கிறான். இப்படித்தான் எப்போதுமே நடந்து வந்திருக்கிறது. என் கதையும் காவின் கதையும் இதைத் தானே உணர்த்துகிறது என்று எனக்குப் பட்டது. எனவே இதற்கான தலைப்பு மனிதனுக்கும் வன்முறைக்கு மான பொதுவான தலைப்பாக இருந்தால் சரியாக இருக்கும் என்று தோன்றியது. அதுமாதிரி தலைப்பு களை யோசித்துப் பார்த்தேன். அப்போது சட்டென்று எனக்கு அமெரிக்க எழுத்தாளர் ரொனால்ட் சுகேனிக் தனது நாவலுக்கு 98.6 என்று தலைப்பு வைத்தது ஞாபகத்துக்கு வந்தது. 98.6 பாரன்ஹீட் என்பது மனிதனின் சராசரி உடல் உஷ்ண அளவைக் குறிப்பது. அதை உருவகமாக்கி அவர் தலைப்பாக வைத்திருந்தார். இதையே செல்ஷியஸாக மாற்றினால் 37 என்று வருகிறது. 37சி என்பதை 37 செல்ஷியஸ் என்றும் படிக்கலாம். 37 காலிபர் என்றும் படிக்கலாம். காலிபர் என்பது துப்பாக்கியின் குழல் அளவைக் குறிக்கும் பெயர். துப்பாக்கிகளை 35 காலிபர், 36 காலிபர், 37

காலிபர் என்றுதான் வகைப்படுத்துவார்கள். துப்பாக்கி வன்முறையின் குறியீடு. மனிதன் – வன்முறை இரண்டையும் ஏககாலத்தில் உருவகமாக்க 37 என்று குறிப்பிடலாம். எனவே இந்தக் கோப்புக்கு 37 என்று பெயர் வைக்கத் தீர்மானித்தேன். திடீரென்று ஒரு யோசனை வந்தது. இதை எஸ்தர் எப்போதாவது திறந்து பார்க்க நேர்ந்தால் கண்டிப்பாக திடுக்கிடுவாள். இதெல்லாம் நான் பதிவு செய்திருக்கும் உண்மைச் சம்பவம் என்று கருதினால் என்னுடைய மனநலன் குறித்த சந்தேகங்கள் அவளுக்கு வரக்கூடும். எனவே இதை ஒரு புனைவு போல எழுதுவது பாதுகாப்பானது என்று தோன்றியது. உடனே 37 என்று தலைப்பை தட்டிவிட்டு அதன்கீழ், சட்டென்று என்னையுமறியாமல் தோன்றிய 'எம்.ஜி. சுரேஷ்' என்ற பெயரைத் தட்டினேன். இந்தப் புனைவை ஏதாவது ஒரு புனை பெயரில் எழுதினால் நல்லது என்று எனக்குத் தோன்றிய தாலேயே இப்படிச் செய்தேன். பின்பு இந்த நிகழ்ச்சி யைப் பற்றிய என்னுடைய பிரதியைப் பின்வருமாறு கம்ப்யூட்டரில் தட்டச்சு செய்ய ஆரம்பித்தேன்.

1

நூதனத் தன்மையுடன் வந்திருந்த அந்த மனிதனை நான் சந்தித்தது தற்செயலாகத்தான். ஒரு புழுக்கமற்ற பகல் வேளையில் அது நிகழ்ந்தது. முன் தீர்மானமோ திட்டமிடுதலோ ஏதுமின்றி ஒரு விபத்தைப் போலவே அது நடந்தது. உலோக உடை தரித்தோ, பிரகாசமான ஒளிப்பிழம்பு ஒன்றிலிருந்தோ அவன் வெளிப்பட வில்லை. சரேலென்று ஒரு மின்னலைப்போல் அவன் என் எதிரில் வந்து நின்றான். தனது வலது கையை என்னிடம் விறைப்பாக நீட்டினான். 'ஹலோ', சொன்னான். உடனே அவன் கையைப் பார்த்த நான் அதில் ஆறு விரல்கள் இருப்பதையும் அந்த ஆறு விரல்களும் முள் கரண்டியைப்போல் சமச்சீராக அமைந்திருப்பதையும் கவனித்ததால் பதிலுக்குக் கை நீட்டத் தயங்கினேன். நான் திடுக்கிட்டவனாக அவனையே பார்த்தேன். அவனது கறுப்பு மயிரடர்ந்த புருவங்களையும் மேலுதட்டின் மேல் ஒட்டிக் கொண்டிருந்த கரிய மீசையையும் கத்தி போன்ற கூரான நாசியையும் குழப்பத்துடன் பார்த்தேன். கண்ணுக்கு இமை இருப்பதுபோல் அவன் காதுகளுக்கு ஜவ்வாலான மூடிகள் இருந்தன. நொடிக்கொரு தரம் அவை மூடித்திறந்தன. இடது கன்னத்தில் கரும்பச்சை நிறத்தில் மச்சம் போன்ற ஒரு புள்ளி இருந்தது. சில நொடிகள் பரிசீலித்தேன். அவை எதுவுமே எனக்குப் பரிச்சயமானவையாக இருக்கவில்லை. அவன் முகம்

உட்பட. பரிச்சயமற்ற முகத்தை வைத்திருக்கும் ஒரு நபர் பரிச்சயமற்ற தன்மைகளுடன் சட்டென்று என் வழியில் குறுக்கிட்டதை நான் விரும்பவில்லை. எனவே, என்ன செய்வதென்றே புரியாமல் சில கணங்கள் வெட்டியாக நின்றேன். கூரான நாசிக்காரனோ சளைக்காமல்...